ஆதிச்சநல்லூர் முதல் கீழடி வரை

தமிழகத் தொல்லிய[illegible]ங்கள்

நிவேதிதா லூயிஸ்

கிழக்கு

ஆதிச்சநல்லூர் முதல் கீழடி வரை: தமிழகத் தொல்லியல் தடங்கள்

Adichanallur mudhal Keezhadi varai: *Thamizhaga Tholliyal Thadangal*

Nivedita Louis ©

First Edition: December 2019

224 Pages

Printed in India.

ISBN 978-93-5135-034-7

Kizhakku 1183

Kizhakku Pathippagam

177/103, First Floor, Ambal's Building, Lloyds Road,

Royapettah, Chennai - 600 014. Ph: +91-44-4200-9603

Email : support@nhm.in   Website : www.nhm.in

kizhakkupathippagam   kizhakku_nhm

Author's Email : niveditalouis@gmail.com

Pictures Courtesy: *Keeladi,* publication by Department of Archaeology, Government of Tamil Nadu

Wrapper Images Courtesy: *Murugan Natarajan, Team Heritager, Gandhirajan*

Kizhakku Pathippagam is an imprint of New Horizon Media Private Limited

ஆதிச்சநல்லூர் முதல் கீழடி வரை

தமிழகத் தொல்லியல் தடங்கள்

நிவேதிதா லூயிஸ்

வரலாறு, தொல்லியல், பண்பாடு உள்ளிட்ட துறைகளில் கடந்த பத்தாண்டுகளாக இயங்கி வருபவர். முன்னாள் மத்திய அரசுப் பணியாளர். உள்ளூர், மறக்கப்பட்ட பெண்கள் மற்றும் சிறுபான்மை சமூகத்தின் வரலாறை முனைப்போடு மக்களிடம் கொண்டு செல்பவர். பல்வேறு துறைகளில் முதன் முறையாகக் கால் பதித்து சாதனை புரிந்த பெண்கள் குறித்து அவள் விகடனில் 'முதல் பெண்கள்' என்னும் தலைப்பில் இவர் எழுதிவரும் தொடர் பரவலான கவனத்துக்கு உள்ளானது. சென்னை நகரில் தொடர்ச்சியாக மரபு உலாக்களும், வரலாற்று சொற்பொழிவுகளும் நிகழ்த்தி வருகிறார்.

அம்மாவுக்கு...

உள்ளே

அணிந்துரை

ஆர்.பாலகிருஷ்ணன்

சிந்துவெளி ஆய்வாளர்

தொல்லியல் தொடர்பான விழிப்புணர்வும் வாசிப்பு வேட்கையும் தமிழ்நாட்டு மக்களிடையே குறிப்பாக புதிய தலைமுறையினரிடையே பெருகிவரும் இன்றைய சூழ்நிலையில் நிவேதிதா லூயிஸ் எழுதியுள்ள 'ஆதிச்சநல்லூர் முதல் கீழடி வரை' என்ற இந்த நூல் தொல்லியல் குறித்து பொதுவாசிப்பிற்கு புதிய வரவாகும்.

'ஆதிச்சநல்லூர் முதல் கீழடி வரை' என்பதில் கடந்த 120 ஆண்டுகால தமிழ்த்தொல்லியல் ஆய்வுகளின் பாதையும் பயணமும் அடங்கியுள்ளது.

வரலாறு மற்றும் தொன்மங்கள் பற்றிய புரிதலுக்கு தொல்லியல் துறையில் நிகழும் புதிய வளர்ச்சிகள் மற்றும் தொழில் நுட்பம் சார்ந்த புதிய போக்குகளைப் பற்றிய புரிதல்கள் தேவைப்படுகின்றன. இத்தேவையை நிறைவு செய்யும் ஒரு முன்னெடுப்பு இது.

இந்த நூலில் என்னை மிகவும் கவர்ந்தது தமிழகத் தொல்லியல் தடயங்களை சங்க இலக்கியச் சான்றுகளோடு பொருத்திக்காட்டி விளக்கும் உத்திதான். இந்த அணுகுமுறை இன்றைக்கு மிகவும் தேவையானதும் கூட. சங்க இலக்கியம் வரலாறு சார்ந்த தொல்லியல் பார்வையில் மீள வாசிப்பு செய்யப்படவேண்டும் என்பதைத் தொடர்ந்து வலியுறுத்தி வரும் எனக்கு இந்த அணுகுமுறை மகிழ்ச்சி அளிக்கிறது. உங்களுக்கும் அளிக்கும். குறிப்பாக ஆதிச்சநல்லூர் தாய்த் தெய்வம் பற்றி பேசும்போது பெரும்பாணாற்றுப்படையும் கீழடி தந்த தந்தச்சீப்பு பற்றி விளக்கும்போது நெடுநல்வாடையும் மேற்கோள் காட்டப்படும்போது தமிழ் இலக்கிய மாணவனாகிய நான் மகிழ்ச்சியும் பெருமிதமும் அடைகிறேன்.

ஆதிச்சநல்லூர் தொடங்கி கீழடி வரை தமிழகத்தின் 20 தொல்லியல் தடங்களை எளிய நடையில் வாசகர்களைக் கை பிடித்து அழைத்துச் சென்று அறிமுகம் செய்கிறார் நூலாசிரியர் நிவேதிதா லூயிஸ்.

மானுடவியல், தொல்லியல், கல்வெட்டியல், தொல்லியல் ஆய்வில் நவீன அறிவியல் தொழில்நுட்பக் கருவிகளின் பயன்பாடு என்று தொடர்புடைய விஷயங்களை எல்லாம் விளக்கிச் செல்வதால் பொது வாசகர்கள் மட்டுமின்றி துறைசார் செய்திகளைத் தமிழில் அறிந்து கொள்ள விழையும் மாணவர்களும் ஆர்வலர்களும் இந்த நூலால் பயனடைவார்கள். ஐ-காபி, கல்வெட்டைப் படியெடுக்கும் எஸ்டாம்பேஜ் போன்ற தொல்லியல் சார் தொழில்நுட்ப சொற்களையும் விளக்கி உள்ளார். புகைப்படங்கள். அச்சூலியன் கருவிகள் முதல் லிடார் வரையான பல கால கட்டக் கருவிகளை இந்த நூல் நம் கண்ணில் காட்டுகிறது.

தொல்லியல் துறைக்கு தொண்டாற்றிய பல்வேறு ஆய்வாளர்களின் வாழ்க்கை குறிப்புகளையும் பணிகளையும் ஆங்காங்கே சுவையாக பதிவு செய்து கொண்டே செல்வதால் இந்த நூலில் செறிவாக இடம்பெற்ற துறைசார் தகவல்களின் அழுத்தத்தையும் மீறி இந்த நூலை ஒரு வரலாற்று நாவல் போல் வாசகர்கள் வாசித்துவிடமுடியும்.

நிவேதிதா லூயிஸ் விவிலியத்தில் இருந்து மேற்கோள் காட்டுவதில் வியப்பில்லை. நறுமணப் பொருளும் தமிழகமும் பற்றிப் பேசும்போது பெரியபுராணத்தில் இடம்பெற்றுள்ள குங்கிலய கலய நாயனார் புராணத்தில் புகுந்து புறப்பட்டு வரும்போது சமயம் கடந்த தமிழ் மணம் கமழ்கிறது. இதுதான் தமிழ் மொழியின் மீதும் அதன் பண்பாட்டு மரபுகளிலும் ஊறித்திளைத்த உள்ளங்கள் இயங்கும் திசை. இதுவே அத்தகையோரை இயக்கும் விசை.

தமிழ்நாட்டுத் தொல்லியல் இடங்களை அறிமுகம் செய்ய எழுதப்பட்ட நூல் என்ற போதும் தொல்லியல் தடயங்களின் பன்னாட்டு தொடர்பு களையும் சேர்த்தே இந்த நூல் அறிமுகம் செய்கிறது. அந்த வகையில் இந்நூல் தமிழக தொல்லியல் தடயங்கள் பற்றிய புரிதலுக்கு ஒரு விரிவான களத்தை அளிக்கிறது.

நூலாசிரியர் நிவேதிதா லூயிஸ் ஒரு பன்முக ஆளுமை. மரபு சார்ந்த விஷயங்களில் மிகுந்த அக்கறை கொண்டவர். ஊடகங்களில் பல்வேறு துறைகள் பற்றி தொடர்ந்து எழுதிவரும் இவர் ஒரு சிறந்த கதைசொல்லியும் கூட. மரபு நடைகள் மூலம் சென்னையின் அறியப்படாத பக்கங்களைப் பலருக்கும் அறிமுகம் செய்பவர். வரலாற்று ஆய்வுகள், கண்காட்சிப் பொருட்களை காட்சிப்படுத்தும் பொறுப்பிலிருந்து, அதிகம் அறியப் படாத சென்னையில் வசிக்கும் ஆர்மீனியன் மக்களின் வாழ்வியலோடு நெருங்கிய தொடர்புகொண்டு அவர்களைப் பற்றி எழுதுதல் வரை பல்வேறு களங்களில் இயங்குபவர்.

நிவேதிதா லூயிஸின் இந்த நூல் மிகவும் பயனுள்ளதாக அமையும், வாசகர்களால் உறுதியாக வரவேற்கப்படும் என்பது எனது மதிப்பீடு. வாழ்த்துகள்.

திரு. சு. தியடோர் பாஸ்கரன்

எழுத்தாளர்

அன்றாட வாழ்வில் அதற்கு அவ்வளவு பயன் இல்லாததால் மற்ற அறிவியல்களுக்குக் கிடைக்கும் கவனம் தொல்லியலுக்கு இல்லை. இத்துறையில் ஆய்விற்கென்று ஒதுக்கப்பட்ட நிதி, இரண்டாம் உலகப் போர் மூண்டதால் நிறுத்தப்பட்டது. அதற்கப்புறம் அத்துறை சரிவர கவனிக்கப்படாமலேயே இருந்தது. பாப்ரி மஸ்ஜித் பிரச்னையின் போதுதான் மக்கள் அகழ்வாய்வு என்றால் என்ன என்றறிந்தனர்.

இன்று கீழடி. இந்தப் பின்புலத்தில்தான் நிவேதிதாவின் இந்த நூலைப் பார்க்கவேண்டும். தமிழக வரலாற்றைப் புரிந்துகொள்வதில் தொல்லியலின் பங்கு பற்றி நன்கு விளக்குகின்றார். கொடுமணல், பையம்பள்ளி, பல்லாவரம் போன்ற இடங்களில் நடந்த ஆய்வை எளிய நடையில், நல்ல தமிழில் துறை சார்ந்த கலைச்சொற்களைப் பயன்படுத்தி தருகின்றார். கடந்த சில பத்தாண்டுகளில் உருவான தொல்லியல் சார்ந்த தொழில்நுட்பக் கருவிகளையும் உத்திகளையும் பற்றி பேசுகின்றார்.

நல்ல தருணத்தில் வந்துள்ள வரவேற்கத்தக்க நூல்.

முனைவர் ஆ. பத்மாவதி

கல்வெட்டு ஆய்வாளர் (ஓய்வு), தமிழ்நாடு அரசு தொல்லியல் துறை

எதைப் பற்றிக் கூறுகிறது இந்தத் தொல்லியல்? அதை அறிந்துகொள்ள வேண்டிய அவசியம் என்ன? என்பது போன்ற கேள்விகள் மனதில் எழும். தமிழ், வரலாற்று அறிஞர்களும், ஆய்வாளர்களும், ஆர்வலர்களும் ஏன் இத்தனை ஆர்வம் கொள்கின்றனர்? அதை அறிந்து கொள்வதற்கு தமிழ், தமிழர், தமிழ் நாடு - எப்படி இவ்வளவு சிறப்பான பாரம்பரிய பெருமையுடன் திகழ்ந்தது? திகழ்கிறது? என்பதையெல்லாம் சுலபமாக, தெளிவாக, சுவையாகத் தெரிந்து கொள்ள இதோ இந்நூல் வெளி வந்திருக்கிறது.

தொல்லியலாளரல்ல நிவேதிதா லூயிஸ். அவர் ஒரு தொல்லியல் ஆர்வலர். ஆர்வமுடன் தொல்லியல் செய்திகளை அறிந்து கொண்டது போலவே, பிற ஆர்வலர்களும் அறிந்துகொள்ளவேண்டும் என்ற ஆர்வத்தில் இதனை எழுதியிருக்கிறார்.

நீலகிரிக்கும், எகிப்திற்கும் உள்ள ஒற்றுமை... ஆதிச்சநல்லூர் மண் பாண்டங்களின் காலம். அங்கு கிடைத்த வளமையைக் குறிக்கும் பானை ஓடுகள்... அதன் விஞ்ஞான ரீதியான காலக்கணிப்பு... ஆதிச்சநல்லூர் கண்ணாடியுடன் இஸ்ரேலில் உள்ள அத்லித்தில் கண்டெடுக்கப்பட்ட

கண்ணாடியுடன் ஒப்பிடும் முறை ஆகியவை சிறப்பு. வெண்கலத் தட்டுக்களையே பளபளப்பாக்கி முகம் பார்க்கும் கண்ணாடிகளாகப் பயன்படுத்தியமை பற்றிய கருத்தை பரிபாடலில் கூறப்படும் இதே செய்தியுடன் ஒப்பிட்டுக் கூறுகிற விதமும் சிறப்பு. அத்லித்தில் அகழாய்வு செய்த ஜான்ஸ் கிரேக்கருக்கும் பினீசியருக்கும் தொடர்பிருத்தல் வேண்டும் என்கிறார். அந்த இரு நாடுகளுடனும் தமிழ்நாட்டுக்குத் தொடர்பு இருந்தது என்று நாமும் கூறலாமல்லவா? நெல்லை மாவட்டம் சங்கரன்கோயிலிலும் இது போன்ற கண்ணாடி தயாரிக்கும் கைவினைஞர்கள் இருந்திருக்கின்றனர். அவர்களது குடும்பத்தினரை கேரளாவிற்கு அழைத்துச்சென்று கண்ணாடி தயாரித்து அஷ்டமங்கலமாக பயன்படுத்தும் முறை மிகவும் சுவை பயக்கும் தகவல்கள்.

வெள்ளலூரில் கிடைத்த சூதுபவளங்கள் இரண்டில் உள்ள குதிரைகளின் உருவங்கள், சீனாவில் கிங் மன்னனின் புதையுண்ட நகரில் கண்டெடுக்கப் பட்ட குதிரைகள் பற்றிய விவரங்கள், பொருந்தல், அரிக்கமேடு அகழாய்வுல் கண்டெடுக்கப்பட்ட பொருள்கள் பற்றிய இச்செய்திகள் தமிழரின் வீரத்தையும் பெருமையையும் பறைசாற்றுகின்றன என்பது ஆர்வலர்களுக்கு அரிய தகவல்கள். வெள்ளலூர் சூதுபவளத்தில் உள்ள குதிரைகள் பொறிப்பு, தற்போது கீழடியில் உள்ள செந்நிற கல்மணியில் அகழ்ந்த பன்றியின் உருவம் அமைக்கப்பட்டிருப்பது ஒப்பிடத் தகுந்தது. இது போன்ற பற்பல தகவல்கள் தரப்பட்டிருக்கின்றன.

புலிமான் கோம்பையில் கிடைத்த சங்ககால நடுகற்கள் கூறும் தமிழனின் வீரம் பல்வேறு கல்வெட்டுகளில் ஓவியங்களில் அதற்கு முன்பிருந்தே தமிழகத்தில் திகழ்ந்திருக்க வேண்டும்... தங்கக்கட்டிகளில், மோதிரங்களில், முத்திரைகளில் சங்ககால எழுத்துப் பொறிப்புகள் காணப்படுவது, பல்கேரியாவில் 4 கல்லறைகளில் அகழ்ந்தெடுக்கப்பட்ட அளவற்ற தங்கம்... ஒப்பிடத்தக்கது.

தொல் தமிழ் காலத்தையும் நம் முன்னோர்களின் மொழியாற்றல், கைவினை, போர்க்கலை போன்ற திறன்கள் உள்ளிட்ட ஒப்பற்ற நாகரிகப் பெருமைகளை இந்நூல் மூலமாக அறிந்து இன்புறுக, பெருமை கொள்க...

நிவேதிதாவுக்கு வாழ்த்துகளும் பாராட்டுகளும்!

முனைவர் நா.மார்க்சிய காந்தி

மேனாள் துணைக் கண்காணிப்புத் தொல்லியலாளர்,
தமிழக அரசு தொல்லியல் துறை

தொல்லியலில் ஆர்வத்தைத் தூண்டுதல்; தொல்லியல் ஆர்வலர்களுக்கு எளிமையாய்ப் பண்டைய நாகரிகக் கூறுகளை ஆதாரத்துடன் பொறுக்கியெடுத்துத் தருதல் என்ற இருவகைப் பயன் கொண்டது இந்நூல்.

ஆய்வாளர்களுக்கும் கூட, ஒரு உடனடிப் பார்வை நூலாக விளங்கும் தகுதியும் இதற்குண்டு எனக் கூறலாம்.

சமூகத்தின் அடிப்படைத் தேவையான உணவு, உடை, இருப்பிடம் தொடங்கி அழகுபடுத்தப் பயன்படும் குங்கிலியம், சீப்பு, கண்ணாடி வரை எதையும் விட்டுவைக்கவில்லை நிவேதிதா. அனைத்துக்குமான முதற்சான்றுகளைத் தேடி உலகெங்கும் பரவியிருந்த நாகரிகங்கள் நிலவிய இடங்களுக்கெல்லாம் ஆய்வுவழிப் பயணித்திருக்கிறார். பயன், படிப்பவர்களுக்குப் பெருவிருந்தினைப் படைக்கிறது நூல்.

கில்கமேஷின் வீரக் கதையை விவரிப்பதில் அவரது ஆர்வத்துடன் படிப்போரின் ஆர்வமும் விரிகிறது. இந்தியாவில் வரலாற்றில் முதற்போரில் இறந்த பெயர் சொல்லக்கூடிய வீரன் தமிழன்; அவன் பெயர் அந்துவன் என அந்தத் தலைப்பினை நிறைவு செய்கையில் அவரின் தமிழர் பெருமிதம் நிலைகொள்கிறது.

பொஆமு 4600 முதல் ஏறத்தாழ 400 ஆண்டுகள் மட்டுமே நிலவி, தம் புதைக் குழிகளுக்குள் புதைத்துவிட்டுச் சென்றுள்ள கருங்கடற் பல்கேரியர்களின் மூதாதையர் வரலாற்றுக்கு ஒரு தனிச்சான்று. புதைந்த அந்நாகரிகத்தின் ஒரு பகுதியில், எதிர்காலத் தொழில்நுட்பத்தால் பெருவெளிச்சம் பாய்ச்ச முடியுமென முடிவெடுத்துப் பாதுகாத்த தகைமையும், பின்னர் தோண்டிப் பார்க்க இயலாத அளவில் வறுமையாகிப் போன அந்நாட்டின் நிலையும் நம்மை பச்சாதாபத்தில் ஆழ்த்துகிறது.

மாறாக, ஒரு லட்சம் ஆண்டுகட்கு முந்தைய தென்னாப்பிரிக்க ப்ளம்போஸ் குகை ஓவியங்களும், 40,000 ஆண்டுகட்கு முந்திய மத்தியப் பிரதேசத்துப் பிம்பெட்கா ஓவியங்களும் பத்திரமாக இருக்க, பொஆமு 3000 வரை பழமை வாய்ந்த கோத்தகிரியை அடுத்த கருக்கியூர் ஓவியங்களைப் பாதுகாக்க மத்திய, மாநில அரசுகள் முயற்சியேதும் எடுக்கவில்லை என்பதுடன், எல்லாம் தெரிந்த தமிழன், தமிழுணர்வை மூச்சாய் சுவாசிக்கும் தமிழன் தன் பொக்கிஷத்தைப் பாதுகாக்காதது மட்டுமல்ல, தான் பார்த்து வந்ததன் நினைவாக ஓவியங்களின் மீது கிறுக்கிச் சென்றிருக்கிறான் என்பதைப் பதிவு செய்வதைப் படிக்கும் போது நம் இனத்தின் இன்றைய நிலை குறித்து வெட்கம் மேலிடுகிறது.

இன்றைய தமிழரின் உணர்வும், செயலும் வேறுபட்டிருப்பதைக் காட்டினாலும் பன்முகத் தன்மையில் பண்டைத் தமிழரின் ஆக்கமும், படைப்பும், அளவிலா மேன்மையும், உலக நாகரிகங்களோடு ஒப்பு கண்டு மகிழத்தக்க இனிமையும் பெருமையும் உடையதென்பதை உணர வைக்கும் வகையில் நூலைப் படைத்துள்ள நிவேதிதாவுக்கு என் மனமார்ந்த பாராட்டுகள்.

திரு. மு. சேரன்

தொல்லியல் வல்லுநர், கீழடி அகழாய்வு, தமிழக அரசு
தொல்லியல் துறை, மற்றும் மேனாள் கௌரவ ஆலோசகர்,
தமிழக அரசு சுற்றுலா மற்றும் பண்பாடு துறை,
தூய ஜார்ஜ் கோட்டை, சென்னை.

அகழாய்வுத் தரவுகளை அறிவியல்சார் அடிப்படை காரணிகளாக கொண்டு எழுதப்பட்ட இந்நூல் தரணியெங்கும் பவனிவர தாமிரபரணி வாழ் தமிழ்ப் பெண் நிவேதிதா மெருகேற்றி வடிவமைத்திட்ட ஒரு புதினப் படைப்பாகவே காட்சியளிக்கின்றது. இந்நூல் ஆசிரியை எடுத்தியம்பும் முறை எல்லோராலும் எளிதில் உணர்ந்து, உந்துதல் பெற்று தொடர்ந்து படித்திடும் நிலையோடு பாங்குடன் படைக்கப்பெற்றுள்ளது என்பது மற்றுமோர் சிறப்பு.

எந்த ஒரு நூலும் முதலில் இருந்து முடிவு வரை எத்தொய்வும் இல்லாமல் உணர்வூட்டும் செறிவுடன் பகரப்படும்போது அதன் தெளிவான, தங்கு தடையின்றி படித்திட முனைக்கும் நிலையே அதன் வெற்றிக்கு வித்தாகிறது. அவ்வகையில் இவ்வியல் படைப்பு மதிப்பு பெறுகிறது.

கீழடியில் தட்டிய பொறி கொண்டு தமிழகத் தொல்லிட ஆய்வுகளை மேற்கோள் காட்டி படைத்திட்ட இம்மதிப்புமிகு நூல் எல்லோராலும் வரவேற்கத்தக்கப் படைப்பாகத் திகழும் என்பதை மனதிற் கொண்டு நிவேதிதா லூயிஸை வாழ்த்துகிறேன்.

முன்னுரை

கீழடி. அங்கிருந்துதான் இந்தப் புத்தகத்தின் பொறி தோன்றியது. எங்கோ ஆளற்ற வகுப்பறைகளில் கவனிப்பாரற்று சிறைப்பட்டிருந்த தொல்லியலை நம் ஒவ்வொருவரின் வீட்டு வரவேற்பறைக்குள்ளும் இழுத்துக் கொண்டு வந்தது கீழடிதான். செய்திகளில், நேரலையில், விவாத நிகழ்ச்சிகளில் என எங்கு காணினும் கீழடியே கடந்த சில மாதங்களாக தமிழரின் பேசுபொருளாகியிருக்கிறது.

பள்ளி மாணவர்கள் முதல் குடுகுடு தாத்தா பாட்டிகள் வரை அனைவரின் கவனமும் தொல்லியல் மேல் விழுந்திருக்கிறது. வெறும் வார்த்தைத் தோரணமாக தமிழரின் பெருமையை பேசிக் கொண்டிருந்தது மாறி கரிமப் பகுப்பாய்வு, தமிழி செயலி என்று அறிவியல் வெளிச்சத்துடன் தொல்லியலை அணுக ஆரம்பித்திருக் கிறோம். பல்லாவரம் மைதானத்தில் நடை பழகிக் கொண்டிருந்த ராபர்ட் புரூஸ் ஃபுட் என்ற மாமனிதனுக்கு இந்தியத் தொல்லியலின் தந்தை என்று தான் அழைக்கப்படப்போவது 150 ஆண்டுகளுக்கு முன்பு தெரிந்திருக்கவில்லை. இந்தியாவில் தொல்லியல் துறை ஆரம்பிக்கப்பட்ட அதே ஆண்டு ஃபுட் பல்லாவரம் மைதானத்தில் கண்டெடுத்த கற்கோடரிதான் தமிழகத்தின் தொல்லியல் ஆய்வுகளில் ஆரம்பப்புள்ளி.

அடுத்து நீலகிரி மாவட்ட மலைப் பகுதிகளில் ஆர்வத்தோடு சுற்றித் திரிந்து கல் திட்டைகளை ஆராய்ந்துவந்த அம்மாவட்ட ஆட்சியர் J.W பிரீக்ஸ் திட்டைகள் மற்றும் கல்வட்டங்கள் எப்படி அமைந்திருக் கின்றன, அவற்றுக்குள் என்ன பொருள்கள் தமிழர்களால் வைக்கப் படுகின்றன என்று ஆராய்ந்து எழுதினார். 1890களில் அலெக்சாண்டர் ரீ ஆதிச்சநல்லூர் சென்று இறங்கினார். அவருக்கு முன்பே ஆன்ட்ரூ

ஜாகர் என்பவர் இங்கு கால்டுவெல் துணையுடன் ஆய்வுகள் மேற்கொண்டு ஆயிரக்கணக்கான தொல்லியல் பொருள்களைத் தன்னுடன் ஜெர்மனி எடுத்துச் சென்றார். சோகம் என்னவென்றால் ஜாகர் எடுத்துச் சென்ற பொருள்கள் ஒன்றுகூட ஜெர்மனியின் அருங்காட்சியகம் எதிலும் காட்சிப்படுத்தப்படவில்லை. ஏறத்தாழ 140 ஆண்டுகளாக இந்தப் பொருள்கள், ஜெர்மனியில் கட்டிய மூட்டைகளுக்குள் அப்படியே இருக்கின்றன.

அலெக்சாண்டர் ரீ, ஆதிச்சநல்லூரில் கண்டெடுத்த நூற்றுக்கணக்கான பொருள்கள் சென்னை அரசு அருங்காட்சியகத்தில் ஆய்வாளர் களுக்காக 130 ஆண்டுகளாகக் காத்திருக்கின்றன. கரூர் மாவட்டம் அமராவதி ஆற்றங்கரையில் பண்டைய காலம் தொட்டே தங்கவேட்டை நடந்து வந்திருக்கிறது. ஆணும் பெண்ணுமாய் ஆற்றங்கரை மணலை சலித்தெடுத்து கிடைக்கும் குந்துமணி தங்கத்தைக்கூட ஒருவருக்கும் தெரியாமல் சேகரித்து விற்பது தொடர்ந்துவருகிறது. அரசின் பாராமுகம் காரணமாக இம்மாவட்டத்தின் தொல்லியல் சின்னங்கள் அழிந்துவருகின்றன.

நாடு விடுதலை பெறுவது வரை ஆங்கிலேய அரசின் வசம் இருந்தது தொல்லியல் துறை. அதன்பின் பல்வேறு தளங்களில் தொல்லியல் பணிகள் நடைபெற்றுவருகின்றன. எடுத்துக்காட்டுக்கு, இந்தியத் தொல்லியல் துறை, தமிழ்நாடு மாநில அரசு தொல்லியல் துறை, அரசின் அனுமதி பெற்று ஆய்வுகள் மேற்கொள்ளும் புதுவை, சென்னை, தஞ்சை தமிழ் பல்கலைக்கழகங்கள், தனியார் பல்கலைக் கழகங்கள் ஆகியவற்றைச் சொல்லலாம். இவை போக, தனிநபர்/ தனியார் ஆய்வுகளும் கவனம் பெறத் தொடங்கியுள்ளன.

1960களில் செய்யப்பட்ட ஆய்வுகள் அரிக்கமேடு என்ற கடற்கரை நகரத்தின் பன்முகத்தன்மையை எடுத்துச் சொன்னாலும், 1990களில் தொல்லியலாளர் விமலா பெக்லி, சென்னை பல்கலைக்கழகத்துடன் இணைந்து நடத்திய ஆய்வுகள் தமிழன் குடித்த மதுவின் உப்புத்தன்மையையும், அவன் தயாரித்த துகில் போன்ற மஸ்லின் ஆடைகளின் சிறப்பையும் எடுத்துச் சொல்லின. கடல் கொண்ட புகார் நகரத்தில் தொல்லியல் ஆய்வுகள் இன்னும் அதிகம் நடைபெற வேண்டும் என்று ஆய்வாளர்கள் தொடர்ச்சியாகச் சொல்லி வந்தாலும் அப்பணிகள் இன்னும் நடைபெறவில்லை. எப்போதோ ஆய்வு செய்த இடங்களும் அடையாளம் தெரியாமல் மீண்டும் மண்ணுக்குள் சென்று கொண்டிருக்கின்றன. சமீபத்தில் ஆய்வாளர் ஹேன்காக் இங்கு நடத்திய ஆய்வுகளை அறிஞர் சமூகம் ஏற்றுக் கொண்டதாகத் தெரியவில்லை. காரணம் தன் ஆய்வுக் கட்டுரையில் ஆங்காங்கே அவர் பயன்படுத்தியிருக்கும் 'சூப்பர்லேட்டிவ்கள்'!

தமிழின் தொன்மையை உயர்த்திப் பிடிக்கும் ஆர்வத்தில் அறிவியல் தரவுகளின்றி பலர் பேசுவது வாடிக்கையாகிவிட்டது. அறிவியல் ஆய்வுகளுக்குச் சரியாக பயன்படுத்தப்படும்போதுதான் நாம் சொல்லும் தொன்மையை உலகம் அங்கீகரிக்கிறது. கார்பன் டேட்டிங் என்ற கரிமப் பகுப்பாய்வும், தெர்மோலூமினசன்ஸ் டேட்டிங் என்ற வெப்ப ஒளிர்வு சோதனையும் செய்வதே சரி; நாம் எழுத்தமைப்பு கொண்டு தொன்மையை நிரூபிப்பது இயலாத காரியம் என்பதை இன்றைய தொல்லியல் ஆய்வாளர்கள் நன்றாகவே உணர்ந்துள்ளனர். இந்த வகையில் 2000ம் ஆண்டுக்குப் பிறகான ஆய்வுகள் அதிக முக்கியத்துவம் பெறுகின்றன.

புதுவை பல்கலைக்கழகத்தின் முனைவர் கே.ராஜன் பொருந்தலிலும் கொடுமணலிலும் மேற்கொண்ட ஆய்வுகள் தமிழக தொல்லியல் களத்தில் திருப்புமுனையை ஏற்படுத்தின. அசோகன் பிராமிக்குப் பின் தோன்றிய எழுத்தமைப்பே தமிழி என்ற கருதுகோள் நிலவிவந்த நிலையில், பொருந்தலில் பானை ஓட்டுக் குறியீடுகளையும் தொல் தமிழி எழுத்துகளையும் அவர் கண்டறிந்தார். அத்துடன் நில்லாமல், நெல்மணிகள் இருந்த பானையில் எழுத்துப்பொறிப்பு இருந்ததை ஆராய்ந்து, அதே நெல்மணிகளை கரிமப் பகுப்பாய்வுக்கு அனுப்பி, வெகுகாலமாக பொ.ஆ.மு 3ஆம் நூற்றாண்டில் (பொது ஆண்டுக்கு முன்பு) நின்றுகொண்டிருந்த தமிழின் தொன்மையை மேலும் 200 ஆண்டுகள் பின்னுக்குத் தள்ளினார்.

குகைகளின் கல்வெட்டுகளில் தமிழின் தொன்மையைத் தேடிக் கொண்டிருந்த ஆய்வாளர்களுக்குப் பானை ஓடுகளின் மேலான காதல் இதன்பின் பன்மடங்காகியது எனலாம். ‘பானை ஓடுகள் பொன்னை விட ஆய்வாளர்களுக்கு உயர்ந்தவை’, என்று ஓர் உரையில் கேட்டிருக்கிறேன்! ‘சிந்து வெளி முதல் தமிழகம் வரை’ என்று இரு நாகரிகங்களுக்குமான தொடர்பைப் பானை வழி நிறுவியவர் சிந்துவெளி ஆய்வாளர் ஆர். பாலகிருஷ்ணன்.

துரதிர்ஷ்டவசமாக அவர் அமெரிக்க பீட்டா அனலிடிக்ஸ் ஆய்வகத்தில் கரிமப்பகுப்பாய்வு செய்தது ‘ஒற்றை சாம்பிள்’தான் என்று சுட்டிக்காட்டி பொ.ஆ.மு 490 என்ற அதன் காலத்தைத் தமிழிக்குத் தர மறுத்தனர் சில மூத்த ஆய்வாளர்கள். அசோக பிராமியே தொன்மை யானது; தமிழி அதன் பின்னே வந்தது என்ற நூறாண்டுகால கருதுகோளை அவர்களால் அத்தனை எளிதில் கைவிட முடியவில்லை. மொழியின் தொன்மையை நிறுவுவதில் இத்தனை சிக்கலா என்று பல ஆய்வாளர் கள் நொந்திருந்த நிலையில்தான் வெடித்துக் கிளம்பியது கீழடி.

தமிழரது வாழ்வியல், பண்பாடு, தொன்மை என்று எதைத் தேடவேண்டுமானாலும் அதை தமிழகத்தில் எங்கே மண்ணுக்கடியில் தோண்டினாலும் கண்டடையலாம் என்பதை ஆய்வாளர்கள் ஒப்புக் கொள்கிறார்கள். தமிழ் அல்லது வடமொழி இரண்டுக்குமே தொடர்ச்சியாக கொடுக்கல் வாங்கல் இருந்து கொண்டேதான் இருக்கிறது. அதுவும் ஈராயிரம் ஆண்டுகளுக்கும் மேலாக. இரண்டில் எது மூத்தது என்ற போட்டியுடன் வரலாற்றையோ தொல்லியலையோ ஆராய்வது சரியாகாது.

தமிழி என்ற எழுத்துமுறை தமிழே, இது வடமொழி பிராமி அல்ல என்று முதன்முதலில் தொல் எழுத்து ஆய்வுக்கான விதையை ஊன்றியவர் கே.வி.சுப்ரமணிய ஐயர். தமிழக குகைக் கல்வெட்டு களில் உள்ளவை கண்டிப்பாக வடமொழி எழுத்துகள் அல்ல என்றும் அவை தமிழின் தொன்மை வடிவமே என்றும் ஆணித்தரமாக நிறுவி அவற்றைப் படித்தும் காட்டியவர் அவர்.

கே.வி.சுப்ரமணிய ஐயரின் பணி குறித்து தமிழின் மிகச் சிறந்த வரலாற்று ஆய்வாளர்களில் ஒருவரான கே.ஏ.நீலகண்ட சாஸ்திரி எடுத்துச் சொல்ல, ஐராவதம் மகாதேவன் தன் கவனத்தைக் கல்வெட்டுகளின் பக்கம் திருப்பினார். தொல்லியலின் மீதான ஆர்வம் காரணமாக தன் குடிமைப் பணியைத் துறந்து குகைகளில் தொல் எழுத்துகளைத் தேடிப் பயணப்பட்டார் அவர். இவ்வெழுத்து களுக்கு 'தமிழ் பிராமி' என்று பெயரிட்டவர் ஐராவதம் மகாதேவன்தான். 1966ஆம் ஆண்டு வெளியிடப்பட்ட அவரது தமிழி கல்வெட்டுகளின் தொகுப்பான 'கார்பஸ் ஆஃப் தமிழ் பிராமி இன்ஸ்கிரிப்ஷன்ஸ்' நூலுக்கு ஈடான ஆய்வு நூல் இன்றளவும் வேறெதுவும் இல்லை எனலாம். சிந்து சமவெளி எழுத்துகள் பற்றிய இவரது ஆய்வுகளும் முக்கியத்துவம் வாய்ந்தவை.

தமிழின் தொன்மை ஆண்டாண்டுகாலமாக மறுக்கப்பட்டுக் கொண்டேயிருக்க, மறுபுறம் ஆய்வுகள் பழைய கருதுகோள்களை உடைத்துக் கொண்டே வந்தன. செம்பியன் கண்டியூர் கற்கோடரி எழுத்துகள் சிந்துவெளிக்கும் நமக்குமான நூலிடை தொடர்பை நிறுவின. புலிமான் கோம்பை மற்றும் தாதப்பட்டி கல்வெட்டுகள் நம் வீரத்தையும், எழுத்தின் தொன்மையையும் வீரர்கல்லாகக் கண்முன் நிறுத்தின. சாம்பல் மேடுகள் பற்றி எஸ்.ஆர்.ராவ் போன்ற அறிஞர்களின் ஆய்வுகள் மாட்டுக்கும் தமிழனுக்கும் இடையேயான பாசப் பிணைப்பு ஏன் என்று விளக்கின. சாம்பல் மேடுகள் எவ்வளவு முக்கியத்துவம் வாய்ந்தவை, ஜல்லிக்கட்டின் மேல் கை வைத்தால் தமிழன் ஏன் கொம்பு சீவிய காளையாகச் சீறுகிறான் என்பதை அறிந்து கொள்ள பையம்பள்ளி ஆய்வுகளை அலசினால் போதும்!

மாதக்கணக்கில், ஆண்டுக்கணக்கில் களத்தில் வெயிலிலும் மழையிலும் பணியாற்ற வேண்டும். உணவு, உடை பற்றிய கவலை கூடாது. இப்படியெல்லாம் கடினமான சூழலில் பெண்கள் தொல்லியலில் கோலோச்ச முடியுமா? அது பெண்களுக்கான களமா என்ற ஐயம் உங்களுக்கு இருந்தால் நீங்கள் முனைவர்கள் பத்மாவதி, மார்க்சிய காந்தி, வசந்தி, வித்யா தெஹஜியா போன்றோரைச் சந்திக்க வேண்டும். கல்வெட்டுகளை வாசிப்பதிலும், களத்திலும் அடித்து ஆடியிருக்கும் பெண்கள் இவர்கள். இந்த நூலுக்கான பேரார்வத்தைத் தூண்டியவர்களில் வித்யா தெஹஜியாவும் ஒருவர்!

சாந்தி பப்பு என்ற பெயரைக் கேட்டதும் நமக்கு குடியமும் அத்திரம் பாக்கமும் நினைவு வந்தேயாக வேண்டும்! சர்மா பாரம்பரிய ஆய்வு மையத்தை நிறுவி நடத்திவரும் சாந்தி, மெட்ராஸ் கைக்கோடரி தொழிற்சாலை பற்றிய ஆய்வுகளில் பல்லாண்டுகளாக ஈடுபட்டு வருகிறார்; சர்வதேச மாநாடுகளில் ஆய்வறிக்கைகள் சமர்ப்பித்து வருகிறார். தனிநபர் பங்களிப்புகள் இன்றி தொல்லியல் இவ்வளவு தூரம் பயணித்திருக்க முடியாது. கிஃப்ட் சிரோமணி, தொ. பரமசிவம் ஐயா போன்றோரின் ஆய்வுகள் மிக முக்கியமானவை. துறை சாராதோரின் ஆய்வுகளும் முக்கியம் என்று நிரூபித்தவர்கள் இவர்கள்.

பட்டணம் பகுதியில் 'கேரளா கவுன்சில் ஃபார் ஹிஸ்டாரிகல் ரிசர்ச்' அமைப்பின் மூலம் நடைபெற்ற ஆய்வுகளில் சேர மன்னர்களுக்கும் யவனருக்கும் உள்ள வணிகத் தொடர்புகள் வெளிச்சத்துக்கு வந்துள்ளன. சேரர் நாணயங்கள், ரோமானிய நாணயங்கள், பானை ஓடுகள், விலையுயர்ந்த கற்கள், கட்டிட எச்சங்கள் என்று தோண்டத் தோண்ட புதையல்கள் வெளிவந்தன. பண்டைய முசிறிப் பட்டிணம் இந்தப் பட்டணம் தானா என்பதை அறிவதிலும் ஆய்வாளர்களுக்குள் பல வேறுபாடுகள் உள்ளன. வரலாற்று ஆய்வாளர் பத்ம பூஷன் நாகசாமி கொடுங்கல்லூர் பகுதியில் ஆய்வுகள் செய்தால்தான் பட்டணம் முசிறியா என்பது தெரியவரும் என்று கருத்து கூறியிருக்கிறார். தமிழக தொல்லியல் துறையின் நிறுவன-இயக்குனராகப் பணியாற்றிய இவரது 'ரோமன்ஸ் ஆஃப் கரூர்' புத்தகம் ரோமானியர்களுக்கும் பண்டை சேரர் தலைநகரமான வஞ்சி என்று சொல்லப்படும் கரூருக்கும் இடையேயான வணிகத் தொடர்பை நிறுவுகிறது.

தமிழகத்தில் நடைபெற்றுவரும் தொல்லியல் ஆய்வுகளில் பெரும் பாலும் இந்தியாவின் தலைசிறந்த வரலாற்று ஆய்வாளர்கள் கவனம் இருந்துகொண்டே இருக்கும். ரொமிலா தாப்பரின் 'ஹிஸ்டரி ஆஃப் இந்தியா', உபிந்தர் சிங்கின் 'ஏன்ஷியன்ட் இந்தியா' போன்ற புத்தகங்களில் இந்தப் பருந்துப் பார்வை அவர்களது கருத்துகளிலும்,

ஐயங்களிலும் வெளிப்படுகிறது. அயலக ஆய்வாளர்கள் தமிழகம் வந்து ஆய்வு செய்ய கட்டமைப்பு வசதிகள் பெரிதாக இன்று இல்லை எனினும், அகழப்பட்ட பொருள்களின் மேலான அவர்களது ஆய்வுகளும், கட்டுரைகளும் மிக முக்கியமான ஆவணங்கள். எந்தப் பாரபட்சமுமின்றி அவர்கள் முன்வைக்கும் ஆய்வு முடிவுகள் அரிக்கமேடு, ஆதிச்சநல்லூர் போன்ற தொல் நாகரிகங்களை நாம் புரிந்துகொள்ள உதவியிருக்கின்றன.

எந்த ஆய்வுக்கும் அது முடிந்த பின் தரப்படும் அறிக்கை மிக முக்கியமானதாகிறது. ஆய்வில் கிடைத்த பொருள்கள் என்னென்ன, அதில் என்ன விளங்கிக் கொள்ளமுடியும் என்ற கற்றலைத் தருபவை ஆய்வறிக்கைகள். இதுவரை நடைபெற்ற பல மத்திய, மாநில அரசுகள் மற்றும் தனியார் ஆய்வுகளின் முடிவுகள் அறிக்கைகளாக வும், புத்தகங்களாகவும் வெளிவந்துள்ளன. சம்பந்தப்பட்ட தொல்லியல் துறைகளில் அவற்றை நாம் வாங்கி வாசிக்க முடியும். ஆனால் வெளிவராத மர்மங்கள் என்று சில உண்டு அல்லவா? அவற்றில் தலையாயது ஆதிச்சநல்லூர் ஆய்வறிக்கை! ஆதிச்ச நல்லூரைப் போல தொன்மையான தமிழர் நாகரிகம் எதுவும் இருந்ததா என்று அறியமுடியவில்லை. இந்த ஆய்வறிக்கையைத் தன் வாழ்நாளில்தான் காணப் போவதே இல்லை என்று வருத்தத்துடன் பதிவு செய்திருக்கிறார் மூத்த ஆய்வாளர் மற்றும் மானுடவியலாளர் ஐயா தொ.பரமசிவம்.

1900களில் ரீ அளித்த விளக்கமான ‘கேட்டலாக்’ அட்டவணைக்கு ஒரு நூற்றாண்டுக்குப் பின் 2004-2005ஆம் ஆண்டு ஆதிச்சநல்லூரில் டி.சத்தியமூர்த்தி தலைமையில் மீளாய்வு நடைபெற்றது. இந்த ஆய்வறிக்கையைத்தான் இதுவரை வெளியிடாமல் வைத்திருக்கிறது இந்தியத் தொல்லியல் துறை. இதைக் கேட்டு வழக்குகள் தொடர்ந்த பின்னரே, நீதிமன்றத் தலையீட்டின் பேரில் இரண்டு சாம்பிள்களை பீட்டா ஆய்வகத்துக்கு அனுப்பி அதனடிப்படையில் பொ.ஆ.மு 905 என்ற காலத்துக்கு அதைப் பின் தள்ளியிருக்கின்றனர். இன்னமும் சத்தியமூர்த்தி அறிக்கை வெளிவரவில்லை. அங்கு எழுத்துப் பொறிப்புகளோ, பானை ஓடு கீறல்களோ இருந்தனவா என்று இன்றளவும் நமக்குத் தெரியவுமில்லை. தன் தொன்மையைத் தெரிந்துகொள்ளவே நூறாண்டு காலம் காத்துக் கொண்டிருந்த கூட்டம் ஒன்று இருந்தது என்று நம்மை நாளை வரலாறு பெருமைப் படுத்தும்!

நான் தொல்லியல் ஆய்வாளரும் அல்ல, தொல்லியல் என் பணிக்களமும் அல்ல. வரலாற்று ஆய்வாளர் மட்டுமே. இந்த நூல் தொல்லியல் பற்றிய அடிப்படைப் புரிதலை சாமானியனுக்கு

ஏற்படுத்தவேண்டும் என்ற எண்ணத்தில் எழுதப்பட்டுள்ளதேயன்றி ஆய்வு நூல் அல்ல! இது தமிழகத்தின் தொல்லியல் சின்னங்கள் பற்றிய முழு ஆய்வறிக்கையோ, விளக்க நூலோ அல்ல. இதுவரை வெளிவந்துள்ள மத்திய, மாநில அரசு, தனியார் தொல்லியல் ஆய்வறிக்கைகள், தனி நபர் ஆய்வு முடிவுகள், தொல்லியல் குறித்து வெளிவந்திருக்கும் நூல்கள், பிரபல இதழ்கள், ஆய்வுக்கட்டுரைகள் போன்றவற்றில் இருந்து திரட்டிய தகவல்கள் அடிப்படையில் இந்நூலை எழுதியிருக்கிறேன்.

தகவலில் தவறுகள் இருப்பின் சுட்டிக்காட்டினால் திருத்தங்கள் செய்துகொள்ள ஏதுவாக இருக்கும். புரிதல் அவரவர் தேர்வு! உங்கள் கருத்துகளையும் திருத்தங்களையும் இன்முகத்துடன் வரவேற்கிறேன். இங்கு சேர்க்கப்பட்டிருக்கும் புகைப்படங்களுக்கு கூடுமானவரை அவற்றின் உரிமையாளர் பெயரை நன்றியுடன் குறிப்பிட்டிருக் கிறேன். எவர் பெயரேனும் விடுபட்டிருப்பின் மன்னிக்கவும்! தகவல் தெரிவித்தால் அடுத்த பதிப்பில் சேர்த்துக்கொள்ள ஆவன செய்யப்படும். ஆதிச்சநல்லூர் புகைப்படங்கள் சென்னை அரசு அருங்காட்சியகத்தில் உரிய அனுமதியின் பேரில் நான் எடுத்தவை. நூலின் இயல் ஒவ்வொன்றும் ஆய்வு நடந்த காலகட்டத்தைப் பொறுத்து வரிசைப்படுத்தப்பட்டுள்ளது.

என் 17 ஆண்டு ரயில் பயணத்தால் ஏற்பட்ட அயர்ச்சியை ஒரு சிறு பொறி தூக்கிச் சாப்பிட்டுவிட்டது. தலைநகரில் கால் பதிக்கும் வரை என்ன செய்யப்போகிறோம் என்ற தெளிவு இல்லை. ஆனால் மூவாண்டுக்குப் பின் இன்று ஓரளவுக்கு பாதை தட்டுப்பட்டிருக் கிறது. மேலாண்மைப் படிப்பு தராத நிம்மதியை வரலாறும் எழுத்தும் போட்டி போட்டுத் தந்துள்ளன. சென்னையை, அதன் மறக்கப்பட்ட வரலாற்றை வெளிக்கொணரும் ஆர்வம் உந்தித் தள்ள, மரபு நடைகள், வித்தியாச முயற்சியாக இரு சக்கர வண்டிகளில் நகர் உலாக்கள், குஜிலி இலக்கியம், கிறிஸ்துவக் கீர்த்தனைகள் என செயல் விளக்கப் பேச்சுகள், பிரபல பெண்கள் இதழான அவள் விகடனில் ‘முதல் பெண்கள்’ என்ற பத்தி என்று என் முயற்சிகள் தொடர்கின்றன. வரலாற்றை மக்களுக்கு அணுக்கமாக்க வேண்டும் என்ற பேராவல் இழுத்த பக்கமெல்லாம் பயணம் செய்து கொண்டிருக்கிறேன்.

சென்னை அரசு அருங்காட்சியகத்துக்கான செயலி ஒன்றைத் தயார் செய்ய தகவல் திரட்டும் பணியை அப்போதைய அருங்காட்சி யகங்கள் இயக்குனர் செல்வி. கவிதா ராமு, எனக்கு வழங்கிய போதுதான் முதன்முதலில் ஆதிச்சநல்லூர் காட்சியகத்துக்குச்

சென்றேன். சுற்றிச்சுற்றி பானைகள், ஓடுகள், செப்புப் படிமங்கள். ஒன்றுமே புரியவில்லை. தேடித் தேடிப் படிக்கத் தொடங்கியபோது ஒரு புது உலகம் கண்முன் விரிந்தது.

ரீயின் கேட்டலாகை மனப்பாடம் செய்துகொண்டேன். ஆதிச்சநல்லூர் இன்னமும் மண்டைக்குள் ஓடிக்கோண்டே இருக்கிறது. தொல்லியல் தலைப்பில் புத்தகம் எழுதும் வாய்ப்பு கிட்டியதும், அதிலும் கிழக்கு போன்ற படைப்பாளருக்கு முழு ஊக்கம் தரும் பதிப்பகம் என்றதும் ஆர்வம் பேரார்வமாகிப் போனது. ஆறு மாதங்களுக்கும் மேலாக தொடர்வாசிப்பு, பயணம், கல்வெட்டு பயிற்சிப் பட்டறை என்று என் பார்வையை விரிவுபடுத்திக் கொண்டேன். வரலாறும் தொல்லியலும் மானுடவியலும் ஒன்றுக்கொன்று பின்னிப் பிணைந்தவை; நாம் பின்னும் சடை போல! அல்லது, இந்நூலைப் போல.

உங்கள் அன்பும், தொடர் ஆதரவும் என்னைச் செம்மைப்படுத்தும் என்று நம்புகிறேன்.

★

என் தந்தை, கணவர் லூயிஸ், குழந்தைகள் ஆகியோரின் ஆதரவும் அன்பும் இல்லாமல் இந்நூல் உருவாகியிருக்காது. வாசிப்பு, ஆய்வு, எழுத்து என்று அனைத்துக்கும் இவர்களே ஆதார பலம்.

நூல் உருவாக்கத்திற்கு ஊக்கமாக இருந்து அணிந்துரை வழங்கியிருக்கும் திரு. பாலகிருஷ்ணன் அவர்களுக்கு என் நன்றியும் அன்பும். முனைவர்கள் மார்க்சிய காந்தி, பத்மாவதி இருவருக்கும் நன்றி. நூலை வாசித்து, அக்கறையுடன் திருத்தங்கள் சொல்லி வழிகாட்டி அணிந்துரை வழங்கிய முனைவர் சேரன், எழுத்தாளர் தியடோர் பாஸ்கரன் ஆகியோருக்கு என் நன்றி. பொரிவரை இயலுக்கு படங்கள் வழங்கி, கருத்துகள் பகிர்ந்த காந்திராஜன் அவர்களுக்கு நன்றி. அட்டைப்படங்களை வழங்கி உதவிய டீம் ஹெரிட்டேஜர் மற்றும் திரு. முருகன் நடராஜன் ஆகியோருக்கு என் நன்றி. பெரும் ஊக்கமாக என்னுடன் பயணித்து இந்நூலைச் சாத்திய மாக்கிய என் எழுத்துலக ஆசான் வள்ளிதாசன் அவர்களுக்கும், வழக்கறிஞர் காந்திக்கும் என் நெஞ்சார்ந்த நன்றிகள். புதிதாக எழுத வருபவர்களைச் செம்மைப்படுத்தி ஆதரவு தரும் கிழக்கு பதிப்பகத்துக்கும், பதிப்பாளர் பத்ரி சேஷாத்ரி அவர்களுக்கும், ஆசிரியர் மருதன் அவர்களுக்கும் அன்பும் நன்றியும்.

நிவேதிதா லூயிஸ்

1

கடந்து வந்த பாதை

கண்களைக் கொஞ்சம் மூடிக் கொள்ளுங்கள். நாம் சற்றே... இல்லை ரொம்பவே பின்னோக்கி ஒரு காலத்துக்குள் செல்லப்போகிறோம். உங்கள் கைகளில் கடிகாரம் இல்லை, செல்ஃபோன் இல்லை, வாட்சாப் இல்லை, முகநூல் இல்லை. நவீன கண்டுபிடிப்புகள் எதுவுமே இல்லை. சக்கரம் கண்டுபிடிக்கப்படுவதற்கு முந்தைய காலத்துக்குள் நாம் இருக்கிறோம். எப்படி இருந்திருக்கும் நம் வாழ்க்கை? விலங்குகளின் தோலைத்தான் ஃப்ளின்ட்ஸ்டோன்ஸ் போல் ஆடையாக அணிந்திருக்கமுடியும். தையல் கலை நமக்குத் தெரியாது. வேளாண்மை தெரியாது, எனவே பருத்தியோ, அதிலிருந்து வரும் நூலோ, அது தரும் ஆடையோ நமக்கு அறிமுகம் இல்லை.

இருளுக்கு நிச்சயம் பயந்திருப்போம். உயரமான இடங்களில் குகைகளுக்குள் இரவுகளில் பதுங்கியபடி வாழ்ந்திருப்போம். நெருப்பு, அதன் பயன்பாடு நமக்குத் தெரியாது. பகலில் வெளிச்சம் தோன்றும்போது குழுவாக வெளியே வந்து உணவு தேடி இருப்போம். எதையும் விளைவிக்கத் தெரியாத நமக்கு இயற்கைதான் உணவளித்தாள். நாம் வணங்கிய முதல் கடவுளும் அவள்தான். சுனைகளையும் ஆறுகளையும் தேடி நீர் அருந்தியிருப்போம்.

உணர்ச்சிகளை எழுத்தாக வடிக்கத் தெரியாத நாம், படங்கள் வரைந்து வைத்திருப்போம். இலக்கற்று அலைந்து திரிந்து வேட்டையாடி வாழ்ந்த நாம், வாழ்க்கைக்கு ஆதாரம் நீர் என்பதை உணர்ந்த பின்தான் ஆற்றங்கரைகளில் குடில்கள் அமைத்து வாழத் தொடங்கினோம். பிறகுதான் வேளாண்மை, விலங்குகள் பழக்குதல், ஓர் இடத்தில்

கொல்லறு

நான்கு அங்குலம் கொல்லறு, அல்லது கொத்துக்கரண்டி. தொல்லியல் ஆய்வாளர் கையில் இருக்கும் கருவிகளில் மிக முக்கியமானது இது. கட்டடத் தொழிலாளி பயன்படுத்தும் கொத்துக்கரண்டியேதான். பெரிய மண்வெட்டிகளைக் கொண்டு தோண்ட முடியாத நெரிசலான இடங்களில், இந்தக் கருவி பெரிதும் பயன்படுகிறது. சதுர முகம் கொண்டதாகவோ கூர்மையான முகம் கொண்டதாகவோ தேவைக்கேற்ப பயன்படுத்தப்படுகிறது.

நிலைத்து வாழ்தல் என்று மாறிக் கொண்டோம். நேரம், எழுத்து இரண்டுமே மனித வாழ்க்கையை புரட்டிப் போட்ட மிகப் பெரிய கண்டுபிடிப்புகள். இவற்றைக் கண்டுபிடித்தது யார்? நமக்கு பேசத் தெரிந்திருக்குமா? ஒலிகளை நிச்சயம் எழுப்பி இருப்போம், விலங்குகளின் ஒலியைப் பகுத்தறியத் தெரிந்திருக்கும். எப்படி நமக்குள் பேசியிருப்போம்? தகவல் பறிமாற்றம் எப்படி நிகழ்ந்திருக்கும்?

எழுத்துக்கு முன்பே எண்ணத் தெரிந்து கொண்டோம் நாம். நேரம், எண் போன்றவையெல்லாம் எப்படி வந்தன? மணி என்றால் என்ன? பகலும் இரவும் எப்படி 12 மணி நேரம் என்று பிரித்தோம்? எப்போது பிரித்தோம்? மணிக்கு 60 துளிகள், துளிக்கு 60 நொடிகள் என்பது எப்போது உருவானது? 5000 ஆண்டுகளுக்கு முன்பே இதைக் கணித்து பயன்படுத்தி எழுதியும் வைத்துவிட்டுப் போன மனிதர்கள் யார்? பைபிளின் ஆதியாகமம் ஒன்றாம் அதிகாரம் நான்கு மற்றும் ஐந்தாம் வசனங்கள், 'வெளிச்சத்தையும், இருளையும் கடவுள் வெவ்வேறாகப் பிரித்தார். வெளிச்சத்துக்குப் பகல் என்று பெயரிட்டார்; இருளுக்கு இரவு என்று பெயரிட்டார். பகலும் இரவும் ஆகி முதல் நாள் ஆயிற்று' என்று கூறுகிறது. இந்த இரவு, பகல் புரிதல் பைபிள் எழுதப்படுவதற்கு 3000 ஆண்டுகளுக்கு முன்பே சுமேரியர்களுக்கு இருந்திருக்கிறது! நேரம், எண் என மனித குலத்திற்கு இரு மிகப் பெரும் கொடைகளை இன்றும் நாம் கண்டு உணரும் வண்ணம் விட்டுச் சென்றிருக்கிறார்கள் இவர்கள். இன்றைய தெற்கு இராக் பகுதியிலுள்ள டைக்ரிஸ் மற்றும் யூஃப்ரடிஸ் நதிக் கரைகளில் 7000 ஆண்டுகளுக்கு முன்னர் வாழ்ந்தவர்கள் சுமேரிய மக்கள். பண்டைய எகிப்து நாகரிகத்தை ஒத்த தொன்மை வாய்ந்த நாகரிகம் சுமேரிய நாகரிகம்.

சுமேரியர்களோடு நமக்கு வணிகத் தொடர்பு ஏறத்தாழ 2000 ஆண்டுகளுக்கு முன்பு இருந்திருக்கிறது! அதற்கு ஆதாரமாக இருக்கும் முக்கியப் பொருள் ஜே.டபிள்யூ. பிரீக்ஸ் என்ற நீலகிரி மாவட்டத்தின் முதல் கலெக்டர் நீலகிரி மலைப்பகுதிகளில் உள்ள பரியல் சிஸ்ட் எனப்படும் கல் திட்டைகளில் இருந்து அகழ்ந்த வெண்கலக் கிண்ணம்.

சென்னை அரசு அருங்காட்சியகத்தில் உள்ள நீலகிரி அகழாய்வுப் பொருள்களில் காட்சிக்கு வைக்கப்பட்டிருக்கிறது வெண்கலக் கிண்ணம் ஒன்று! சுமேரிய நாகரிகத்தின் மடி என்று அழைக்கப்படும் 'உர்' (Ur) என்ற இடத்தில் இருந்து அகழப்பட்ட 4000 ஆண்டுகளுக்கு முந்தைய தங்கக் கிண்ணங்களின் அச்சு அசல் மாதிரியாக இருக்கிறது

உர் தங்கக் கிண்ணம்

சென்னை அருங்காட்சியகத்தில் உள்ள
வெண்கலக் கிண்ணம், நீலகிரி பண்பாடு

நீலகிரியில் அகழப்பட்ட வெண்கலக் கிண்ணம். பொஆமு 2600 என்று காலம் கணிக்கப்பட்டிருக்கும் 'உர்' கிண்ணங்கள் போல இருக்கும் நீலகிரிக் கிண்ணங்களின் காலம் இன்னமும் கணிக்கப்படவில்லை என்பது நம் துரதிர்ஷ்டமே. இதை மறுக்கும் அறிஞர்களும் உண்டு.

நீலகிரி மாவட்டத்தின் தூனேரி, ஷோலூர், தோடநாடு, சேகூர் ரோடு, பெருங்கநாடு பகுதிகளில் 1871-1872ஆம் ஆண்டு செய்யப்பட்ட அகழாய்வுகளில் கிடைத்த மண் பாண்டங்களை கார்பன் டேட்டிங் முறைப்படி காலவரையறை செய்ததில் அவற்றின் காலம் பொஆ 10ஆம் நூற்றாண்டு என்று கூறுகிறார் அறிஞர் ஹாக்கிங்ஸ். ஆனால் 1826ஆம் ஆண்டு இங்குள்ள கல்திட்டை ஒன்றில் கண்டெடுக்கப்பட்ட ரோமானிய பைசண்டைன் தங்கக் காசின் காலம் பொஆமு 1ஆம் நூற்றாண்டு முதல் பொஆ 4ஆம் நூற்றாண்டு வரை இருக்கலாம் என்று கணிக்கிறார்கள்! நவம்பர் 3, 1826 அன்று பெங்கால் ஹுர்கரு பத்திரிகைக்கு கிறிஸ்தவ மத போதகரான ஜேம்ஸ் ஹோ கடிதம் ஒன்றை எழுதுகிறார்.

அதில், 'ஒரு சவரன் அளவுள்ள பொற்காசு ஒன்று இங்கே (நீலகிரி) கிடைத்தது. எஸ்.பி.சி.கேயைச் சேர்ந்த என் சென்னை நண்பருக்கு அதை அனுப்பி கூடுதல் தகவல் கேட்டேன். 'ரோமானிய ஆரஸ் (பொஆமு 1ம் நூற்றாண்டு முதல் பொஆ 4ம் நூற்றாண்டு வரை அச்சிடப்பட்ட பொற்காசுகள் ஆரஸ் என்று அழைக்கப்படுகின்றன) அது என்றும், அதன் ஒரு புறம் வட்ட கிரீடம் அணிந்த தலை மற்றும் அதன் அருகே X, X1 என்ற பூஜ்ஜியத்தைக் குறிக்கும் ரோமானிய எழுத்துகள் உள்ளன. அதன் மதிப்பு 25 தினாராக்கள். அதன் மற்றொரு புறம், போர் வீரன் ஒருவனது உருவம் பொறிக்கப்பட்டுள்ளது. உருவத்தின் அருகே LC என்ற எழுத்துகள் உள்ளன. அந்தக் காலத்தைய ரோமானிய பொற்காசுகளில் SC எனப்படும் செனட் கன்சென்ட் (காசின் உண்மைத் தன்மைக்கு அரசு உத்திரவாதம்) என்ற எழுத்துகள் பொதுவாகக் காணப்படும்', என்று நண்பர் தெரிவித்தார்' என்று எழுதுகிறார் ஹோ. (ஸ்ரீனிவாசன் மற்றும் பானர்ஜி, 1953; நோபிள் 1997) இதே இடத்தில் கிடைக்கப்பெற்ற தமிழி எழுத்து பொறிக்கப்பட்ட மண் பாண்டம் ஒன்றின் காலம் பொஆ 1ஆம் நூற்றாண்டு என்று கூறுகிறது இந்திய அரசின் கல்வெட்டுத் துறை.

அதில் உள்ள தமிழி எழுத்துகள் 'ரா-ம்-த-ர-த-க' என்று கூறும் ஆய்வாளர் ஜி.என்.தாஸ் (1957), அதன் உரிமையாளர் பெயரைக் குறிக்கிறதா, அல்லது செய்யப்பட்ட நாள் அல்லது விழாவைக் குறிக்கிறதா என்பதை விளங்கிக்கொள்ள முடியவில்லை என்கிறார். ரோமானிய பொற்காசு நீலகிரிக்கு எப்படி வந்தது? வாணிகம். எப்படி

இதை நிறுவ முடியும்? நம் பண்டைய இலக்கியங்களை தூசுதட்டி வாசித்தாலே போதும். அகநானூறு இந்தப் பொற்காசு வந்த வழியை இப்படி விவரிக்கிறது:

‘சேர அரசருக்குரிய, சுள்ளி ஆகிய, அழகிய பேரியாற்றின் வெண்ணுரைகள் சிதறி அகலுமாறு, யவனர்கள் கொண்டுவந்த, தொழிலால் மாட்சிமைப்பட்ட நல்ல கப்பல்கள், பொற்காசுகளோடு வந்து, மிளகுப் பொதிகளோடு மீண்டு செல்லும், வணிக வளமிக்க முசிறித்துறை ஆரவாரமிது’ *(149:7-11)*

..சேரலர்,
சுள்ளியம் பேரியாற்று வெண்ணுரை கலங்க,
யவனர் தந்த வினைமாண் நன்கலம்
பொன்னொடு வந்து கறியொடு பெயரும்
வளங்கெழு முசிறி ஆர்ப்பு..

பொஆமு 300 முதல் பொஆ 300 வரை இருக்கும் காலத்தை சங்க காலம் என்கிறார்கள் அறிஞர்கள். நீலகிரி பண்பாடும் இதே காலத்தைச் சேர்ந்தது என்று கூறுகிறார் அறிஞர் வெஸ்ஸெல்ஸ் மெவிஸ்ஸென் (2000). இந்தக் காலத்தோடு 4ஆம் நூற்றாண்டு பொற்காசைப் பொருத்திப் பாருங்கள்! அந்தக் காலகட்டத்தில் சேரரின் பிடியில் இருந்தது நீலகிரி மலைப்பகுதி. அங்கிருந்து கோமேதகம் முசிறித் துறைமுகத்துக்குக் கொண்டுவரப்பட்டு, ரோமுக்கு எடுத்துச் செல்லப் பட்டது. இந்தக் கற்களை ரோமாபுரிப் பெண்கள் தங்கள் கழுத்துகளில் மணிகளாக அலங்கரித்துக் கொண்டார்கள்.

நீலகிரியில் இருந்து ஏற்றுமதி செய்யப்பட்ட இன்னொரு ‘பொருள்’ மந்தி. ரோம் நகரின் வீதிகளில் காட்சிப்படுத்த இந்த மந்திகள் கொண்டுசெல்லப்பட்டன. நான்காம் நூற்றாண்டில், ஏறத்தாழ 1600 ஆண்டுகளுக்கு முன்னால், பொற்காசுகள் கொடுத்து நீலகிரியின் கோமேதகமும், மந்திகளும் வாங்கிச் சென்றிருக்கிறார்கள் யவனர்கள்!

அப்படி என்றால், நம் முன்னோர்கள் மட்டும் வணிகம் செய்ய கடல் தாண்டிச் செல்லவில்லையா என்ன? இதற்கும் அகழாய்வுகள் விடை தருகின்றன! செங்கடலை ஒட்டிய முற்கால ரோம் அரசின் கடற்கரை நகரமான குசேய்ர் அல் காதிமில் கிடைத்திருக்கும் பானை ஓட்டில் தமிழி எழுத்துகள் உள்ளன. ‘பானை உரி’ என இரு மருங்கிலும் பொறிக்கப்பட்ட அந்த ஓட்டின் காலம் பொஆமு 1ஆம் நூற்றாண்டு என்று கணக்கிடப்பட்டுள்ளது (ஐராவதம் மகாதேவன்). அதே போல எகிப்தின் செங்கடல் பகுதியை ஒட்டிய நகரான பெரெனிகேயில்

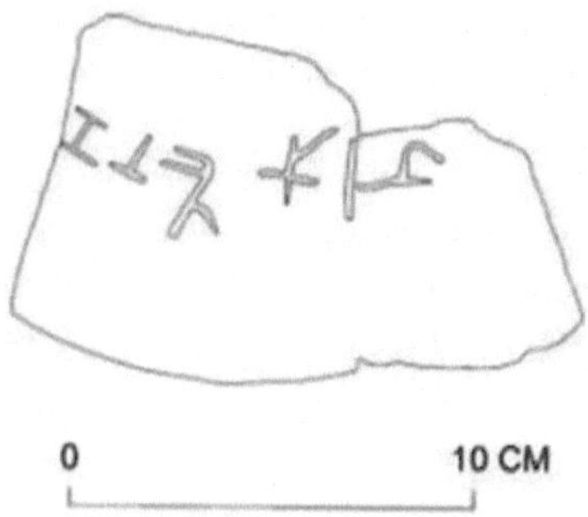

ṇa-n-tai- kī-ra-ṉ
ணந்தை- கீ-ர-ன்

ஓமான் நாட்டில் கிடைத்த தமிழி எழுத்துகள் கொண்ட
'ணந்தைகீரன்' ஓடு

இதே காலகட்டத்தைச் சேர்ந்த தமிழி எழுத்து கொண்ட பானை ஓடுகள் கிடைத்துள்ளன. ஓமான் நாட்டின் கோர் ரோரி பகுதியில் கிடைத்த பானை ஓடு ஒன்றில் 'ண-ந்தை-கீ-ரன்' என்ற எழுத்துகள் உள்ளன. இதன் காலம் பொஆ 1ஆம் நூற்றாண்டு (ஐராவதம் மகாதேவன்). கொடுக்கல், வாங்கல் இருபுறமும் 2000 ஆண்டுகளுக்கு முன்பிருந்தே நடைபெற்று வந்திருக்கிறது.

தொடர்ச்சியாக கிட்டத்தட்ட 2000 ஆண்டுகளாவது குறைந்தது மனிதன் வாழ்ந்த இடம் நீலகிரி. இந்த மாவட்டத்தில் மட்டும் கிடைத்த நூற்றுக்கணக்கான பொருள்களில் இருந்து ரோமானியர், சுமேரியர் என்று பல நாகரிகங்களைச் சேர்ந்த மக்களின் சுவடுகளை நம் தமிழர்கள் நமக்காக ஆங்காங்கே துருப்புச் சீட்டுகளாக விட்டுச் சென்றிருக்கிறார்கள். என்ன அணிந்திருந்தார்கள் நம் முன்னோர்? என்ன உண்டார்கள்? என்ன தொழில் செய்து கொண்டிருந்தார்கள்? இதை அறிய முற்பட வேண்டும் என்றால் 2000 ஆண்டுகள் ஒரு 'டைம் டிராவல்' செல்லவேண்டும். அது ஏன் அந்த 2000 ஆண்டு என்ற அடைகுறிக்குள் நிற்கிறோம்? அதன்பின் உள்ள அரசியல் தெரிய வேண்டும் என்றால், முதலில் நம்மிடம் பையில் என்ன இருக்கிறது என்பது புரியவேண்டும் அல்லவா?

நீலகிரி, அகழாய்வுகளின் சிறு துளிதான். தமிழகம் முழுக்க இன்று வரை நூற்றுக்கும் அதிகமான இடங்களில் அகழாய்வுகள் நடந்திருக் கின்றன. கடல் கொண்ட புகார் நகரில்கூட ஆய்வுகள் நடைபெற்று, வழக்கம் போல நிதிப் பற்றாக்குறையினால் கைவிடப்பட்டுள்ளன. நடைபெற்ற ஆய்வுகளில் பலவற்றின் முடிவுகள் இன்னும் அரசால் அதிகாரப்பூர்வமாக அறிவிக்கப்படவில்லை. 16 ஆண்டுகளாக வெளிவராத ஆதிச்சநல்லூர் அகழாய்வு முடிவுகள் மதுரை உயர் நீதிமன்றக் கிளை குதிரையேறி வந்து தன்னைக் காக்கும் என்ற முடிவில் காகிதங்களாக எங்கோ பெட்டிக்குள் முடங்கி இருக்கின்றன.

நாகரிகம் என்பது மக்கள் திடீர் என்று வந்து திடீர் என்று காணாமல் போய்விடும் கண்கட்டி வித்தை அல்ல! தொடர்ச்சியாக மனிதன் அதே இடத்தில் வாழையடி வாழையாகத் தங்கி பல்கிப் பெருகி தன் இருப்பை நூற்றாண்டுகளாக நிரூபித்துக் கொண்டிருப்பதுதான் நாகரிகம். சுமேரியர்கள் போல நாம் உலகுக்கு என்ன தந்தோம் என்பதை அறியும் ஆவல் லேசாக எட்டிப் பார்க்கிறதா?

தேடுவோம்.

2

சென்னை

2007ஆம் ஆண்டு. ஆப்பிரிக்காவின் கென்யா நாட்டிலுள்ள துர்கானா ஏரியை ஒட்டிய ஆப்பிரிக்க கிரேட் ரிட்ஜ் பகுதியில் நடந்து கொண்டிருந்தார்கள் சில ஆய்வாளர்கள். சில ஆண்டுகளுக்கு முன் கண்டுபிடிக்கப்பட்ட 1.8 மில்லியன் ஆண்டுகள் தொன்மையான 'துர்கானா பாய்' என்று பெயரிடப்பட்ட முழு எலும்புக்கூடு கிடைத்த இடத்திலிருந்து ஆறு மைல்களுக்கு அப்பால் அவர்களை அழைத்துச் சென்றுகொண்டிருந்தது ரிச்சர்டு லீக்கி என்ற மனிதனின் கண்டுபிடிப்பு! ரிச்சர்டு லீக்கிக்கு சிறுவயது முதலே புதை படிவங்கள் மீது ஆர்வம் அதிகம். காரணம் அவரது பெற்றோர். ரிச்சர்டு லீக்கியின் தந்தை லூயிஸ் லீக்கி கொரிண்டன் அருங்காட்சியகத்தின் பொறுப்பாளர், தாய் மேரி லீக்கி 1930களில் ஓல்துவாய் பகுதியில் ஓல்துவாய் கற்கால ஆய்வில் ஈடுபட்ட மானுடவியலாளர்.

சிறு வயதிலிருந்தே தாயுடனும் தந்தையுடனும் தொடர்ந்து பயணம் செய்து கொண்டிருந்த ரிச்சர்டு லீக்கி தன் பதினோறாவது வயதில் குதிரை ஒன்றின் மேல் சவாரி செய்கையில் கீழே விழுந்ததால் மண்டையோட்டில் எலும்பு முறிவு ஏற்பட்டு மரணிக்கும் தறுவாயில் இருந்தார். அப்போது லூயிஸ் லீக்கி மற்றும் மேரி லீக்கி இருவரும் விவாகரத்து பெற முயற்சித்துக் கொண்டிருந்தார்கள். மகனின் இந்த நிலை இருவரது திருமண உறவையும் சிறிது காலம் காப்பாற்றி வைத்திருந்தது. படிப்பில் ஆர்வம் குறைந்த காரணத்தால் தந்தையிடமிருந்து கடன்

ரிச்சர்டு லீக்கி

மாக்னெடோ-ஸ்டிராட்டிகிராஃபி: (காந்த பாறைப்படிவியல்)

அகழாய்வில் கண்டெடுக்கப்பட்ட பொருள்களைப் பெரும்பாலும் சி-14 என்ற கரிமப்பகுப்பாய்வுக்கு உட்படுத்தி காலத்தைக் கணிப்பது வழக்கம். ஆனால் 50,000 ஆண்டுகளுக்கு முந்தைய பொருள்களுக்கு இந்த முறை பயன் தராது. வெவ்வேறு அடுக்குகளில் பாறைகளிலுள்ள சாம்பிள்கள் எடுக்கப்பட்டு, அவை காந்தம் கொண்டு ஆராயப்படுகின்றன. எரிமலைக் குழம்பு பாறையில் எங்காவது ஓடியிருக்கும் பட்சத்தில் அதை ஒட்டிய பொருள்கள் அதன் காந்தக் கதிர்களை உள்வாங்கியிருக்கும், பூமிப்பந்தின் காந்த புலம் இங்கு மாறியிருக்கும். இதைக் கொண்டு எத்தனை பில்லியன் ஆண்டுகள் தொன்மையானப் பொருள் என்றாலும் காலம் கணிக்க இயலும்.

பெற்றுக் கொண்டு அப்போது கென்யாவில் பிரபலமாயிருந்த எலும்பு மற்றும் எலும்புக்கூடு சேகரிப்பில் ஈடுபடத் தொடங்கினார். அவருடன் இணைந்து கொண்டார் கமோயா கீமு என்ற ஆய்வாளர்.

1962ஆம் ஆண்டு லூயிஸ் லீக்கி மூலம் நிதியுதவி பெற்றுக்கொண்டு நாட்ரன் ஏரிக்கரையில் எலும்புக்கூடுகள் தேடி உதவியாளர் கீமுவுடன் பயணித்தார் ரிச்சர்டு லீக்கி. சற்றே ரிச்சர்டு லீக்கி அசந்த நேரம் ஆஸ்திரலோபெதிகஸ் பாய்செய் என்ற மனித குலத்தின் முன்னோடியான ஹோமினினது படிவத்தைக் கண்டுபிடித்தார் கீமு. மகன் காதல் திருமணம் செய்துகொள்ள, அவருக்கு முந்து வரலாறு மற்றும் பதை படிமவியல் துறையில் வேலைவாய்ப்புகளைத் தொடர்ந்து தந்தார் லூயிஸ் லீக்கி. அதன்பின் ரிச்சர்டு லீக்கிக்கு ஏறுமுகம்தான். ஓமோ என்ற இடத்தில் 1.6 மில்லியன் ஆண்டுகள் தொன்மையான ஹோமோ சேப்பியன் எலும்புக்கூடு, 1969ஆம் ஆண்டு கூபிஃபோரா என்ற இடத்தில் பரந்த்ரோபஸ் பாய்செய், 1972 மற்றும் 1975ஆம் ஆண்டு ஹோமோ ருடால்ஃபென்சிஸ், ஹோமோ எரெக்டஸ் மண்டையோடுகள் என்று வரிசையாகக் கண்டுபிடிப்பு மழைதான்!

1969ஆம் ஆண்டு சிறுநீரகம் செயலிழக்க, தம்பியிடம் கடன் வாங்கிய சிறுநீரகத்துடன் மறுபிறப்பெடுத்து வந்தார் ரிச்சர்டு லீக்கி. 1989ஆம் ஆண்டுக்குப் பின் தீவிர அரசியலிலும் தடம் பதித்தார். ‘கென்யா வன உயிரின சேவை’ என்ற அமைப்பின் முதல் தலைவர் ரிச்சர்டு லீக்கிதான். உயிரினங்கள் பாதுகாப்பு, வனவிலங்கு சரணாலயங்கள்

கட்டமைப்பு, அவற்றின் வளர்ச்சி என்று புலிப் பாய்ச்சல். விளைவு, நிறைய எதிரிகள். 1989ஆம் ஆண்டு நைரோபி நேஷனல் பார்க்கில் 12 டன் யானைத் தந்தத்தை எரித்துச் சாம்பலாக்கினார். 1993ஆம் ஆண்டு நாசவேலை காரணமான விமான விபத்தொன்றில் தன் இரு கால்களையும் இழந்தார். இன்றளவும் தன் செயற்கைக் கால்கள் கொண்டே இயங்குகிறார். மழைக்குக்கூட கல்லூரிப் பக்கம் ஒதுங்காத ரிச்சர்டு லீக்கி கென்யாவின் மிக உயரிய அருங்காட்சியகப் பதவியான தேசிய இயக்குநர் பதவியை வகித்திருக்கிறார். கென்யாவின் தலைசிறந்த மானுடவியலாளர், பதைவடிமவியலாளர் என்று அறியப்படும் ரிச்சர்டு லீக்கி, மனித குல ஆய்வுகளின் தந்தை என்றே கென்யாவில் அறியப்படுகிறார்.

ரிச்சர்டு லீக்கி அடையாளம் காட்டிய நாட்ரன் ஏரிக்கரையை ஒட்டிய பகுதியில்தான் கொகிசெலெய் என்ற இடத்தில் ஏற்கெனவே கண்டறியப்பட்ட ஒல்துவான் கற்கருவிகளுடன் முதல் முறையாக 2007ஆம் ஆண்டு அச்சூலியன் கற்கருவிகள் கிடைத்தன. அச்சூலியன் கற்கருவிகள் என்றால் என்ன? மேலே நாம் கண்ட ஹோமோ என்ற பெயர் எதைக் குறிக்கிறது? மனிதப் பரிணாம வளர்ச்சியின் படிநிலையின் தொடக்க காலத்தில் மனிதனின் மூதாதையர்கள் மில்லியன் கணக்கான ஆண்டுகளில் பல்வேறு பிரிவுகளாக குரங்கினத்திலிருந்து பிரிந்து வந்தார்கள். அந்தப் படிநிலையில் நாம் ஹோமோ சேப்பியன்ஸாக, முன்னேறிய நிலையில் இருக்கிறோம்.

ஆனால் இந்த நிலையை நாம் அடைய லட்சக்கணக்கான ஆண்டுகள் ஆயின. தொடக்க நிலையில் நம் மூதாதையர் குரங்கு வகையிலிருந்து பிரிந்து 4 மில்லியன் ஆண்டுகளுக்கு முன் ஆஸ்திரலோபிதிகஸ் அஃபாரென்சிஸ், 3 மில்லியன் ஆண்டுகளுக்கு முன் ஹோமோ ஹாபிலிஸ், 2 மில்லியன் ஆண்டுகளுக்கு முன் ஹோமோ எரெக்டஸ், 1 மில்லியன் ஆண்டுகளுக்கு முன் ஹோமோ நியாண்டர்தாலென்சிஸ் என்று பல நிலைகளைக் கடந்தே இன்று இரு கால்களையும் நிலத்தில் ஊன்றி ஹோமோ சேப்பியன்ஸாக நிற்கிறோம்.

இந்தப் படிநிலையில் தொடக்க காலத்தில் நம் மூதாதையர் எப்படி வாழ்ந்தார்கள்? பெரும்பாலும் வேட்டையாடி உண்டார்கள். குகைகளிலும், ஆப்பிரிக்காவின் சவன்னாக் காடுகளிலும் ஒளிந்து வாழ்ந்தார்கள். மனித நாகரிகத்தின் தாய் மடி என்று ஆப்பிரிக்கக் கண்டமே அடையாளம் காணப்படுகிறது. இங்குதான் ஆஸ்திரலோ பிதிகஸின் அனைத்து வகை எலும்புக்கூடுகளும் மண்டையோடுகளும் கிடைத்துள்ளன. பிற கண்டங்களில் அத்தனை தொன்மை வாய்ந்த படிநிலை எலும்புகள் கிடைக்கவில்லை. இந்த ஆதி மனிதர்கள்

வேட்டைக்கும், பிற பணிகளுக்கும் தேவைக்கு ஏற்ப கற்களைச் சீவி கருவிகள் செய்யத் தொடங்கினார்கள். மனிதக் கண்டுபிடிப்பில் எப்படி நெருப்பும் சக்கரமும் முக்கியமோ, அதே போல கருவிகளைக் கற்கள் கொண்டு சீவி பயன்படுத்தத் தொடங்கிய மனித மூதாதையரின் அறிவாற்றல் மிக முக்கியம். ஏனைய விலங்குகளில் இருந்து மனித இனம் முன்னேறியதற்கு இதுவே காரணம்.

1840களில் ஃபிரான்ஸ் நாட்டின் சோமே பள்ளத்தாக்கின் செயின்ட் அச்சூல் தொல்லியல் களத்தில்தான் முதல்முறையாக ஆதி மனிதர்கள் கற்களைக் கொண்டு செதுக்கிய கையடக்கமான கோடரிகள் கிடைத்தன. அச்சூலில் முதலில் கண்டெடுக்கப்பட்டவை என்பதால் இந்த வகைக் கற்கருவிகளை அச்சூலியன் கருவிகள் என்றே அழைக்கிறோம். ஒரு முனை பற்றிக்கொள்ள அகலமாகவும், மறுமுனை தாக்குவதற்குக் கூராகவும் உள்ள இந்தக் கற்களின் பக்கவாட்டுப் பகுதி உள்ளங்கைக்குள் வைத்துக்கொள்ள ஏதுவாக மேற்பரப்பு தட்டையாக செதுக்கப்பட்டிருக்கும்.

ஸ்பெயின் நாட்டிலுள்ள இரண்டு குகைகளில் இந்த ஆதி மனிதர்கள் பயன்படுத்திய 900,000 ஆண்டுகள் தொன்மையான அச்சூலியன் கற்கோடரிகள் கிடைத்தன. ஆனால் கென்யாவிலோ 1.67 மில்லியன்

வலதுபுறம் கொகிசெலெய்

ஆண்டுகளுக்கு முந்தைய கற்கோடரிகள் கிடைத்தன. இவ்வகைக் கோடரிகளை செதுக்கியவர்கள் கண்டிப்பாக ஹோமோ சேப்பியன்ஸ் அல்ல. நம் நேரடி மூதாதையரான ஹோமோ எரெக்டஸ் செய்தவை என்று ஆய்வாளர்கள் கருதுகின்றனர். கென்யாவின் மேற்கு துர்கானா பகுதியில் லீக்கியின் தாய் மேரி கண்டுபிடித்த 3.3 மில்லியன் ஆண்டுகள் தொன்மையான ஹோமோ ஹாப்லிஸ் மனிதர்கள் செய்த ஒல்துவான் கருவிகளைவிட இவை நீளமாகவும், நன்கு செதுக்கப்பட்டவையாகவும் இருக்கின்றன. அவற்றைவிட காலத்தில் அச்சூலியன் கோடரிகள் பிந்தையவை என்று கொள்ளலாம்.

வழிவழியாக தந்தை தன் பிள்ளைகளுக்கு இந்த கைக்கோடரிகளை செதுக்கக் கற்றுத் தந்திருக்கவேண்டும் என்று கருதுகின்றனர் மானுடவியலாளர்கள். வேட்டையாடுவதற்கும், பூமிக்கடியிலிருந்து கிழங்கு பிடுங்கவும், நீருக்கு மண்ணைத் தோண்டவும், மரம் வெட்டவும், பட்டை உரிக்கவும் இவை பயன்படுத்தப்பட்டிருக் கலாம். பெரும்பாலும் இவை தீக்கல் அல்லது சிக்கிமுக்கிக்கல் கொண்டே செய்யப்பட்டுள்ளன. ஹோமோ எரெக்டஸின் கைகளில் இவ்வகைக் கருவிகள் கண்டுபிடிக்கப்படவில்லை எனினும், காலக் கணிப்பு கொண்டு இவற்றை அவர்களே செய்திருக்கவேண்டும் என்று ஆய்வாளர்கள் கருதுகின்றனர். இதன் மூலம் ஹோமோ எரெக்டஸ் வகை சிந்தித்து உருவாக்கும் திறன் பெற்றிருந்ததாக நம்புகிறார்கள் ஆய்வாளர்கள். கொகிசெலெய் பகுதியில் ஹோமோ ஹாபிலிஸ் செய்த ஒல்துவான் கருவிகளுக்கு அருகிலேயே ஹோமோ எரெக்டஸ் மனிதர்கள் செய்த அச்சூலியன் கருவிகளும் கிடைத்திருப்பது, இரு இனங்களுமே கிட்டத்தட்ட ஒரே காலத்தில் வாழ்ந்திருக்கவேண்டும் என்று உறுதிப்படுத்துகிறது.

இந்த ஹோமோ எரக்டஸ் மனிதர்கள்தான் 1 மில்லியன் ஆண்டு களுக்கு முன் மத்தியத் தரைக்கடல் பகுதிக்கு நகர்ந்து குடியேறியிருக்க வேண்டும். அச்சூலியன் கருவிகளைச் செய்யும் கலையையும் ஐரோப்பாவிற்கு கொண்டுவந்திருக்க வேண்டும். சவன்னா புல்வெளி மழையின்றி காய்ந்த காரணத்தாலும், பிற பருவநிலை மாற்றங்களில் இருந்து தங்களைக் காத்துக்கொள்ளவும் இந்த இனம் ஆப்பிரிக்கக் கண்டத்தைத் துறந்து வெளியேறியிருக்கிறது. ஐரோப்பா சென்ற ஹோமோ எரெக்டஸ் ஆசியாவை வந்தடையவில்லையா என்ற கேள்வி உங்களுக்குள் தோன்றுகிறது இல்லையா?

*1863*ஆம் ஆண்டு, மே மாதம். சென்னையின் பல்லாவரம் பகுதி. நடைப்பயிற்சியில் ஈடுபட்டிருந்த இளைஞர் ஒருவரின் காலில்

தட்டுப்பட்டது கல் ஒன்று. அதைக் கைகளில் எடுத்து ஆராய்ந்த இளைஞனுக்கு அது என்ன என்று தெரிந்துபோக, மகிழ்ச்சியில் துள்ளிவிட்டார். தன் கண்டுபிடிப்பை யாரிடமும் சொல்லாமல், ரகசியமாக தன் உயர் அதிகாரியிடமான தாமஸ் ஓல்ட்ஹாமிடம் விரிவான அறிக்கை சமர்ப்பித்தார் அந்த இளைஞர். ஆனால் அந்த அறிக்கை 1865ஆம் ஆண்டு புத்தகமாக வெளிவரும்வரை கிடப்பில் தான் இருந்தது. 1859ஆம் ஆண்டுதான் சார்லஸ் டார்வின் மனிதன் குரங்கிலிருந்து வந்தவன் எனும் பரிமாண வளர்ச்சி கருதுகோளை முன்வைத்திருந்தார். அவரது கருதுகோளை ஆதாரத்துடன் நிரூபித்தவர்களில் ஒருவர் இந்த இளைஞர். அதிலும் இந்தியாவில் இருந்து; சென்னையிலிருந்து அவர் இதைச் செய்தது மகத்தான சாதனை. பின்னாளில் இந்திய நிலவியலின் தந்தை எனவும், இந்தியத் தொல்லியலின் தந்தை எனவும் அவர் பெயரெடுத்தார்.

ராபர்ட் புரூஸ் ஃபுட் அந்த மே மாதம் கண்டெடுத்தது ஒரு கற்கோடரியை! 1858ஆம் ஆண்டு இந்தியா வந்தார் 24 வயதான இளைஞர் ராபர்ட் புரூஸ் ஃபுட். இங்கிலாந்தின் செல்டென்ஹாம் நகரில் பிறந்து வளர்ந்த ராபர்ட்டுக்கு இந்தியா முழுக்க முழுக்க அந்நிய தேசம். ஆனால் ஜி.எஸ்.ஐ. என்ற இந்திய நிலவியல் துறை நிறுவனத்தில் பணியாற்ற இங்கு வந்த ஃபுட், ஆங்கிலேய அரசு ஏன் ஜி.எஸ்.ஐயை நிறுவியது என்று உணர்ந்துகொண்டார். இந்தியாவில் எங்கெங்கு என்னென்ன கனிம வளங்கள் கிடைக்கின்றன, மண்ணுக்கடியில் புதைந்து கிடக்கும் செல்வம் என்னென்ன என்பதை அறியவே இந்தத் துறை தொடங்கப்பட்டது என்ற தெளிவு இளைஞரான ஃபுட்டுக்கு இருந்தது. 1861ஆம் ஆண்டு கிண்டி பொறியியல் கல்லூரிக்குச் சிறப்பு வகுப்புகள் எடுக்க வந்த போதுதான் ஃபுட்டுக்கு வாழ்நாள் நண்பரான பீட்டர் பெர்சிவலின் நட்பு கிடைத்தது.

மிஷனரி பணியாற்ற இந்தியா வந்த பெர்சிவல் ஒரு கட்டத்தில் அந்தப் பணியை உதறிவிட்டு சமஸ்கிருதம், தமிழ் என்று இந்திய மொழிகளைக் கற்றுத் தேர்ந்தார். ஆங்கிலம் தமிழ் அகராதியைப் பதிப்பித்தோடு, விவிலியத்தையும் தமிழில் மொழிபெயர்த்தார். இந்தியக் கலாசாரம், மொழிகள் மீது பெர்சிவல் கொண்டிருந்த ஈடுபாடு ஃபுட்டை ஈர்த்தது. ஃபுட்டின் ஆழ்ந்த அறிவும், கருணை உள்ளமும் பெர்சிவலை ஈர்க்க, தன் மகள் எலிசபெத் ஆனை ஃபுட்டுக்கு 1862ஆம் ஆண்டு மணமுடித்துக் கொடுத்து தங்கள் இருவரின் நட்பை இன்னும் நெருக்கமாக்கிக் கொண்டார் பெர்சிவல். ஃபுட் தன் வாழ்க்கையைச் செம்மைப்படுத்த பெர்சிவலின் நட்பு முக்கியக் காரணியாக இருந்தது. இந்தச் சூழலில் மகன் ஹென்றி

புரூஸ் ஃபுட் பிறந்தான். பல்லாவரத்தில் கற்கோடரியைக் கண்டெடுத்தார் ஃபுட்.

கொற்றலையாற்றின் கரையில்தான் கைக்கோடரி கிடைத்தது என்பதை உணர்ந்துகொண்ட ஃபுட், ஆற்றங்கரையை ஒட்டியே வடமேற்கு நோக்கிப் பயணமானார். 60 கிமீ அப்பால் ஃபுட், நண்பர் வில்லியம் கிங் இருவரும் இன்றைய திருவள்ளூர் மாவட்டத்திலுள்ள அத்திரம்பாக்கம் மற்றும் அல்லிக்குல்லி மலைப்பகுதிகளில் 1863ஆம் ஆண்டு செப்டெம்பர், டிசம்பர் மாதங்களில் பெரும் கற்கோடரி தொழிற்சாலைகளைக் கண்டுபிடித்தார்கள். கிட்டத்தட்ட 50000 சதுர மீட்டர் பரப்பளவில் கொட்டிக்கிடந்தன அச்சூலியன் கற்கருவிகள். இவற்றை 'தழும்பழிகள்' என்று அழைக்கிறார்கள்.

ஃபுட் தன் பணியைத் தொடர்ந்தார். 1870ஆம் ஆண்டு மனைவி ஆன் இறந்துபோக, எலிசாவை மறுமணம் புரிந்தார். இந்தியா முழுக்க வெவ்வேறு ஆய்வுகளைச் செய்துவந்தார். 459 தொல்லியல் களங்களைக் கண்டுபிடித்தார். தன் வாழ்நாளில் 40 ஆண்டுகளைத்

ராபர்ட் புரூஸ் ஃபுட்டின் கண்டெடுப்புகள்

தொல்லியல் பணிக்காக 53,000 கிமீ குதிரைகளில் பயணம் செய்திருக்கிறார். தன் இறுதி நாள்களில் 33,000 ரூபாய் பெற்றுக் கொண்டு, வாழ்நாள் முழுக்க சேகரித்த 4000 பழம்பொருள்களை சென்னை அரசு அருங்காட்சியகத்துக்கு அளித்தார். இன்றளவும் ஃபுட்டின் பெயரைச் சொல்லியபடி அருங்காட்சியகத்தில் இருக்கின்றன அவர் அகழ்ந்த பொருள்கள். 1912ஆம் ஆண்டு கொல்கத்தாவில் இறந்த ஃபுட்டின் சாம்பல் ஏற்காட்டில் அவர் உயிர் நண்பரான பெர்சிவல் கல்லறைக்கு அருகிலேயே, ஃபுட்டின் ஆசைப்படி அடக்கம் செய்யப்பட்டுள்ளது.

கிட்டத்தட்ட 100 ஆண்டுகளாக குடியம், அத்திரம்பாக்கம் பகுதிகளில் ஆய்வுகள் அவ்வப்போது நடைபெற்று வருகின்றன. இங்கு கிடைத்த தொன்மையான கோடரிகளின் காலம் 1.5 மில்லியன் ஆண்டுகளுக்கு முன் என்றே கருதப்பட்டு வந்தது. 1999ஆம் ஆண்டு முதல் இங்கு ஷர்மா ஹெரிட்டேஜ் சென்டர் என்ற அமைப்பின் கீழ் முனைவர் சாந்தி பப்பு ஆய்வுகள் மேற்கொண்டு வருகிறார். சமீபத்தில் இங்கு கிடைத்த கற்கோடரிகள் 3.85 மில்லியன் ஆண்டுகள் என்று காலக்கணக்கீடு முடிவுகள் தெரிவிக்கின்றன. இளம் பழங்கற்காலம், இடைப்பழங்கற்காலம், பிற் பழங்கற்காலம், இடைக்கற்காலம், நுண் கற்கருவிக்காலம் என்று வெவ்வேறு கால அளவினைக் கொண்டு இங்கு கிடைத்த கற்கருவிகளைப் பிரிக்கிறார்கள். ஹோமோ எரெக்டஸ் மனிதன் ஆப்பிரிக்கக் கண்டத்திலிருந்து 1.8 மில்லியன் ஆண்டுகள் முன்னர்தான் வெளியேறி உலகெங்கும் பரவினான் என்பது உண்மையானால், 3.85 மில்லியன் ஆண்டுகளுக்கு முன்பே சென்னை கைக்கோடரித் தொழிற்சாலையில் கற்கோடரிகளைச் செய்து கொண்டிருந்த இனம் எது என்பதுதான் இங்கு மில்லியன் டாலர் கேள்வி.

தென்னிந்தியாவில் எங்கும் ஹோமோ சேப்பியன்ஸ் தவிர வேறு இன எலும்புகளோ மண்டையோடுகளோ எலும்புக்கூடுகளோ கிடைக்க வில்லை. இங்கு நிலவிய அதீத வெப்பம் இதற்குக் காரணமாக இருக்கலாம். அத்திரம்பாக்கத்தில் வாழ்ந்தவர்கள் ஹோமோ ஹாபிலிஸாகவோ ஹோமோ எரெக்டஸாகவோ இருக்கலாம். அல்லது இந்தியத் துணைக்கண்டத்தில் மட்டுமே வாழ்ந்த வேறொரு புதிய இனமாகவும் இருக்கலாம். எது உண்மை என்பது ஆய்வுகளைத் தொடர்ந்தால் மட்டுமே தெரியும்.

3

நீலகிரி

‘கடவுளின் மனைவி’- இப்படித்தான் எகிப்தின் ஹெய்ரோகிளிஃப் எனப்படும் பாறைக் குறிகீற்றுகள் இவளைக் குறிப்பிடுகின்றன. 1858ஆம் ஆண்டு எகிப்தின் தேய்ர் அல் பாஹ்ரி என்ற பகுதியில் அகஸ்டா மாரியட் என்ற உலகப்புகழ் பெற்ற ஆய்வாளர் அடக்கக் கோயில் ஒன்றைக் கண்டார். மண்ணில் புதையுண்டு இருந்த அந்தக் கோயிலை அப்போதைய எகிப்து மன்னரான சாத்தின் அனுமதியின் பேரில் அகழத் தொடங்கினார். மண்ணில் புதையுண்ட கோயில் கொஞ்சம் கொஞ்சமாக வெளிவரத் தொடங்கியது. கூடவே அதன் கலையம்சம் பொருந்திய சுவர் ஓவியங்களும் கவனம் பெறத் தொடங்கின.

ஜெசெர்-ஜெசெரு என்று அழைக்கப்பட்ட அந்தக் கோயிலின் முக்கியப்பகுதிக்குச் செல்ல சாய் மேடைகளும், அவற்றின் மேல் படர்ந்த தோட்டங்களுமாய், எகிப்தின் ரம்மியமான இடமாக இருந்திருக்க வேண்டும். இந்தக் கோயிலின் உள்ளே மூன்று ‘கதைகள்’ ஓவியங்களாக வடிக்கப்பட்டு, குறிகீற்றுகளாக எழுதப் பட்டுள்ளன. கோயிலின் உள்புறம் வரிசையாக ஸ்ஃபிங்க்ஸ் வடிவில் ஒரு ஃபாரோ, நின்றபடி, அமர்ந்தபடி, மண்டியிட்டு அமர்ந்த நிலையில் சிலைகளாக நிறைந்திருக்க, அவற்றின் முகங்கள் சிதைக்கப்பட்டுள்ளதைக் கவனித்தார் மாரியட். அதிலும் சிலவற்றில் கூடுதலாக பின்னாளில் தாடி சேர்க்கப்பட்டிருக்க வேண்டும்

பிரஷ்

விதவிதமான பிரஷ்கள் அகழாய்வுக்கென பயன்படுத்தப்படுகின்றன. மிக மெல்லிய பொருள்களை நாம் பல் துலக்கும் சிறிய பிரஷ்கள் மூலம் சுத்தம் செய்யலாம். நடுத்தரமான மயிர், வலிமையான கைப்பிடி கொண்ட 4 இன்ச் பிரஷ் பெரும்பாலும் அதிகம் பயன்படுத்தப்படுகிறது. வலிமையான மரக்கட்டை கைப்பிடியும், மென்மையான மயிரும் கொண்ட பிரஷ் மணல் மற்றும் பறக்கும் துகள்களைச் சுத்தம் செய்ய உதவுகிறது.

என்பதைக் கணித்துவிட்டார். அதிகம் பேசப்பட்ட பெண் ஃபாரோ என்பதால் சிற்பங்கள் மற்றும் சித்திரங்களில் அவளது முகத்தைச் சிதைத்து, ஆண் போல சித்தரித்து, பின்னாளில் ஆட்சிக்கு வந்த மன்னர்கள் கொஞ்சம் கொஞ்சமாக அவளை மக்களின் நினைவுகளில் இருந்தே அழித்துவிட்டிருந்தனர்!

ஹெய்ரோக்ளிஃப்களை படிக்கத் தெரிந்தவர் என்பதால், ஓவியங்களின் கூடுதல் தகவல்களாக இருந்த கதைகளில் கண்களை ஓட்டியவரால் தன் கண்களை நம்பமுடியவில்லை. மண்ணில் புதையுண்டிருந்த மாபெரும் அரசியான ஹட்ஷெப்சுட், எகிப்தின் இரண்டாவது பெண் ஃபாரோ, அவர் முன் உயிர் பெறத் தொடங்கினாள்.

யார் இந்த ஹட்ஷெப்சுட்? எகிப்தில் ஆங்காங்கே கிடைத்த துப்புகளைக் கொண்டு ஒரு பெரிய புதிரை அவிழ்த்துவிட்டார் மாரியட். பொஆமு 1479 முதல் பொஆமு 1458 வரை எகிப்தைத்

திறம்பட ஆண்ட பெண் ஃபாரோ இந்த ஹட்ஷெப்சுட். எகிப்திய ஃபாரோ இரண்டாவது தட்மோஸின் மனைவியான ஹட்ஷெப்சுட், கணவர் சிறுவயதிலேயே இறந்து போக, இரண்டு வயது மகனான மூன்றாம் தட்மோஸுடன் அரியணை ஏறினாள்.

கல்வியிலும் வீரத்திலும் சிறந்து விளங்கிய ஹட்ஷெப்சுட், ஆட்சிக்கு வந்த 9ஆம் ஆண்டு எகிப்தில் இருந்து கடல்வழி பயணம் ஒன்றை ஏற்பாடு செய்தாள். 'லேண்ட் ஆஃப் பன்ட்' என்று தேய்ர் அல் பாஹ்ரி கோயிலில் எழுதப்பட்டுள்ள இன்றைய சோமாலியா பகுதிக்கு கடல் வழியாகச் சென்ற எகிப்தியருக்கு அங்கிருந்து விலையுயர்ந்த பொருள்களை 'உயிருடன்' கொண்டு வரும்படி ஆணையிட்டாள் ஹட்ஷெப்சுட். 70 அடி நீளமுள்ள ஐந்து பாய்மரக் கப்பல்களில் புன்ட் நாட்டுக்குச் சென்ற 210 வீரர்களும் மாலுமிகளும் திரும்பும் காட்சியும் ஓவியமாகச் சித்தரிக்கப்பட்டிருக்கிறது. என்ன கொண்டு வந்தார்கள் அவர்கள்? உயிருடன் என்ன கேட்டாள் ஹட்ஷெப்சுட்?

நறுமணப் பிரியையான ஹட்ஷெப்சுட்டுக்கு, 31 வெள்ளைப் போள மரங்களை (மிர்) வேருடன் புன்ட் நாட்டிலிருந்து எடுத்து, கூடைகளில் மண் நிரப்பி, உயிருடன் கொண்டு வந்தார்கள் மாலுமிகள். இந்தக் காட்சிதான் தேய்ர் அல் பாஹ்ரி கோயிலில் அற்புதமாகச் சித்தரிக்கப் பட்டு இருந்தது. கூடவே குங்கிலியம் அல்லது தூப மரப் பிசினும் அங்கிருந்து கொண்டுவரப்பட்டதாக குறிகீற்றுகள் சொல்கின்றன.

மூன்று மாடி உயரமுள்ள 'லாண்ட் ஆஃப் பன்ட்' ஓவியம்,
தேய்ர் அல் பாஹ்ரி

வெள்ளைப் போள மரங்களை கூடைகளில்
கொண்டு வரும் எகிப்தியர்

இந்தத் தூபத்தை எரித்துக் கரியாக்கி, அதனுடன் எண்ணெய் சேர்த்துக் குழைத்து, கண்களில் மையாகவும் பூசியிருக்கிறாள் ஹட்ஷெப்சுட்.

ஜெர்மனியின் பான் பல்கலைக்கழகத்தின் எகிப்து அருங்காட்சியகத்தில் காட்சிக்கு வைக்கப்பட்டிருக்கிறது உலோகக் குடுவை ஒன்று. அதில் குறிகீற்றாகப் பொறிக்கப்பட்டிருக்கிறது ஒரு பெயர்-ஹட்ஷெப்சுட். சீல் வைக்கப்பட்டிருக்கும் அந்தக் குடுவைக்குள் என்ன இருக்கிறது என்று ஆய்வாளர்கள் எக்ஸ்-ரே மூலம் ஆராய்ந்த போது அவர்களுக்குக் காத்திருந்தது ஓர் அதிசயம். உறைந்த நிலையில் திரவம் ஒன்றின் சில சொட்டுகள் அந்த சீல் வைத்த குடுவையில் பத்திரமாக 3500 ஆண்டுகளாகக் காத்திருந்தன. அது நறுமண தைலம்தான் என்று 2009ஆம் ஆண்டு உலகே பரபரத்துக் கிடந்தது.

பெயரைக் கொண்டு ஹட்ஷெப்சுட் பயன்படுத்திய 'பெர்ஃபியூம்' அது என்று மகிழ்ந்த ஆய்வாளர்கள், அதை ஆய்வுகளுக்கு உட்படுத்திய போது, பாமாயில் மற்றும் ஜாதிக்காய் எண்ணெய் மற்றும் புற்றுநோயை வரவழைக்கும் கார்சினோஜென் கலந்த தைலம் அது என்பது தெரியவந்தது. சருமப் பிரச்னைகளைக் களைய இந்தக் கலவை பயன்படுத்தப்பட்டிருக்க வேண்டும். ஹட்ஷெப்சுட்

சருமநோயால் அவதிப்பட்டு, அதைவிடக் கொடிய புற்றுநோயை வரவழைக்கக்கூடிய தைலம் ஒன்றை பயன்படுத்திய காரணத்தால் இறந்திருக்கவேண்டும் என்று கருதுகிறார்கள் ஆய்வாளர்கள் (டாக்டர் ஹெல்மட் வைடென்ஃபெல்ட்).

ஆக, நறுமணப் பொருள்களை வெளிநாடுகளில் இருந்து இறக்குமதி செய்து 3500 ஆண்டுகளுக்கு முன் பயன்படுத்திய பெண்ணாக நிமிர்ந்து நிற்கிறாள் ஹட்ஷெப்சுட். யாரை மறைக்கவேண்டும் என்று பின்னால் வந்த ஃபாரோக்கள் நினைத்தார்களோ, அனைவரையும் ஒதுக்கி விட்டு இரண்டே நூற்றாண்டுகளில் எகிப்தின் தலைசிறந்த பெண் ஃபாரோ என்று இன்று நாம் எண்ணும் இடத்துக்கு வந்திருக்கிறாள் ஹட்ஷெப்சுட்.

தமிழகத்தில் இதுபோல வாசனைத் திரவியம் பயன்படுத்தும் பழக்கம் இருந்ததா? இருந்திருக்கிறது. காலத்துக்குத் தக்கவாறு மாறியிருக் கிறது. நாம் டயர், புரூட் என்று காசுடன் காற்றைக் கலந்து பீய்ச்சி அடித்துக் கொள்கிறோம். நம் அப்பாக்கள் காலத்தில் கோகுல் சான்டல் பவுடரும் அரிதாகக் கிடைக்கும் சிங்கப்பூர் செண்டும் இருந்தன. தாத்தாக்கள் காலத்தில் ஜவ்வாது, மரிக்கொழுந்து எண்ணெய். அதற்கும் முன்னால்? நறுமணப் பொருள்கள் பயன்படுத்தி இருப்பதற்கு நம்மிடம் என்ன ஆதாரம் இருக்கிறது?

ஆதாரம் கொடநாட்டில் இருக்கிறது. 9 மே 1872. உதகையை அடுத்த கொடநாட்டின் பெரங்கநாடு பகுதியில் 'கெயிர்ன் சர்க்கிள்' ஒன்றை

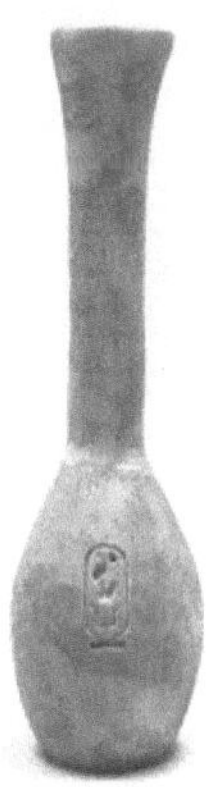

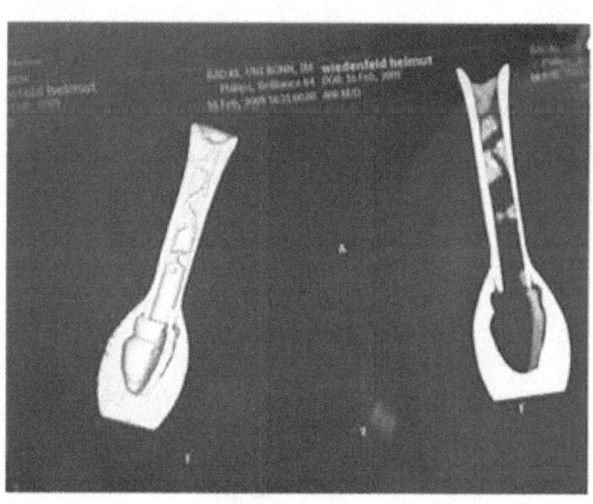

பான் பல்கலைக்கழக அருங்காட்சியகத்தில் உள்ள ஹட்ஷெப்சுட் பெயர் கொண்ட குடுவை. அதன் எக்ஸ்ரே காட்டும் திரவம்

May 9th, 1872. Cairn of rubble stones. Kōdanād Peranganād.

Three slabs, pointing N.

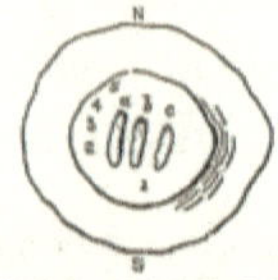

(a.) 3 ft. 4 in. long; 1 ft. 4 in. broad; 6 in. thick.
(b.) 2 ft. 8 in. long; 1 ft. 2 in. broad; 6 in. thick.
(c.) 2 ft. 11 in. long; 1 ft. broad; 9 in. thick.

At 1, two feet down, were fragments of a fine pot, with mica specks, containing pieces of what Mr. Broughton pronounces to be dried orange peel, or the rind of some fruit of the same family. A cylindrical stone like a roller was stuck in the ground over the pot.

At 2, two feet down, was found what appears to be a lid, CCCCVII., inverted, nothing under it.

At 3, two feet down, a small roughly-made pot, broken to pieces in getting out, nothing inside.

At 4, at the same depth, a beautifully made vessel of fine pottery, CCCCVIII., with mica specks, and a trace of glaze,* large lid, having a triangular ornament on the top; fits to the rim of the pot instead of covering it and resting on the sides as is usual; contained a knife, showing marks of a wooden handle, CCCCIX.

At 5, at the same depth, was found a pot, shaped like the ordinary rough pots found on the surface of cairns, and with the figure of a bird on the lid, but beautifully made of very fine pottery,† and containing bone, resin,‡ small gold nose jewel of very neat manufacture, CCCCXII., and razor, CCCCXI.

Close beside this was a basin-shaped bronze, graceful in shape, and prettily ornamented.

---

* Dr. Hunter (Madras School of Arts) says, that this appearance is not produced by glaze, but by a thin "coating of mica or abracum, ground up into a creamy state with water, and applied uniformly with a wet rag."

† This is unique, the only pot of the high narrow kind with figured lid ever known to contain bones, or to be made of the fine micaceous clay.

‡ A curious white and whitish-yellow substance, pronounced by Mr. Broughton to be "resin, much altered by time." He adds, "It is difficult to identify a special resin so altered by time, but it appears to me to have been the resin of Vateria Indica. It has a pleasant smell when burnt, and may have been used as incense."

கொடநாட்டுப் பகுதியில் கிடைத்த மூக்குத்தி மற்றும் குங்கிலியம், பிரீக்ஸ் புத்தகம்

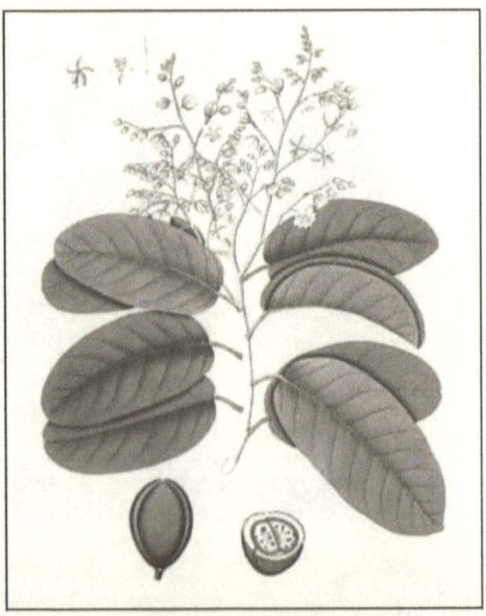

குங்கிலிய மரம்

ஆராயச் சென்றார் நீலகிரி மாவட்டத்தின் முதல் கலெக்டர் ஜேம்ஸ் வில்கின்சன் பிரீக்ஸ். திட்டையின் நடுவே வடக்கு நோக்கிய மூன்று நீளக் கல் பலகைகள் இருந்தன. அவற்றை நகர்த்திவிட்டு தோண்டத் தொடங்கினார்கள் அவரது உதவியாளர்கள். திட்டையின் இடதுபுற ஓரத்தில் கிட்டத்தட்ட இரண்டு அடி ஆழத்தில் அழகிய பறவை ஒன்றின் உருவம் கொண்ட மூடியுடன் கிடைக்கிறது மண் பாண்டம் ஒன்று. அங்கு கிடைத்த பிற பானைகள் போல அல்லாமல், மிக மெல்லியதாக, உயரமானதாக இருந்தது அந்தப் பாண்டம். இந்த வடிவில் இங்கே கிடைத்த ஒரே மண் பாண்டம் இது. மைகாவை நீர் சேர்த்து, மைய அரைத்து, ஈரத் துணி மூலம் ஒரே சீராக மண் பாண்டத்தின் மேல் பூசியிருக்கவேண்டும் என்று இந்தப் பானையின் சிறப்பை பின்னாளில் எழுதுகிறார் மதராஸ் கலைக் கல்லூரியின் முதல்வர் டாக்டர் ஹன்டர்.

இந்தப் பானைக்குள் சில எலும்புத் துண்டுகள், தங்க மூக்குத்தி ஒன்று, கூர்மென்கத்தி, சிறிது பிசின் ஆகியவை இருப்பது கண்டுபிடிக்கப் பட்டது. தங்க மூக்குத்தி மெல்லிய தங்க இழையால் திராட்சைக் கொத்து போல மிக நேர்த்தியாக வடிவமைக்கப்பட்டிருந்தது. பிசினை எடுத்து பிராட்டன் என்பவரிடம் ஆய்வுக்கு அனுப்பினார் பிரீக்ஸ். ‘விநோதமான வெள்ளை, வெண்-மஞ்சள் நிறத்தில் இருந்த பிசின், காலப்போக்கால் தன்மை மாறுபட்டு இருந்தாலும், ‘வடேரியா இண்டிகா’ (தூப மரம், வெள்ளைகுன்றிகம், வெள்ளை குங்கிலியம்) மரத்தின் பிசின் போலத்தான் இருக்கிறது. அதை நான் எரித்துப் பார்த்தபோது, நறுமணம் சூழ்ந்தது. தூபமாக இந்தப் பிசின் அப்போது பயன்படுத்தப்பட்டிருக்கலாம்’ என்று பிரீக்சுக்கு பதில் எழுதினார் பிராட்டன். இந்த குங்கிலிய மரம் மேற்குத் தொடர்ச்சி மலைப் பகுதிகளில் மட்டுமே காணப்படுகிறது. (சசிதரன், பயோ டைவர்சிட்டி டாகுமென்டேஷன் ஃபார் கேரளா, 2001). மிகவும் அருகிவரும் மரம் இது.

நீலகிரி மலைப்பகுதிகளில் உதகை மற்றும் அதன் சுற்றுப் பகுதிகளில் நிலவிய பண்பாட்டை நீலகிரி பண்பாடு என்று சொல்கிறார்கள் அறிஞர்கள். இந்தப் பண்பாட்டின் காலம் பொஆ 1ம் நூற்றாண்டு தொடங்கி பொஆ 9ம் நூற்றாண்டு வரை என்று கணித்திருக்கிறார்கள். இந்த திட்டையில் கிடைத்த வெண்கலக் கிண்ணம் மற்றும் பிற பொருள்களைக் கொண்டு ‘டைப்பாலஜி’ முறையில் காலம் கணிக்கப் பட்டதால், கிட்டத்தட்ட 2000 ஆண்டுகளுக்கு முன்னர் திராட்சை மூக்குத்தியை அணிந்த, குங்கிலியம் மேல் ஆசை கொண்ட அல்லது அதைப் பயன்படுத்திய இந்த மூக்குத்திப் பெண் வாழ்ந்திருக்கலாம்.

இறந்தோரைப் புதைக்கும் ஈமச்சடங்கு வழக்கத்தில் குங்கிலிய பயன்பாடு இருந்திருக்கலாம்.

எகிப்தியர்களைப் போல ஹெய்ரோக்ளிஃப் எழுதும் வழக்கம் நம் மூதாதையருக்கு இல்லை என்பதால், இவளை இப்போதைக்கு நாம் மூக்குத்திப் பெண் என்றே அழைப்போம். எழுத்து நாகரிகத்துக்கு எவ்வளவு முக்கியம் என்பது நமக்கு இப்போது தெரிகிறது இல்லையா? மன்னர் காலத்தில்தான் கல்வெட்டுகள் எடுக்கத் தொடங்கினர் நம் மூதாதையர். அதற்கு ஆயிரக்கணக்கான ஆண்டுகளுக்கு முன்னர் அவர்கள் வரைந்துவைத்த பாறை ஓவியங்கள் கிடைக்கப் பெறுகின்றன. இந்த ஓவியங்களுக்கும் கல்வெட்டு எழுத்துகளுக்கும் இடையேயான இடைவெளியில் வாழ்ந்த மனிதர்கள் என்ன செய்தார்கள், எப்படித் தங்களுக்குள் தகவல் பரிமாற்றம் செய்துகொண்டார்கள் என்பது இன்றுவரை புதிர்தான்!

பைபிளில்கூட பிறந்த குழந்தை ஏசுவைக் காண வரும் மூன்று அரசர்கள் தூபம், வெள்ளைப் போளம், பொன் மூன்றையும் அவருக்கு பரிசளித்ததாகச் சொல்கிறது மத்தேயு அதிகாரம். அப்படி என்றால், நாம் நறுமணப் பொருள்களே பயன்படுத்தவில்லையா? பயன்படுத்தி இருக்கிறோம் என்றால் அதற்கான ஆதாரம் எங்கே? அது ஒரு பெரிய புராணம் தெரியுமா? ஆம், பெரிய புராணமேதான். அதில் இருக்கிறது இதற்கான விடை.

சோழ மன்னன் இரண்டாம் குலோத்துங்கனை சமண மதத்தில் இருந்து திசைதிருப்ப சேக்கிழார் எழுதிய நூல் பெரிய புராணம். நம் மூக்குத்திப் பெண்ணைவிட காலத்தால் மிகவும் பிந்தையது. பன்னிரண்டாம் நூற்றாண்டில் சேக்கிழார் இயற்றிய பெரிய புராணத்தில் 63 நாயன்மாரின் கதையும் செய்யுள் வடிவாக சொல்லப் பட்டிருக்கிறது. கதைகளைச் சேகரித்துக் கொண்ட சேக்கிழார், ஒரு வரிகூட எழுத இயலாமல் குழம்பி, சிதம்பரம் கோயிலின் ஆயிரங்கால் மண்டபத்தில் வந்தமற, முதலடியான ‘உலகெலாம் உணர்ந்து ஓதற்கரியவன்’ என்பதை பெருமானே விண்ணிலிருந்து புகல எழுதத் தொடங்கியதாகச் சொல்லப்படுவதுண்டு.

பெரியபுராணப் பாடல்களில் காட்டப்படும் மிக சுவாரசியமான வாழ்க்கைச் சித்திரம் குங்கிலியக் கலய நாயனாரது வரலாறு. வறுமையில் உழலும் சிவனடியாரான குங்கிலியக் கலய நாயனாரின் மனைவி, வேறு வழியின்றி குடும்பத்துக்கு உணவளிக்கவேண்டி, தன் தாலியின் பொன்னை விற்று சமைக்க ஒரு கலயம் நெல் வாங்கி வரச்சொன்னாள். வணிகனிடம் சென்ற குங்கிலியக் கலய நாயனாரின் கண்ணில் பட்டது வெள்ளைக் குங்கிலியம். பொன்னுக்கு பொருள்

தருவாயா என்று வணிகனிடம் கேட்க, அவனும் ஒப்புக் கொள்கிறான். தாலியை அவனிடம் கொடுத்துவிட்டு, அதற்கு பதில் கலயம் நிறைய குங்கிலியம் வாங்கிக்கொள்ளும் நாயனார், ஓடோடிச் சென்று திருக்கடவூர் வீரட்டானம் கோயிலின் கருவூலத்தில் ஒரு ஓரமாக சோர்வுடன் அமர்கிறார். செய்துவிட்டது தவறோ என்று எண்ணி சோர்ந்து அமர்ந்திருக்க, இறைவன் பணித்தபடி செல்வங் களின் அரசன் குபேரன், அவரது இல்லத்தில் நெல்லும் மணியும் பொன்னும் பொருளும் கொழிக்கச் செய்கிறான். தன் மக்களுடன் பசியால் வாடி உறங்கிக் கொண்டிருந்த நாயனாரின் மனைவி, திடுக்கிட்டு எழுந்து, வீட்டில் நடைபெறுவதைக் கண்டு வியக்கிறாள்.

ஆறு செஞ் சடைமேல் வைத்த அங்கணர் பூசைக்கான
நாறுகுங்குலியம் ஈதேல் நன்று இன்று பெற்றேன் நல்ல
பேறு மற்றிதன் மேல் உண்டோ பெறாப்பேறு பெற்று வைத்து
வேறினிக் கொள்வது என் என்று உரைத்தெழும் விருப்பின்
மிக்கார்
பொன் தரத் தாரும் என்று புகன்றிட வணிகன் தானும்
என் தர இசைந்தது என்னத் தாலியைக் கலயர் ஈந்தார்
அன்றவன் அதனை வாங்கி அப்பொதி கொடுப்பக் கொண்டு
நின்றிலர் விரைந்து சென்றார் நிறைந்து எழுகளிப்பினோடும்
விடையவர் வீரட் டானம் விரைந்து சென்று எய்தி என்னை
உடையவர் எம்மை ஆளும் ஒருவர் தம் பண்டாரத்தில்
அடைவுற ஒடுக்கி எல்லாம் அயர்த்து எழும் அன்பு பொங்கச்
சடையவர் மலர்த்தாள் போற்றி இருந்தனர் தமக்கு ஒப்பு
இல்லார்
அன்பர் அங்கு இருப்ப நம்பர் அருளினால் அளகை வேந்தன்
தன் பெரு நிதியந் தூர்த்துத் தரணி மேல் நெருங்க எங்கும்
பொன்பயில் குவையும் நெல்லும் பொருவில் பல் வளனும்
பொங்க
மல்பெருஞ் செல்வம் ஆக்கி வைத்தனன் மனையில் நீட
மற்றவர் மனைவியாரும் மக்களும் பசியால் வாடி
அற்றை நாள் இரவு தன்னில் அயர்வுறத் துயிலும் போதில்
நல்தவக் கொடியனார்க்கு கனவிடை நாதன் நல்கத்
தெற்றென உணர்ந்து செல்வம் கண்ட பின் சிந்தை செய்வார்

இறைவனுக்குக் குங்கிலியம் தருவதற்கு மனைவியின் தாலியை விற்ற சிவனடியார் இவர். குங்கிலியம் தமிழருக்கு அத்தனை முக்கியத்துவம் வாய்ந்த பொருளாக இருந்திருக்கிறது.

•

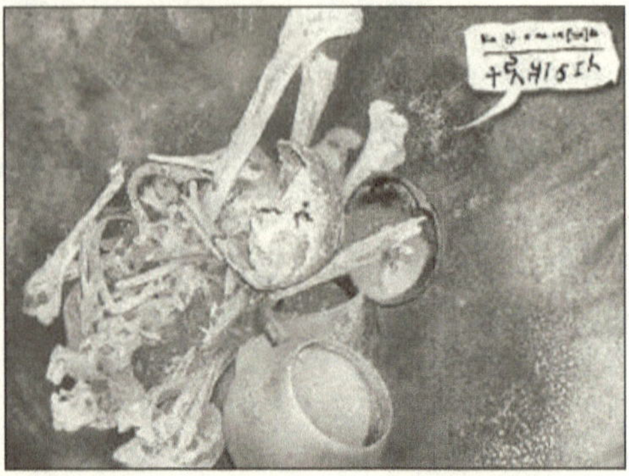

இந்து நாளிதழில் 2005ஆம் ஆண்டு வெளியிடப்பட்ட
தமிழி எழுத்துகளின் படம் மற்றும் அதன் உள்புறம் ஐ-காபி

காலத்தால் முந்தைய முதல் தமிழ் எழுத்துகள் தமிழகத்தில் எங்கே கிடைத்திருக்கின்றன?

ஆதிச்சநல்லூரில்.

பிப்ரவரி 17, 2005 தேதியிட்ட ஆங்கில இந்து நாளிதழில், அகழாய்வுத் துறை இயக்குநரும் சூப்பிரன்டெண்டிங் ஆர்க்கியாலஜிஸ்டுமான டாக்டர் டி. சத்தியமூர்த்தி, தொல்லியல் துறையின் மைசூர் சர்க்கிள் ஓய்வுபெற்ற இயக்குனரான எம்.டி.சம்பத் இருவரும் பேட்டி அளித்திருக்கிறார்கள். அதில், ஆதிச்சநல்லூரில் கண்டெடுக்கப்பட்ட தாழி ஒன்றில் ஆறு எழுத்துகள் கொண்ட சொல் ஒன்று உட்புறம் பொறிக்கப்பட்டு இருக்கிறது என்று அறிவித்தார்கள். தாழிக்குள் முழு எலும்புக்கூடு ஒன்றும் சில கலயங்களும் இருந்தன. வழக்கமாக இது போன்ற தாழி மற்றும் பானைகளில் வெளிப்புறம்தான் எழுத்துகள் காணக் கிடைக்கும். ஆனால், இதிலோ வித்தியாசமாக உள்புறம் இருந்தன. 100 ஆண்டுகளுக்குப் பின் தொடர்ந்த ஆய்வின் அறிவிப்பு என்பதால் அதிக முக்கியத்துவம் பெற்றது இந்த நிகழ்வு.

முதற்கட்ட தெர்மோ-லூமினசன்ஸ் டேட்டிங் மூலம் இந்தத் தாழியின் காலம் பொஆமு 500 ஆக இருக்கலாம் என்று தெரிவித்தார். ஆனால், கார்பன் டேட்டிங் மூலம் அது உறுதிசெய்யப்பட்டு பின்னர் சரியான காலம் அறிவிக்கப்படும் என்றார். அதுவரை கண்டெடுக்கப்பட்ட எழுத்துகளில் மிகப் பழமை வாய்ந்தது மாங்குளத்தில் கண்டெடுக்கப்பட்ட பொஆமு 3ஆம் நூற்றாண்டைச் சேர்ந்த எழுத்துதான். அந்த எழுத்தை வாசித்துவிட்டதாகவும், அது தமிழி என்றும் கூறிய சம்பத், 'க-ரி-ய-ரா-வ-(ண)-த' என்று அதைக்

கொள்ளலாம் என்று அறிவித்தார். பானையைச் செய்தவன், அல்லது அதில் அடக்கம் செய்யப்பட்டவனின் பெயராக அது இருக்கலாம் என்றும் தெரிவிக்கப்பட்டது. துரதிர்ஷ்டவசமாக இந்த எழுத்துகள் அப்போது 'ஐ-காபி'யாக கண்ணால் பார்த்து வரையப்பட்டன. தெளிவான புகைப்படங்கள் எடுக்கப்படவில்லை, 'எஸ்டாம்பேஜ்' எனப்படும் படியும் எடுக்கப்படவில்லை. அதன் பின் இந்தப் பானை ஓடு காணவும் கிடைக்கவில்லை. ஆனால் இவை எழுத்துகளே அல்ல என்று வாதிடுபவர்களும் உள்ளனர்.

கண்ணால் காண்பதை கையால் வரைந்து கொள்வது ஐ-காபி. இது அறிவியல் பூர்வமான முறையல்ல. காணும் ஒவ்வொருவருக்கும் பொருள் மீதான பார்வை மாறுபடும் என்பதால், ஒரே பொருளை வெவ்வேறு நபர்கள் நகல் எடுப்பது அதிக வேறுபாட்டுடன் அமையும். அவசர காலத்திலோ, கையில் பொருள் இருக்கும் பட்சத்தில், நேர விரயத்தைத் தவிர்க்க இந்த முறையைப் பயன்படுத்தலாம். அடுத்து வருவது புகைப்படங்கள் எடுக்கும் முறை. நம்பகத்தன்மை வாய்ந்த முறை இது என்றாலும், தூக்கிச் செல்ல கனமாகவும், களத்தில் பயன்படுத்த இலகுவாக இல்லாத காரணத்தாலும் பெரும்பாலும் முன்னர் இது தவிர்க்கப்பட்டு வந்தது. ஆனால் டிஜிட்டல் காமிராக்கள் பெருகத் தொடங்கியபிறகு, இந்த முறை அதிகம் பயன்பாட்டில் உள்ளது.

கல்வெட்டுப் படி

கல்வெட்டுகளை எப்படி வாசித்து ஆவணப்படுத்துகின்றனர்? ‘எஸ்டாம்பேஜ்’ எனப்படும் படியெடுத்தல் முறையில் கல்வெட்டு களைப் படிப்பது எளிதாகிறது. மிகவும் பொறுமையுடன் நேர்த்தியாகச் செய்ய வேண்டியது இந்தப் படியெடுத்தல். முதலில் கல்வெட்டைத் தண்ணீரால் சுத்தம் செய்யவேண்டும். அதில் உள்ள எண்ணெய்ப் பசை, சுண்ணாம்பு போன்றவை அகன்றபின், தண்ணீரில் நனைத்த தடிமனான வெள்ளைக் காகிதங்களைக் கல்வெட்டின் மேல் பரப்ப வேண்டும். அதன் பின் தேங்காய் நாரால் செய்யப்பட்டிருக்கும் ‘பீட்டிங் பிரஷ்’ கொண்டு வெள்ளைத்தாள்களின் மேல் தேய்க்கவேண்டும்.

மீண்டும் நனைந்த காகிதங்களை அதன் மேல் ஒட்ட வேண்டும். பிரஷ் கொண்டு தேய்க்கவேண்டும். அதன்பின் கருப்பு மையை அதன் மேல் பூசவேண்டும். ஐவரி பிளாக் மற்றும் லேம்ப் பிளாக் மைகளை சம அளவில் கலந்து, அதனுடன் பிசின், பூச்சிக்கொல்லி மருந்தைச் சேர்த்து இந்தக் கருப்பு மையை நாமே தயாரித்துக் கொள்ளலாம். கடையிலும் கிடைக்கிறது. பின்னர் மையொற்றி மூலம் இந்த மையைத் தொட்டு, கல்வெட்டில் ஒட்டியுள்ள ஈரக் காகிதத்தின் மேல் ஒற்றி எடுக்கவேண்டும்.

இதனால் பள்ளங்களைச் சுற்றியுள்ள மேடான பகுதியில் மட்டுமே மை பரவும். மையொற்றுதல் மிகவும் கவனத்துடன் செய்ய வேண்டிய பணி. காய்ந்தபின், ஒட்டியுள்ள தாள்களை மெதுவாகக் கிழியாமல் அப்படியே எடுத்துப் பார்த்தால், கருப்பான மை தடவிய இடங்கள் தவிர எஞ்சியுள்ள பள்ளங்களில் உள்ள எழுத்துகள் தெரியும்! இதனால் கல்வெட்டுக்கு எந்த சேதமும் ஏற்படாது, நம்மிடம் படியும் ஆண்டுக் கணக்கில் பத்திரமாக இருக்கும்!

4

ஆதிச்சநல்லூர் - தாய் தெய்வம்

ஆதி காலம் தொட்டு ஆணின் பார்வையில் பெண் ஓர் அதிசயம்தான். அவளது உடல் பார்த்தவுடன் பிரமிப்பைத் தந்தாலும், பெண்ணே தனது உற்ற துணையாக இருப்பதை அவன் உணர்ந்துகொண்டான். வேட்டையாடும் சமூகத்தில் பெண் குழந்தைகள் பெற்று, காத்து, வழிநடத்தினாள். பெண்ணிடம் உள்ள தாய்மையை ஆண் பெரும் கொடையாகக் கருதினான். அதை வழிபடும் அளவுக்கு உயர்ந்த இடமும் தந்தான். பெரும்பாலும் தாய் வழி சமூகமாகவே தொடக்க காலத்தில் எல்லா நாகரிகங்களும் இருந்திருக்கின்றன. ஆண் திறமையானவனாகவே இருந்தாலும், அவனைக் கொண்டு செலுத்த பெண் தேவை என்பது அனைத்து நாகரிகங்களிலும் ஆண்கள் அறிந்து கொண்டதே.

புதிய கற்காலம் தொட்டே தொடர்ச்சியாக இயங்கிவந்த நகரம் தற்போது துருக்கி நாட்டில் உள்ள சதல் ஹொயுக் (Catalhoyuk). 1958ஆம் ஆண்டு பிரிட்டிஷ் அகழ்வாராய்ச்சியாளர்களான டேவிட் ஃப்ரெஞ்ச், ஆலன் ஹால் மற்றும் ஜேம்ஸ் மெல்லார்ட் ஆகிய மூவரின் கவனமும் துருக்கியின் இந்தச் சிறிய நகரம் மீது விழுந்தது. மனைவி ஆர்லெட்டுடன் 1961 முதல் 1965 வரை இங்கு அகழாய்வுப் பணிகளில் ஈடுபட்டு வந்தார் மெல்லார்ட். 40 வீடுகளும், எண்ணிலடங்கா மண் பாண்டங்களும், உருவச் சிலைகளும், சுவர் சித்திரங்களும் மெல்லார்ட்டால் அகழப்பட்டன. அதன்பின் 1993 வரை ஒவ்வொரு ஆண்டும் கோடை காலத்தில் இங்கு அகழாய்வு

பால்க் ஸ்கிராப்பர்

அகழாய்வு செய்யும் இடத்தை மேசன்ஸ் பெக் என்று
சொல்லப்படும் தக்கைகள் கொண்டு மண்ணில்
அடித்து, நூல் கொண்டு நேர்க்கோடுகளாக அளந்து
கட்டி விடுவார்கள். நாம் வீடுகளுக்கு அஸ்திவாரம்
தோண்டும் போது நூல் பிடித்து அடிப்பது போல
5x5 சதுர மீட்டர் அகலம் கொண்ட சதுர வடிவங்களில்
நிலத்தைப் பிரித்துக் கொண்டு,
அதை மேலிருந்து கீழாகக் கொஞ்சம் கொஞ்சமாக
அகழ்ந்து செல்வர். இப்படி அகழும்போது நிற்கும்
சுற்றுச் சுவர் போன்ற மண்ணை 'பால்க் சுவர்'
என்று அழைக்கிறார்கள். இந்த சுவர் நேர்கோட்டில்
செங்குத்தாக இருந்தால் மட்டுமே மண்ணுக்கடியில்
எதையும் விட்டுவிடாமல் முழுமையாக அகழ முடியும்!

செய்வது மெல்லார்ட்டின் வழக்கமானது. மெல்லார்ட்டின் சதல் ஹொயுக் ஆய்வுகளால் ஈர்க்கப்பட்ட அவரது மாணவன் அயன் ஹாடர், 1993ஆம் ஆண்டு முதல் இன்று வரை இங்கு அகழாய்வுகளில் ஈடுபட்டிருக்கிறார்.

1960களில் தொடக்க கால அகழாய்வின்போது மெல்லார்ட்டுக்கு கிடைத்த பொருள்களில் அவரது கவனத்தை அதிகம் ஈர்த்தது இருக்கை ஒன்றில் இரு கைகளையும் அழுத்தி, அதிகாரம் மிளிர அமர்ந்திருந்த பெண் உருவம் ஒன்று. கிட்டத்தட்ட பொஆமு 6000 ஆண்டு வாக்கில் சுடுமண்ணால் செய்யப்பட்ட அந்தப் பெண் சிற்பம் அகன்ற இடை, பருத்த, செழித்த மார்புகளுடன் காணக் கிடைத்தது. இருக்கையின் இரு கைப்பக்கத்திலும் இரு சிறுத்தை முகங்கள் போன்ற அமைப்பும் இருந்தது. இந்த சதால் ஹொயுக் மக்கள் ஆற்றுப் படுகையின் அருகே மண் மற்றும் அரைச்சாந்து கொண்டு பூசப்பட்ட வீடுகளில் வசித்தவர்கள். 2000 வீடுகளில் கிட்டத்தட்ட 8000 மக்கள் ஒரு பெருநகரமாக வாழ்ந்திருக்கிறார்கள். கொஞ்சமாக வேளாண்மை செய்யக் கற்றுக் கொண்ட இவர்கள், ஆடுகள் வளர்க்கவும், கலை பொருள்கள் செய்யவும் கற்றுக் கொண்டார்கள். 2000 வீடுகள் இருந்தாலும் சதல் ஹொயுக்கில் தெருக்களே இல்லை, வீடுகளுக்கு வாசல்களும் இல்லை. பின் எப்படி அந்த மக்கள் ஊருக்குள் நடமாடினார்கள்?

மொட்டை மாடிகள் மூலம். வீடுகளுக்குள் ஏணிகள் வைத்து இறங்கிக் கொண்டார்கள், வெளியே செல்கையில் ஏணியில் ஏறி, மாடி விட்டு மாடி பாய்ந்து கொண்டார்கள். தெரு என்ற ஒன்றையோ, வீடுகளுக்கு வாசல் வேண்டும் என்பதையோ அவர்கள் யோசிக்கவே இல்லை. அப்படியென்றால் வீடுகளின் தரைத் தளத்தில் என்ன செய்தார்கள்? இறந்தவர்களைப் புதைத்து வைத்தார்கள். இவ்வளவு பெரிய ஊரில் கல்லறைகளோ, அடக்கம் செய்யும் இடங்களோ இல்லை. வீடுகளின் தரைக்கு அடியில் இறந்தவர்களைப் புதைத்தவர்கள், அங்கிருந்து வெளியேறும்போது, இறந்தவர்களின் மண்டை ஓடுகளை மட்டும் தோண்டி எடுத்துக் கொண்டு சென்றார்கள்! இப்படிப்பட்ட சமூகம்தான், பெண்ணை தாய் தெய்வமாக்கி வழிபட்டது. 1961ஆம் ஆண்டு சதல் ஹொயுக்கில் அகழாய்வு செய்த மெல்லார்ட்டின் கண்களில் பட்ட 'இருக்கையில் அமர்ந்த பெண்', வளமை தெய்வமாக, தாய் தெய்வமாக இருக்கவேண்டும் என்று கருதினார். காரணம், இந்தச் சுடுமண் சிற்பம் கிடைத்த இடத்தைச் சுற்றி இதே போல கிடைத்த இன்னும் 10-15 சிற்பங்கள்.

பெண்ணை வளமையின் உருவமாகப் பார்ப்பதால்தான், மண்ணையும் நாட்டையும் உலகையும் இன்றும் தாயாகப் பார்க்கிறோம். தலை

சதல் ஹொயுக் இருக்கையில் அமர்ந்த தாய் தெய்வம்

வில்லந்தார்ஃப்-இன் வீனஸ் சிற்பம்

மற்றும் ஒரு பக்க இருக்கையில் உள்ள சிறுத்தை உடல் தலையின்றி இருந்ததை, வேறு சுடுமண் கொண்டு ஒட்டினார்கள் ஆய்வாளர்கள். அவர்கள் கவனத்தை மிகவும் ஈர்த்தது அமர்ந்த நிலையில் இருந்த பெண் சிற்பம் பிரசவமாகும் நிலையில், அதன் கால்களுக்கு இடையே குழந்தையின் தலை போன்று வடிக்கப்பட்டிருந்ததுதான். அதைக் கொண்டே தாய் தெய்வம் இது என்று ஆணித்தரமாக நம்பியவர்கள், சதல் ஹொயுக் சமூகம் தாய்வழிச் சமூகமாக வாழ்ந்த வேட்டை சமூகம் என்று முடிவுக்கு வந்தனர்.

ஐரோப்பாவில் இது போல கிடைத்த காலத்தால் மிகவும் முந்தைய 'வீனஸ் சிற்பங்கள்' போன்றவை இந்தத் தாய் தெய்வ சிற்பங்கள் என்று அறிவித்தனர். குறிப்பாக ஆஸ்திரியாவில் அகழப்பட்ட 19,000 ஆண்டுகளுக்கு முந்தைய வீனஸ் ஆஃப் வில்லந்தார்ஃப் என்ற 4.5 அங்குல உயரம் கொண்ட சிற்பத்தைப் போலவே இந்த 'சீட்டட் வுமன் ஆஃப் சதல் ஹொயுக்' இருப்பதாக நினைத்தார்கள். வில்லந்தார்ஃபின் வீனஸுக்கும் இதே போல பெரிய மார்புகள், பெருவயிறு, பருத்த தொடைகள், பருத்த புட்டம் மற்றும் வெளிப்புற மாகத் தெரியும் பெண்ணுறுப்பு ஆகியவை இருந்தன. பெண்மைக்குரிய உடல் லட்சணங்கள் என்று ஆண் கருதுபவை எல்லாம் பெரும்பாலும் இது போன்ற தாய் தெய்வ சிற்பங்களில் பெரிதுபடுத்திக் காணப்படுபவை.

ஆனால் 1993ஆம் ஆண்டு இங்கு அகழாய்வைத் தொடர்ந்த ஹாடர், கிட்டத்தட்ட 18 படிகளில் 1200 ஆண்டுகாலப் பொருள்களை அகழாய்ந்ததில், தாய் தெய்வ சிற்பம் எதுவும் பெரிதாகக் கிடைக்க வில்லை. இந்த மக்கள் உண்மையிலேயே தாய் வழி சமூகம்தானா என்ற குழப்பத்தை ஏற்படுத்தியது ஹாடரின் சோதனை. தாய் தெய்வ வழிபாடு இருந்ததோ இல்லையோ, பாலினச் சமத்துவம் இந்த மக்களிடம் இருந்தது என்று சொல்கிறார் ஹாடர். ஆணும் பெண்ணும் ஒரே மாதிரியான உணவை உட்கொண்டனர், ஒன்று போலவே பணி செய்தார்கள், ஒரே அளவு பொழுதை வயல்வெளிகளில் கழித்தார்கள் என்பது ஆண் மற்றும் பெண் எலும்புகளை ஆராய்ந்ததில் தெரியவந்தது என்றார். மரணத்திற்குப் பின் கூட ஒரே மாதிரிதான் இவர்கள் அடக்கம் செய்யப்பட்டார்கள். தந்தை வழிச் சமூகம் என்றோ, தாய் வழிச் சமூகம் என்றோ இந்த மக்களை ஒரு கோட்பாட்டுக்குள் அடைக்க விரும்பவில்லை ஆய்வாளர்கள். ஆணும் பெண்ணும் சரி சமமாக இருந்த காலம் அது என்றே சொல்லி முடிக்கிறார்கள்.

19,000 ஆண்டுகளுக்கு முன்னரே வில்லெண்டார்ஃபின் வீனஸூம், 8000 ஆண்டுகளுக்கு முன்பே சதல் ஹொயுக்கின் தாய் தெய்வமும் அறிமுகம் ஆகிவிட்டன. இந்தியாவில்? சிந்து சமவெளி நாகரிகத்தின் தொட்டிலான மெஹர்கரில் இதே போன்ற தாய் தெய்வ சிற்பங்கள் கிடைத்துள்ளன. பிம்பேத்கா பாறை ஓவியங்களில், வினோதமான பெண் ஓவியங்கள் சில வளமையைக் குறிப்பதாக உள்ளன. 30,000 ஆண்டுகளுக்கு முன் வாழ்ந்த மக்கள் வரைந்த பாறை ஓவியங்கள் என்று சொல்லப்படும் இந்த ஓவியங்களில் ஒன்று தாய்ப்பாலைச் சொறியும் தாய் தெய்வம் என்று அடையாளம் கண்டு சொல்கிறார் எழுத்தாளர் கே.எல்.காமத்.

பால் சொறியும் தாய் தெய்வம், சிண்ட்வாரா, பழங்குடி அருங்காட்சியகம்

மோதூர் விசிறிக்கல்

தமிழகத்தில் தாய் தெய்வத்தின் தொல் வடிவங்களில் ஒன்று என்று மோதூர் விசிறிக்கல்லைச் சுட்டலாம். தருமபுரி மாவட்டம் மோதூரில் மனித உடல் அமைப்பை ஒத்த 'ஆந்த்ரோபோமார்ஃபிக்' சிற்பம் ஒன்று உள்ளது. விசிறி வடிவில் இருப்பதால் விசிறிக்கல் எனவும், பறவை போல காட்சி அளிப்பதால் பறவைக் கல் என்றும் இதைக் குறிக்கிறார்கள். புதிய கற்காலத்தைச் சேர்ந்த இந்த விசிறிக்கல், பெருவழிப்பாதையில் அமைந்திருக்கிறது. விசிறிக்கல் அமைந்த இடத்துக்கு அருகிலேயே முதுமக்கள் தாழிகள், கல்வட்டங்கள், கருப்பு சிவப்பு மட்பாண்டங்கள் கிடைத்துள்ளன. 2004-2005ஆம் ஆண்டுகளில் தமிழ்நாடு அரசு தொல்லியல் துறை இங்கு நடத்திய ஆய்வுகளில் பெருங்கற்கால ஈமச்சின்னமான இந்த விசிறிக்கல் கிடைத்துள்ளது. தமிழகத்தில் கிடைத்த விசிறிக் கற்களிலேயே பெரியதாகும் இந்தக் கல். கைகள் விரித்த நிலையில், கால்களை விரித்து அமர்ந்திருக்கும் இந்தத் தாய் தெய்வம் வளமையின் குறியீடு என்கின்றனர் ஆய்வாளர்கள்.

விசிறிக்கல்லுக்கு அருகில் கிடைத்த சுடுமண் சிற்பங்களில் தாய் தெய்வம் ஒன்றும் இருந்ததாக ஆய்வாளர்கள் தெரிவித்துள்ளனர். இது போல இன்னும் சிறப்புடைய வெண்கலச் சிற்பம் ஒன்று சென்னை அருங்காட்சியகத்தில் இருக்கிறது. ஆதிச்சநல்லூரில் அகழப்பட்ட செப்புத் திருமேனிகளில் மிகச் சிறியதான தாய் தெய்வம் அது.

கடந்த இரு நூற்றாண்டுகளாக ஆதிச்சநல்லூர் அகழாய்வு பல ஆச்சரியங்களைத் தந்துகொண்டிருக்கிறது. தாமிரபரணி நதிக்கரையின் முகத்துவார நகரான கொற்கையில் இருந்து சில கிமீ தொலைவில் உள்ளது ஆதிச்சநல்லூர். தாமிரபரணி நதிக்கரையில் இருப்பதால், இதை பொருணை பண்பாடு என்று பெயரிட்டு அழைக்கிறார்கள் அறிஞர்கள். 2010ம் ஆண்டு வெளியிடப்பட்ட இந்தியன் ஜர்னல் ஆஃப் சயின்ஸ் இதழில், கனிமச் சுரங்கங்களும், தொழிற்சாலைகளும் நிறைந்த நகரமாக ஆதிச்சநல்லூர் இருந்திருக்கிறது என்று குறிப்பிடப் பட்டிருக்கிறது. இங்கிருந்து எடுக்கப்பட்ட முதுமக்கள் தாழியில் கிடைத்த செப்புப் பொருள்களைக் கொண்டு அதன் காலம் பொஆமு 1500 ஆக இருக்கலாம் மற்றும், 900 ஆண்டுகள் கூடக் குறைய இருக்கலாம் என்றும் கணிக்கிறார் மணிப்பூர் பல்கலைக்கழகத்தின் ராஜ் கிஷோர் கார்தியா. சிந்து சமவெளி நாகரிகம் போல இங்கு மட்டுமே வெண்கலத்தைக் கடினப்படுத்த ஆர்சனிக் கனிமம் பயன்படுத்தப்பட்டுள்ளது.

1876ம் ஆண்டு இங்கு முதன்முதலில் காலடி பதித்தவர் ஜெர்மனியைச் சேர்ந்த ஆன்ட்ரூ ஜாகர். இங்கே எலும்புகள், வெண்கலம் மற்றும்

செப்புப் பொருள்களை அவர் அகழ்ந்ததாகவும் இங்கிருந்து பெர்லின் நகருக்கு கிட்டத்தட்ட 10,000 பொருள்களை அள்ளிச் சென்றதாகவும் சொல்லப்படுகிறது. அதன் பின் அலெக்சாண்டர் ரீ, லாபிக், ஹெண்டர்சன் போன்றோர் இங்கே ஆய்வுகளை மேற்கொண்டுள்ளனர். 1899ம் ஆண்டு நடைபெற்ற ஆய்வில் ரியா செப்பு மற்றும் பொன் பொருள்கள், இரும்பு ஆயுதங்கள் ஆகியவற்றைக் கண்டுபிடித்திருக் கிறார். அவரது ஆய்வில் கிடைத்த பொருள்களில் பல சென்னை அருங்காட்சியகத்தில் வைக்கப்பட்டுள்ளன.

2004-2005-ம் ஆண்டு டி.சத்யமூர்த்தி தலைமையில் நடைபெற்ற தொல்லியல்துறையின் அகழாய்வுகள் முக்கியத்துவம் வாய்ந்தவை. இங்கே கிடைத்திருக்கும் இரும்பு மற்றும் எஃகுப் பொருள்கள், உருக்காலையின் கரி போன்றவை இந்த மக்கள் இரும்பை மிக அழகாகப் பயன்படுத்தியவர்கள் என்று தெளிவாக்குகிறது. 1888 முதல் 1905 வரை இங்கு கிடைத்த பொருள்களை கார்பன் டேட்டிங் முறைப்படி கணக்கிட்ட டாடா ஆய்வு மையம், இவற்றின் காலம் பொஆமு 905 முதல் பொஆ 775 வரை இருக்கலாம் என்று அறிவித்திருக்கிறது. பல்லவர் கால நாணயங்களில் உள்ளதைப் போல, ஆதிச்சநல்லூர் பொருள்களில் தகரத்தின் அளவு 20% ஆக உள்ளது. இதன்மூலம் கனிம வளத்தைப் பயன்படுத்துவதில் இவர்கள் வல்லவர்களாக இருந்திருக்கிறார்கள் என்பது தெளிவாகிறது.

நீள்கூம்பு வடிவிலான இந்த முதுமக்கள் தாழிகளில் தங்கம், செப்பு, வெண்கலப்பொருள்கள், அரிசி, நெல், துணித் துண்டுகள், இரும்பு ஆயுதங்கள் ஆகியவை கிடைத்துள்ளன. யார் இந்த ஆதிச்சநல்லூர் மக்கள்? ஒரு குறிப்பிட்ட இனமாக இல்லாது, பல இனத்தைச் சார்ந்த மக்களின் எலும்புக்கூடுகள் இங்கே கிடைத்தன என்பது ஆச்சரியத்தைத் தருகிறது. இந்த மண்டை ஓடுகளை முதலில் ஆராய்ந்த லாபிக், இவர்கள் நீக்ராய்டுகள் என்ற முடிவுக்கு வந்தார். அதற்குப்பின் வந்த சக்கர்மேன், மண்டையோடுகளை ஆராய்ந்து, ஒன்று ஆஸ்திரேலிய இனமான ஆஸ்திரலாய்டு வகையைச் சேர்ந்தது என்றும், மற்றொன்று ஆப்பிரிக்க இனத்தின் முன்னோடியாகக் கருதப்படும் ஐரோப்பிய கருப்பு நிற கிரிமால்டி இனத்தைச் சேர்ந்தது என்றும் அறிவித்தார்.

பி. ராகவன் என்னும் அறிஞர், இவை வெவ்வேறு இன வகையைச் சேர்ந்தவையாக இருக்கக் காரணம் ஆதிச்சநல்லூர் அருகில் உள்ள கொற்கை என்று கூறுகிறார். இங்கிருந்து சில கிமீ தொலைவில் தற்போது உள்ள கடல், அப்போது ஆதிச்சநல்லூர் வரை விரிந்திருக் கலாம் என்றும் இங்கே அடக்கம் செய்யப்பட்டவர்கள் பெரும்பாலும்

கடல் சார் வாணிபம் செய்தவர்களோ, அல்லது கப்பல்களில் பணியாற்றும் மாலுமிகளாகவோ இருந்திருக்கலாம் என்றும் கூறுகிறார். 170 எலும்புக்கூடுகள் மற்றும் மண்டையோடுகளை ஆராய்ந்த வரையில், அவற்றில் காகசாய்டு 35%, மங்கோலாய்டு 30%, நீக்ராய்டு 15%, ஆஸ்திரலாய்டு 5%, திராவிடர் 8% மற்றும் கலப்பினம் 8% என்று கலவையாக இருந்தன என்று குறிப்பிடுகிறார். இதனால் ஆதிச்சநல்லூர் ஒரு வேளை கடற்கரை நகரமாக, ஒரு துறைமுகமாக இருந்திருக்கலாம் என்றும் அவர் கூறுகிறார்.

இதில் மக்கள் வாழ்ந்த பகுதி கோட்டைக்குள் இருந்திருக்கிறது. கோட்டையின் மதிற்சுவர் இன்றும் தெளிவாகத் தெரிவதாக ஆய்வாளர்கள் கூறுகின்றனர். குடியிருப்புப் பகுதி தனியாகவும், தொழிற்சாலைப் பகுதி தனியாகவும் இருந்திருக்கிறது. சிவப்பு மண் கொண்ட தரையில் சாணம் பூசி பயன்படுத்தியிருக்கிறார்கள் இந்த மக்கள். இங்கே கிடைத்த மட்பாண்டங்கள் பெரும்பாலும் இன்னும் பயன்பாட்டில் இருக்கும் போணி, சட்டி, சுரக்காய் லோட்டா, கலயம், குடுவை, உருளி, குண்டா, சொம்பு, கிண்ணம், போன்றவை. அம்மிக்கல் போல நான்கு கால்களைக் கொண்ட அரவையும், குழவிகளும் கிடைத்திருக்கின்றன.

இரும்பிலான கத்தி, வேல்கம்பு முனை, 8 கைகள் கொண்ட கொக்கி, அரிவாள், மண்வெட்டி போன்றவை கிடைத்துள்ளன. தங்க நகைகள் பெரிதாக இல்லை எனினும், இறந்தவர்களின் தலையில் கட்டும் மெல்லிய பட்டங்கள் கிடைத்துள்ளன. வெண்கலத்தில் அழகிய வேலைப்பாட்டுடன் அமைந்த ஜாடிகள், விளக்குகள், கிண்ணங்கள் போன்றவற்றுடன் சேவல், ஆடு, எருமை, புலி, நாய், சிறுத்தை போன்ற விலங்குகளின் உருவங்களும் உள்ளன. இவை போக வெண்கலத்தில் சலங்கை மணிகள், செம்பு மோதிரங்கள், செம்பு கை வளைகள் போன்றவையும் கிடைத்துள்ளன. அரிசி, நெல், சாமை போன்றவற்றை இறந்தவர்களுடன் சேர்த்து தாழிகளில் புதைக்கும் வழக்கமும் இருந்திருக்கிறது. தாய் தெய்வ வழிபாடு இருந்திருக்கலாம் என்பதை இங்கு கிடைத்திருக்கும் ஆதி தாய் செப்புப் படிமம் சொல்கிறது. வேளாண்மை, போர்த்தொழில், கொல்லர்கள், கப்பல் தொழில் என்று பல தொழிலில் தேர்ந்த ஒரு பண்பட்ட நாகரிகமாக இருந்திருக்கிறது பொருணை பண்பாடு.

ஆறு முதல் ஏழு சென்டிமீட்டர் நீளமுள்ள சற்றே கரடுமுரடான வெண்கலச் சிலை ஆதிச்சநல்லூர் தாய் தெய்வம். பண்டைய நாகரிகங்களில் விசிறிக்கல், வீனஸ் வழிபாடு போன்றவையின் நீட்சி இந்த வெண்கல தாய் தெய்வ சிலை. பருத்த தொடைகளும், மார்பும்,

பெருவயிறும், அகண்ட இடையுமாக இருக்கிறாள் தாய் தெய்வம். இந்தச் சிற்பத்தின் காதுகள் நீளமாக வளர்க்கப் பட்டு, அவற்றில் கூம்பு போன்ற காதணிகள் உள்ளன. கழுத்தில் அழுத்தமான கழுத்தணி ஒன்றும், இடுப்பில் ஒட்டியாணத்தை ஒத்த அணி ஒன்றும் உள்ளன. அணிகலன்களுக்கு இந்த மக்கள் அதிக முக்கியத்துவம் கொடுத்திருக்கிறார்கள். தமிழகத்தின் சில பகுதிகளில் இன்றும் வெண்கலப்பிள்ளை என்ற பெயரில் இது போன்ற சிற்பங்கள் வைத்து சீர் சடங்குகள் வைக்கும் வழக்கம் இருக்கிறது.

ஆதிச்சநல்லூர்
தாய்த் தெய்வம்

சங்க இலக்கியங்களில் 'மோடு' என்ற சொல் பயன்படுத்தப்படுகிறது. பெரும் பாணாற்றுப்படையில் பயன்படுத்தப்படும் மோடு என்ற சொல்லுக்கு 'எல்லோரையும் பெற்ற வயிறு' என்று விளக்கம் தருகிறார் நச்சினார்க்கினியார். அதேபோல 'பெருமோட்டுக்காடு கிழாள்' என்றும், 'பெருமோட்டாள்' என்றும் தாய்த் தெய்வத்தின் பருத்த வயிறு பற்றிக் குறிப்பிடப்படுகிறது. பிற்காலத்தில் இதே மோடு, மோடி என்ற சொல் காளிக்கு ஆகிவருவதைக் காண்கிறோம். இதன் பின் வரும் கொற்றவை வழிபாடு, கொல்லி வழிபாடு, மாரியம்மன், பிடாரி என்று அத்தனை பெண் தெய்வங்களும் தாய்த் தெய்வ வழிபாட்டின் வளர்ச்சியே என்று கருதுகிறார்கள் அறிஞர்கள். எத்தனை ஆயிரம் ஆண்டுகள் போனாலும், பெண்ணை வணங்குவதும், அவள் தரும் பிறப்பு என்னும் அரிய கொடையைக் கொண்டாடவும் மனித இனம் தயங்குவது இல்லை.

5

ஆதிச்சநல்லூர்-வளமைப்பெண்

நாகரிகம், நாகரிகம் என்று சொல்லிக்கொண்டே போகிறோமே? அப்படி என்றால் என்ன? நகரங்களைக் கட்டமைத்து, பணி நிமித்தம் சமூக அடுக்குகளைக் கொண்ட, திறம்பட சிந்தனைகளை எழுத்து/பிற வடிவில் வடிக்கத் தெரிந்த, இயற்கையைத் தனக்கென பண்படுத்தத் தெரிந்த செம்மையான சமூகத்தை நாகரிகம் என்று சொல்கிறோம். பெரும்பாலும் பண்டைய நாகரிகங்கள் அந்த மக்கள் உணவுக்கென பயிரிட அறிந்துகொண்ட காரணத்தால் நீர்நிலைகளின் அருகிலேயே அமைந்தன. உலகின் பழம் நாகரிகங்கள் அனைத்தும் இப்படி நதிக்கரைகளில் பிறந்தவையே.

ஆறுக்கும் மனிதனுக்குமான தொடர்பு மிக நுணுக்கமானது. உலகின் பழம் நாகரிகங்களில் வேளாண்மை கைவரப்பெற்றவர்கள் எகிப்தியர்கள். ஆப்பிரிக்கக் கண்டத்தின் வடகோடியில் வாழ்ந்த பண்டைய எகிப்திய நாகரிகத்தைச் சேர்ந்த மக்கள் நைல் ஆற்று நீரைப் பாசனத்துக்கு எடுத்துக் கொள்ள பெரிதும் மெனக்கிடவில்லை. ஒவ்வொரு ஆண்டும் ஆகஸ்டு மற்றும் செப்டெம்பர் மாதங்களில் சொல்லி வைத்தாற்போல, கடும் மழை காரணமாக நைல் நதியில் வெள்ளம் வருவதுண்டு. அப்படி வரும் வெள்ளத்தால் சேறும் சகதியும் ஆற்றை ஒட்டிய வயல்வெளிகளில் சேர்ந்து மண்ணை வளமாக்க, அக்டோபர் மாதமே விதைப்பைத் தொடங்கிவிடுவார்கள். ஆண்டுக்கு ஒரு முறை வரும் வெள்ளத்தை சரியாகக் கணித்து, விதைத்து, அறுவடை செய்து கொண்டார்கள். கூடுதலாக அதிகப்படியான வெள்ள நீரை வடிகால் மூலம் நகரங்களுக்குள் திருப்பிவிட்டு,

மாட்டாக்: (ஒரு
வித மண்வெட்டி)

பிக்காசைப் போன்ற தோண்ட உதவும் கருவி. மேற்புறம் உள்ள கடினமான மண்ணை உடைத்து, ஆழமாகத் தோண்ட உதவுகிறது. இதன் கைப்பிடியில் கூர்மையான வெட்டும் பாகம் செங்குத்தாகப் பொருத்தப் பட்டிருக்கிறது. வெட்டும் பகுதி உளியைப் போன்ற அமைப்பைக் கொண்டிருக்கிறது.

தோட்டங்களும், தொங்கு தோட்டங்களுமாக சோலைகளாக மாற்றிக்கொண்டார்கள்.

விவசாயத்தை நாங்கள்தான் முதலில் கையில் எடுத்தோம் என்று எகிப்தியர்கள் மார்தட்டிக்கொள்ள எப்படி முடிகிறது? அதற்கான ஆதாரம் என்ன என்ற கேள்வி உங்கள் மனதில் எழுகிறதா? பொஆமு 3100 காலத்தைச் சார்ந்தது என்று சொல்லக்கூடிய ஒரு பொருள் அவர்கள் விவசாயத்தில் முன்னோடிகள் என்பதை சந்தேகத்துக்கு இடமின்றி நிரூபிக்கிறது. 'தி மம்மி ரிட்டர்ன்ஸ்' படத்தை நாம் பார்த்திருக்கிறோம் இல்லையா? அதில் வரும் 'ஸ்கார்ப்பியன் கிங்' கதாபாத்திரம் நினைவிருக்கிறதா? பாதி மனித வடிவமும் மீதி தேள் வடிவமும் கொண்ட அந்தக் கதாபாத்திரம், எகிப்தை ஆண்ட ஸ்கார்ப்பியன் கிங் என்ற மன்னனின் பெயர் மற்றும் அவனது சின்னத்தைக் குறிக்கும் தேளை அடியொட்டி படைக்கப்பட்டது! எகிப்தை ஆண்ட நார்மர் என்ற மன்னனாகவும் ஸ்கார்ப்பியன் கிங் இருக்கலாம் என்று கூறும் அறிஞர்கள் உள்ளனர். ஆனால் பெரும் பான்மையான ஆய்வாளர்கள் இரண்டாவது ஸ்கார்ப்பியன் கிங் என்றே இவரை அழைக்கின்றனர்.

இந்த ஸ்கார்ப்பியன் கிங்குக்கும் விவசாயத்துக்கும் என்ன சம்பந்தம்? ஆற்றுத் தண்ணீரை மடைமாற்றி அதைக் கொண்டு வேளாண்மை செய்தவர்கள் பண்பட்ட நாகரிகத்தைச் சேர்ந்தவர்கள் என்று படித்தோம் இல்லையா? இந்த ஸ்கார்ப்பியன் கிங்கின் சிற்பம் அவர் பயன்படுத்தியதாக நம்பப்படும் தண்டாயுதத்தில்

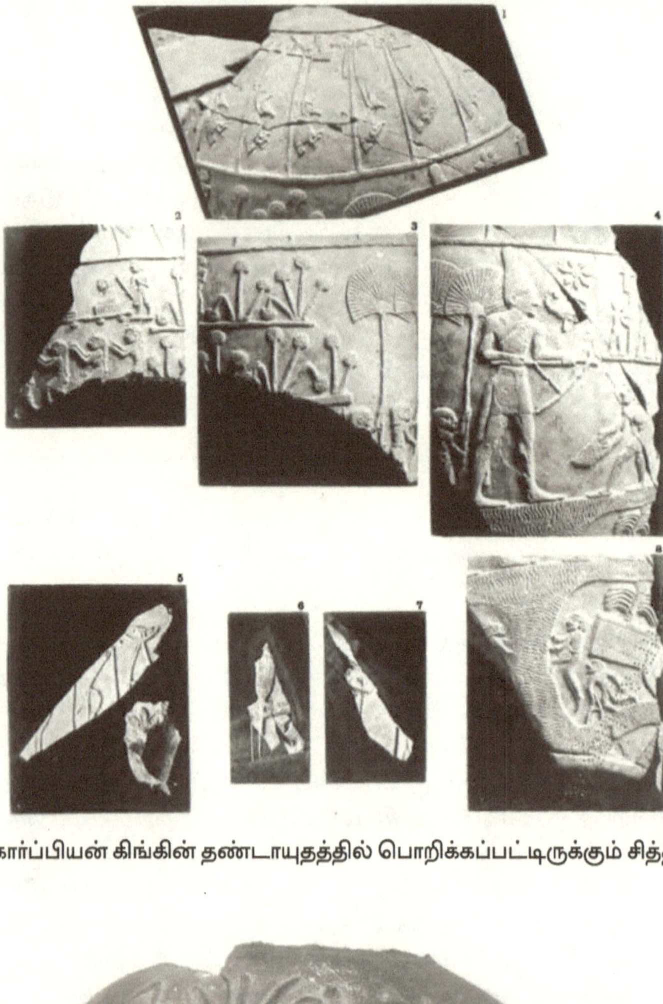

ஸ்கார்ப்பியன் கிங்கின் தண்டாயுதத்தில் பொறிக்கப்பட்டிருக்கும் சித்திரம்

ஆதிச்சநல்லூர் மண் பாண்டத்தில் வளமையைக் குறிக்கும் சித்திரம்

வடிக்கப்பட்டுள்ளது. 1897-1898ல் எகிப்தின் ஹைரகான்போலிஸ் நகரில் உள்ள ஹோரஸ் கடவுளின் கோயிலில் கண்டெடுக்கப்பட்டது இந்த தண்டாயுதம். சுண்ணாம்புக்கல்லால் செய்யப்பட்ட தண்டாயுதத்தின் ஒரு புறம், கால்வாய் ஒன்றின் கரையில் வெட்டத் தயாரான நிலையிலுள்ள மண்வெட்டியைக் கைகளில் ஏந்தி நிற்கிறார் ஸ்கார்ப்பியன் கிங். அவரது சின்னமான ஸ்கார்ப்பியன் அவரது முகத்தின் பக்கவாட்டில் பொறிக்கப்பட்டுள்ளது.

அவருக்கு எதிரே கையில் கூடையுடன் பணியாள் ஒருவன் நிற்கிறான். மன்னர் வெட்டிப்போடும் மண்ணை அள்ளிச் செல்லத் தயாராக அவன் நிற்பது புலனாகிறது. பின்னணியில் பல ஆண்கள் கால்வாய்க் கரையில் வேலை செய்தபடி நிற்கிறார்கள். மன்னனுக்குப் பின்புறம் சில செடிகளும், அவற்றின் முன் கைகள் தட்டியபடி சில பெண்களும் நிற்கிறார்கள். கால்வாயை முதல் குடிமகனான மன்னன் தன் கைப்பட விவசாயத்துக்குத் திறந்துவிடும் சடங்கை இந்தச் சிற்பத் தொகுதி குறிப்பதாக அறிஞர்கள் கருதுகிறார்கள். அப்படியென்றால், 5000 ஆண்டுகளுக்கு முன்னர் கால்வாயில் தண்ணீர் வெட்டிவிட்டு எகிப்தியர்கள் விவசாயம் செய்திருக்கிறார்கள் என்பது புலனாகிறது. ஆக்ஸ்ஃபோர்ட் நகரின் அஷ்மோலியன் அருங்காட்சியகத்தில் இருக்கிறது இந்த தண்டாயுதம்.

எகிப்தியர்கள் 5000 ஆண்டுகளுக்கு முன்பே கால்வாய் வெட்டி விவசாயம் செய்திருக்கிறார்கள். தமிழகத்தில் வாழ்ந்த நம் முன்னோர்கள் எப்போது வேளாண்மை செய்யத் தொடங்கினார்கள்? இரண்டு விடைகள் உள்ளன. கல்லிலே கலைவண்ணம் கண்டிருக்கிறோம். பானை ஓட்டிலே கண்டிருக்கிறோமா? சென்னை தூய ஜார்ஜ் கோட்டையின் தொல்லியல் துறை அருங்காட்சியகத்தின் இரண்டாவது மாடியில் நீல நிற வெல்வெட் துணியில் கண்ணாடிப்பேழைக்குள் இருக்கிறது அந்தப் பானை ஓட்டுச் சித்திரம். உடைந்த ஓட்டின் பகுதி மட்டுமே எஞ்சி இருக்கிறது, நம் தொன்மையைப் போல. அதில் இடதுபுறம் சற்றே சாய்ந்திருக்கும் முற்றிய நெற்கதிர்கள், அதில் ஒன்றின் மேல் அமர்ந்திருக்கும் கொக்கு, அதன் வாயில் மீன் ஒன்று!

கதிர்களின் இடதுபுறம் இடுங்கிய இடையும், பருத்த மார்பும் கொண்ட முட்டிவரை கீழாடை அணிந்த பெண் உருவம் ஒன்று; அதன் இடதுபுறம் நீள் கொம்புகளுடன் புல்வாய் ஒன்றும், அதன் காலைப் பற்றியபடி முதலை ஒன்றும் காட்சிப்படுத்தப்பட்டுள்ளன. இந்தப் பெண் உருவத்தை, அதன் வடிவமைப்பைக் கொண்டு தாய் தெய்வம் என்றே கருதுகின்றனர் அறிஞர்கள். பெரும்பான்மையான

தாய் தெய்வங்கள் பருத்த வயிறும், சிறுத்த இடையும், கொழுத்த மார்புகளும் கொண்டவையாக சித்தரிக்கப்படுவதால், இந்தப் பெண்ணை தாய் தெய்வம் எனவும் கொள்ளலாம். ஆனால், மெல்லிய உருவம் கொண்ட பெண் என்பதால், சிந்துச் சமவெளியின் 'ஆடல் பெண்' எனவும் கொள்ளலாம். அல்லது வேளார் குடிப்பெண் எனவும் கொள்ளலாம். ஆண்களுக்கு நிகராகப் பெண்களும் வேளாண்மையில் பங்கெடுத்தனர் என்கிறது சங்க நூலான மதுரைக்காஞ்சி.

குறிஞ்சி நிலத்தில் மகளிர் பகற்பொழுதில் பரண்மீதமர்ந்து கிளிகடி கருவிகளைக் கொண்டு பறவைகளை ஓட்டிக் காவல் காத்தமை பற்றி மதுரைக் காஞ்சி கீழ்க்கண்டவாறு குறிப்பிடுகிறது.

நெற்கொணெடு வெதிர்க்கணந்தயானை
முத்தார் மருப்பினிறங்குகை கடுப்பத்
துய்த்தலை வாங்கிய புனிறு தீர் பெருங்குரல்
நற்கோட் சிறுதினைப் படுபுள்ளோப்பி
எற்பட வருதியரென நீ விடுத்தலிற்
கலிகெழு மரமிசைச் சேணோன் இழைத்த
புலியஞ்சிதண மேறி யவண
சாரற் சூரற் றகைபெற வலந்த
தழலுந் தட்டையுங் குளிரும் பிறவும்
கிளிகடி மரபினூழூழ் வாங்கி
யுரவுக் கதிர் தெறூஉம்

ஆதிச்சநல்லூர் அகழாய்வில் கண்டெடுக்கப்பட்ட மண் பாண்டத்துடன் கண்டெடுக்கப்பட்ட பாண்டங்களின் காலம் பொஆமு 1000 முதல் பொஆ 775 வரை என்று தெர்மோ லூமினசன்ஸ் மற்றும் ஆப்டிகலி சிமுலேட்டட் லூமினசன்ஸ் டேட்டிங் முறைப்படி கண்டறியப் பட்டது. (ராஜ் கிஷோர் கார்தியா, மணிப்பூர் பல்கலைக்கழகம்).

ஆக வேளாண்மை, செழுமை குறித்த இந்தப் பானை ஓட்டுச் சித்திரம் எகிப்திய நாகரிகத்தின் மன்னன் ஸ்கார்ப்பியன் கிங் சித்திரத்தை ஒத்திருக்கிறது. அவர்கள் சுண்ணாம்புக் கல்லில் வடித்த கதையை தமிழகக் குயவன் பானையில் செய்துவிட்டான். என்ன, இரண்டுக்கும் 2000 ஆண்டுகள் வேறுபாடு இருக்கிறது. எந்தெந்த முறைகளில் இப்படி காலத்தை அகழ்வாராய்ச்சியில் கணக்கிடுகிறார்கள்? எந்தப் பொருளுக்கு என்ன முறை பின்பற்றப்படுகிறது என்று அறிந்து கொள்வது இதனால் அவசியமாகிறது. உள்கட்டமைப்பு வசதிகள் இல்லை என்பதைக் காரணம் காட்டித்தான், சி-14 எனப்படும் கார்பன் டேட்டிங் பணியை அமெரிக்காவில் உள்ள நிறுவனங்களுக்கு மற்றும் பல்கலைக்கழகங்களுக்கு இந்திய மற்றும் தமிழக தொல்லியல்

துறைகள் அனுப்புகின்றன. உயர்நீதிமன்றமும் நெல்லையை அடுத்த ஆதிச்சநல்லூர் அகழாய்வு வழக்கில், ஃபுளோரிடாவில் உள்ள பீட்டா அனலிட்டிக் டெஸ்டிங் லேபுக்கு நம் சாம்பிள்களை அனுப்பி ஆராயச் சொன்னது.

அவ்வாறு ஆராய்ந்த பின்புதான், அதில் உள்ள ஒரு மட்பாண்டத்தின் காலம் பொஆமு 905-806 என்று கணிக்கப்பட்டிருக்கிறது. இதன்மூலம் தமிழகத்தில் இதுவரை அகழ்ந்ததிலேயே மிகவும் தொன்மை வாய்ந்த இடம் ஆதிச்சநல்லூர் என்பது தெளிவாகி இருக்கிறது. ஆனால், நாம் குறிப்பிட்டுள்ள சித்திர வேலைப்பாடு கொண்ட பானை ஓட்டுப் பகுதி இதுவரை காலம் கணிக்கும் எந்த ஆய்வுக்கும் உட்படுத்தப்படவில்லை. அப்படி என்றால் எந்தெந்தப் பொருள்களை நாம் எத்தகைய ஆய்வுக்கு உட்படுத்தமுடியும்?

அகழாய்வில் கிடைக்கும் பொருள்களைப் பெரும்பாலும் நேரடி காலக்கணிப்பு (அப்சொலியூட் டேட்டிங்) மற்றும் மறைமுகக் காலக்கணிப்பு (இன்டைரக்ட் டேட்டிங்) என இரண்டு வகைப் படுத்தலாம். மறைமுகக் கணிப்பில் காலத்தை குத்துமதிப்பாகத்தான் சொல்லமுடியுமே தவிர, சரியாகக் கணிக்க இயலாது. மறைமுகக் கணிப்பில் இரு வேறு முறைகள் கடைபிடிக்கப்படுகின்றன. ஸ்ட்ராட்டிகிராஃபி மற்றும் டைப்பாலஜி. எந்த இடையூறும் இல்லாமல் முதன்முதலாக ஒரு பகுதி அகழப்படும்போது, ஒருவேளை மேல் பகுதியின் காலமும், அடிப்பகுதியின் காலமும் கணிக்கப்பட்டால், இடைப்பட்ட பகுதியில் கிடைக்கும் பொருள் களின் காலம் அவை இரண்டுக்கும் இடையே அமைந்திருக்கும் என்று கருதலாம். இது ஸ்டிராட்டிகிராஃபி. கிடைக்கும் பொருள்கள் அதே போன்ற வேறு இடங்களிலோ, தற்போது அகழப்பட்ட இடத்துக்கு அருகிலோ ஏற்கெனவே கிடைத்த பொருளின் வடிவம், கருப்பொருள், வண்ணம் கொண்டு ஒத்துப்போனால், அதன் காலத்தை ஒத்ததே இதுவும் எனக்கொள்வது டைப்பாலஜி.

நேரடிக் காலக்கணிப்பே பெரும்பாலும் அறிவியல்பூர்வமாக அனைவரும் ஒப்புக்கொள்ளக்கூடிய முறைகளைக் கொண்டது. ரேடியோ கார்பன் டேட்டிங் எனப்படும் சி-14 டேட்டிங், டென்டிரோ குரோனாலஜி, தெர்மோலூமினசன்ஸ் போன்றவை இதில் அடங்கும். துல்லியத்தன்மை காரணமாக சி-14 டேட்டிங் முறையே இன்று பெரிதும் பின்பற்றப்படுகிறது. இறந்துபோகும் எந்த உடலிலும் இயல்பாகவே இருக்கும் கார்பன்-14 என்ற கதிரியக்க அணு, கொஞ்சம் கொஞ்சமாகக் கரையத் தொடங்கும். 5730 ஆண்டுகளுக்குப் பின் சி-14 அணுவின் எண்ணிக்கை அப்படியே சரிபாதியாகக்

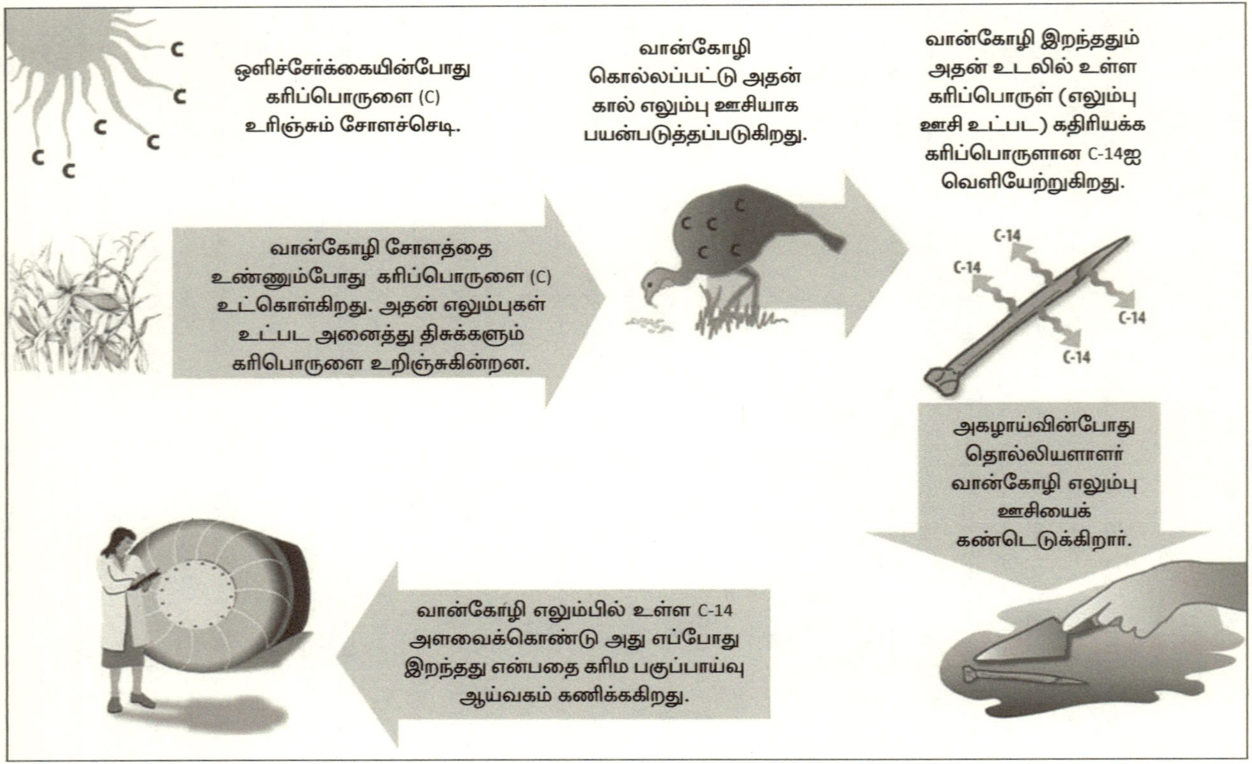

கார்பன் டேட்டிங் விளக்கம்

குறைந்துபோகிறது. இதை அளவீடாகக் கொண்டு, கிடைத்திருக்கும் பொருளின் காலம் அதில் எஞ்சியிருக்கும் சி-14 அணுவைக்கொண்டு கணிக்கப்படுகிறது. 1940களில் இந்த முறையைக் கண்டுபிடித்த வில்லார்ட் லிப்பி, இதற்கென 1960ஆம் ஆண்டு நோபல் பரிசைப் பெற்றிருக்கிறார். தொல்லியலைப் பொருத்தவரை மிகவும் முக்கியமான கண்டுபிடிப்பு இது. கரிமப் பொருள்கள் (நெற்பயிர், சாமை போன்ற தானியங்கள்), எலும்புகள், சிப்பிகள் போன்றவற்றை இந்த முறைக்கு உட்படுத்தி எளிதாகக் காலத்தைக் கணிக்கலாம்.

டென்டிரோகுரோனாலஜி முறையில், மரங்களின் அடிமரத்தில் இயற்கையாக ஏற்படும் வளர்ச்சி வட்டங்களை ஆராய்ந்து, அதன் மூலம் அகழாய்வில் கிடைக்கும் மரப்பொருள்களின் காலத்தைக் கணிக்கமுடியும். தெர்மோலூமினசன்ஸ் முறையின்படி, பெரும் பாலும் சுடுமண் பாண்டங்களின் காலம் கண்டறியப்படுகிறது. மண் பாண்டங்களில் இருக்கும் குவார்ட்ஸ் மற்றும் ஃபெல்ட்ஸ்பார் போன்ற படிகக்கற்கள் நிலையற்ற தன்மை கொண்டவை. மண் பாண்டங்களைச் செய்து முதல் முறையாக நெருப்பில் சுடும்போது, அவற்றில் உள்ள படிகக்கற்களின் வேதிய அமைப்பு மாறி, அவற்றில் இயற்கையாகவே அமைந்த கிரிஸ்டல் வடிவ பாக்கெட்டுகள் காலியாகி விடுகின்றன. இதை மீண்டும் நெருப்பில் சுடும்போது 'தெர்மோலூமினசன்ஸ்' தொடங்குகிறது.

சுடப்படும் பொருள் அது கிரகித்துக் கொண்ட கதிரியக்கத்துக்கு ஈடாக மெல்லிய வெளிச்சத்தைத் தருகிறது. இந்த வெளிச்சத்தைக் கணக்கிட்டு காலம் கணிக்கப்படுகிறது. பொருளின் காலம் பின்னோக்கிச் செல்லச் செல்ல இந்த லூமினசன்ஸ் முறையில் குளறுபடிகள் தோன்றுவதை அறிஞர்கள் ஒப்புக்கொள்கின்றனர். மேலும், ஒரு மண் பாண்டத்தின் காலத்தைக் கண்டறிய, கிட்டத்தட்ட 75 துண்டுகளை எரித்து, வீணாக்கித்தான் கணிக்க முடிகிறது

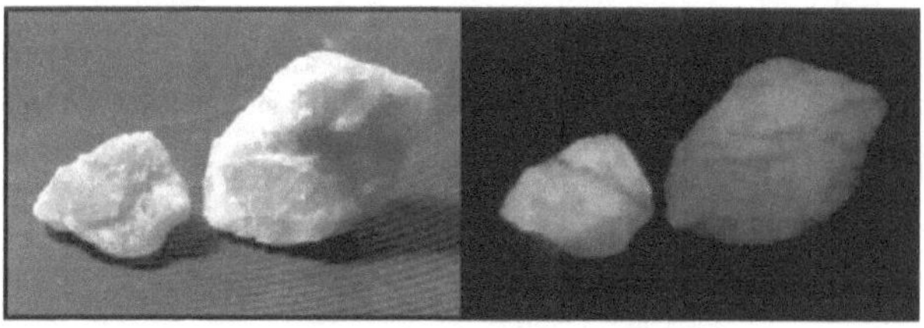

தெர்மோலூமினசன்ஸ் டேட்டிங் முறையில்
மெல்லிய ஒளி பாய்ச்சும் படிமக்கல்

என்பதால், இருக்கும் சொற்ப அகழ்வுப் பொருள்களை இழக்க யாரும் விரும்புவதும் இல்லை. எனவே அதிகபட்சமாக சி-14 முறையே இந்தியா மற்றும் உலகின் பிற நாடுகளில் காலத்தைக் கணிக்க பயன்படுத்தப்படுகிறது.

இந்தியாவில் டாடா இன்ஸ்டிட்யூட் ஆஃப் ஃபண்டமென்டல் ரிசர்ச், அகமதாபாத்தில் உள்ள ஃபிசிக்கல் ரிசர்ச் லேப், லக்னோ நகரில் உள்ள பீர்பல் சாஹ்னி பாலியோபாட்டனி இன்ஸ்டிட்யூட் போன்ற தனியார் நிறுவனங்களில் கார்பன் டேட்டிங் ஆய்வுகள் மேற்கொள்ளப் படுகின்றன. ஒவ்வொரு சாம்பிளுக்கும் இதற்கென ஆகும் செலவு கிட்டத்தட்ட 50 முதல் 60 ஆயிரம் ரூபாய். இந்தியாவின் ஒட்டுமொத்த அகழாய்வைச் செய்யும் தொல்லியல் துறைக்குச் சொந்தமாக கார்பன் டேட்டிங் செய்யக்கூடிய லேப் இன்றுவரை எதுவும் இல்லை என்பது அதிர்ச்சி தகவல்தான்.

2014ஆம் ஆண்டு குஜராத்தின் காந்திநகர் ஐஐடியில் தொல்லியல் துறை வழிகாட்டல் மற்றும் நிதியுதவியுடன் ஒரு கார்பன் டேட்டிங் ஆய்வுக்கூடம் அமைக்கப்படும் என்று பிரமாத அறிவிப்புகள் வந்தன. ஆனால் அதன் பின் திட்டம் என்னானது என்று தெரியவில்லை. இதன் காரணமாகவே இன்றும் உயர் நீதிமன்றம் உள்பட நம் அமைப்புகள் கார்பன் டேட்டிங்கா, அனுப்பு அமெரிக்காவுக்கு என்ற ரீதியில் செயல் படுகின்றன. சட்டியில் இருந்தால் தானே அகப்பையில் வருவதற்கு?

6

ஆதிச்சநல்லூர் - கண்ணாடி

இஸ்ரேலின் ஹைஃபா நகருக்குத் தெற்கே கடற்கரையை ஒட்டிய சிறு கிராமம் அத்லித். 1870ஆம் ஆண்டு இந்தக் கிராமத்தில் ஒன்பதே வீடுகளில் 33 ஆண்கள் வசித்ததாகச் சொல்கிறது கணக்கெடுப்பு ஒன்று. ஆங்கிலேயர் வசம் இந்தக் கிராமம் வந்த 1920களில் இங்கே உப்புக் காய்ச்சும் தொழில் மேற்கொள்ளப்பட, மக்கள் குடியேறத் தொடங்கினார்கள். 1930ஆம் ஆண்டு சி.என். ஜான்ஸ் என்ற அகழாய்வாளர் அத்லித்தில் காலடி பதிக்கும்போது அங்கே 413 இஸ்லாமியரும், 496 யூதர்களும், 39 கிறிஸ்துவர்களும் இருந்தார்கள்.

அத்லித் கிராமத்தில் சில தொல் எச்சங்கள் இருப்பதாகக் கேள்வியுற்றிருந்த ஜான்ஸ் மேடான இடங்களை அடையாளம் கண்டுகொண்டார். கிராமத்தின் தென் கிழக்குப் பகுதியில் இருந்த ஈமச் சின்னங்களை உறுதிப்படுத்திக்கொண்டார். உப்பளங்கள் நிறைந்திருந்தது இந்தப் பகுதி.

அத்லித்தில் அகழாய்வுகளைத் தொடங்கினார் ஜான்ஸ். பொஆமு 8 முதல் 6ஆம் நூற்றாண்டைச் சேர்ந்த இரண்டு கல்லறைகளில் ஆய்வுகள் செய்தார். 2000 ஆண்டுகளுக்கு முன்னர் அந்தப் பகுதியில் வாழ்ந்ததாகச் சொல்லப்பட்ட பண்டைய பினீசியர்களின் நாகரிகத்தின் எச்சமாக இந்தக் கல்லறைகள் இருக்கவேண்டும் என்று கருதினார் ஜான்ஸ். அவரது ஊகம் சரியே. எகிப்தியர், பாரசீகர்கள், கிரேக்கர், அசிரியர், பினீசியர் என்று பல்வேறு இனக்குழுக்களிடம் பயன் பாட்டில் இருந்த பொருள்கள் இங்கிருந்து அகழப்பட்டன.

காண்டூர் காஜ் எனப்படும் உருவக்கடிகைகள் பெரும்பாலும் மண் பாண்டங்கள், ஓடுகள் போன்றவற்றை அளவிட பயன்படுத்தப்படுகின்றன. அதனால் இவற்றை 'பாட்டரி காஜ்' என்று அழைக்கும் வழக்கமும் உண்டு. பிளாஸ்டிக் அல்லது இரும்பு பின்கள் சட்டம் ஒன்றுடன் இணைக்கப்பட்டிருக்கும். பானை ஓடுகளின் குறுக்குவெட்டு வடிவை அளக்க, அது போலவே வரைய இந்தக் கடிகை பயன்படுத்தப்படுகிறது.

காண்டூர் காஜ்
(Contour gauge)

இங்கு அடக்கம் செய்யப்பட்ட பெண்கள் ஆடை அணிகலன்கள் மேல் பெரும் காதல் கொண்டவர்களாக இருந்திருக்கவேண்டும். கால்களில் கனமான தண்டை போன்ற அணிகலன், கைகளில் காப்புகள் அணிந்திருந்தார்கள் போலும். முழுமையான எலும்புக் கூடுகள் கிடைக்கவில்லை எனினும், அணிகலன்கள் கிடைத்துள்ளன. மை வைக்கும் வெண்கலப் புட்டிகள் இருந்தன. அவற்றுடன் கண்ணாடி மணிகள் கோத்த கழுத்தணிகளும், காதுகளில் அணியும் செப்பு வளையங்களும் இருந்தன. இந்தப் பெண்கள் கை விரல்களில் இரும்பால் செய்யப்பட்ட மோதிரங்களையும் அணிந்திருந்தனர்.

இவை எல்லாவற்றையும் விட ஆச்சரியமான விஷயம், இந்தப் பெண்களுடன் அவர்கள் பயன்படுத்திய வெண்கலக் கண்ணாடிகள் இருந்தன. கண்ணாடி பயன்படுத்துவதற்கு முந்தைய காலகட்டத்தில் தேய்த்து பளபளப்பாக்கப்பட்ட வெண்கலத் தட்டுகளையே முகம் பார்க்கும் கண்ணாடிகளாகப் பயன்படுத்தி வந்தனர் இந்த அத்லித் மக்கள்.

70 மிமீ முதல் 120 மிமீ அளவு வரை விட்டம் கொண்டிருந்தன இந்தக் கண்ணாடிகள். அவற்றில் சிலவற்றின் மீது ஒரே மையம் கொண்ட வட்டங்கள் சிலவும் பொறிக்கப்பட்டிருந்தன. வட்ட வெண்கலத் தட்டின் ஒரு பக்கத்தில் வெண்கல திருகுகள் கொண்டு வெண்கலத் தண்டு ஒன்று இணைக்கப்பட்டிருந்தது. சுமார் 50 மிமீ நீளம் கொண்ட இந்தத் தண்டின் முனையில் துளையிடப்பட்டு, அதில் கைப்பிடிகள் பொருத்தப்பட்டிருக்கவேண்டும். பெரும்பாலும் மரத்தால் இந்தக்

கைப்பிடிகள் செய்யப்பட்டிருக்கவேண்டும். காலம் மரத்தைக் கரைத்திருக்கும் என்று கருதினார் ஜான்ஸ். யானைத் தந்தம் கொண்டு செய்யப்பட்டிருந்த கைப்பிடி ஒன்று மட்டும் தப்பிப் பிழைத்திருந்தது. அதைக்கொண்டே மிக பளபளப்பான இந்த வெண்கலத் தட்டுகள் முகம் பார்க்கும் கண்ணாடிகளாக இருக்கவேண்டும் என்று முடிவுக்கு வந்தார் ஜான்ஸ்.

கிரேக்கக் கண்ணாடிகள் போலவே இந்தக் கண்ணாடியும் இருந்ததாகக் கருதினார் ஜான்ஸ். கிரேக்கருக்கும், பினீசியருக்கும் கொடுக்கல் வாங்கல் இருந்திருக்கவேண்டும் என்பதை இதன்மூலம் உறுதி செய்தனர் ஆய்வாளர்கள். இந்தக் கண்ணாடிகளை ஈமக் குழிகளில் புதைக்கும் வழக்கம் கிட்டத்தட்ட உலகின் அனைத்துத் தொன்மை நாகரிகங்களிலும் இருந்திருக்கவேண்டும்.

2000 ஆண்டுகளுக்கு முன் பினீசியர்கள் பயன்படுத்திய கண்ணாடி போல தமிழகத்தில் கண்ணாடி பயன்படுத்தப்பட்டதா? இந்தக் கேள்விக்கான விடை சங்க இலக்கியங்கள் தருகின்றன. சங்க இலக்கியமான பரிபாடலில் செவ்வேள் குறித்த 21ஆவது பாடல் 'நிழல் காண் மண்டிலம்' என்று முகம் பார்க்கும் கண்ணாடியைக் குறிக்கிறது. பரிபாடலின் வையைப் பாடல் (12-19) கண்ணாடியைச் சுத்தம் செய்து முகம் பார்க்கும் விதத்தை விளக்குகிறது.

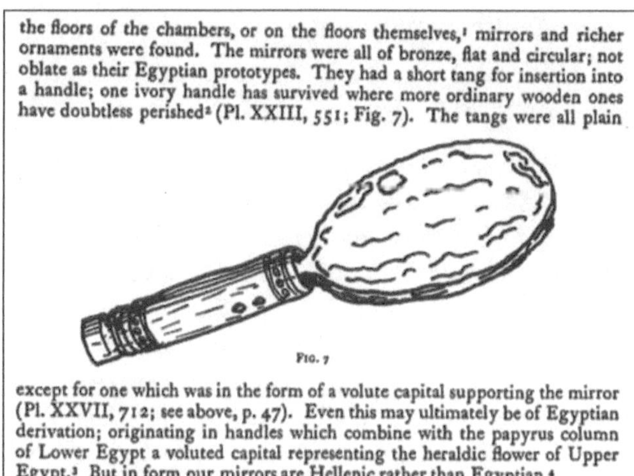
the floors of the chambers, or on the floors themselves,[1] mirrors and richer ornaments were found. The mirrors were all of bronze, flat and circular; not oblate as their Egyptian prototypes. They had a short tang for insertion into a handle; one ivory handle has survived where more ordinary wooden ones have doubtless perished[2] (Pl. XXIII, 551; Fig. 7). The tangs were all plain

Fig. 7

except for one which was in the form of a volute capital supporting the mirror (Pl. XXVII, 712; see above, p. 47). Even this may ultimately be of Egyptian derivation; originating in handles which combine with the papyrus column of Lower Egypt a voluted capital representing the heraldic flower of Upper Egypt.[3] But in form our mirrors are Hellenic rather than Egyptian.[4]

1932ஆம் ஆண்டு சமர்ப்பிக்கப்பட்ட ஜான்ஸின் ஆய்வறிக்கையில் வெண்கலக் கண்ணாடியின் கோட்டோவியமும், விளக்கமும்

'வாச நறு நெய் ஆடி, வான் துகள்
மாசு அறக் கண்ணாடி வயக்கி வண்ணமும்
தேசும் ஒளியும் திகழ நோக்கி'

வையை ஆற்றில் நீராடி முடித்ததும் பெண்கள் ஒப்பனை செய்வதற்கு முன்னர் கண்ணாடியைச் சுத்தம் செய்வர். நறுமண நெய்யைக் கண்ணாடியின் மேல் பூசி, வெண்மையான கற்பொடியை அதன் மேல் தூவி, துலக்கி தூய்மையாக்கி, அந்தக் கண்ணாடியில் இயற்கை, செயற்கை அழகுகளையும், காதலருடன் கூடியதால் உண்டான தனி ஒளியையும் கண்டு பரவசமடைவதாகக் கூறுகிறது இந்தப் பாடல். தொல்காப்பியமும் 'ஆடி' என்ற சொல்லால் கண்ணாடியைக் குறிக்கிறது.

'சூத்திரம் தானே
ஆடி நிழலின் அறியத் தோன்றி
நாடுதல் இன்றிப் பொருள்நனிவிளங்க
யாப்பினுள் தோன்ற யாத்தமைப் பதுவே',

என்று கண்ணாடி காட்டும் நிழல் போல மொழியின் இயல்பை எடுத்துக்காட்டுவது சூத்திரம் என்று கூறுகிறது. வள்ளுவரும் திருக்குறளில் கண்ணாடி பற்றி எழுதியிருக்கிறார். 'குறிப்பறிதல்' அதிகாரத்தில் உள்ளத்தின் சிறப்பைக் குறிக்க கண்ணாடியை உதாரணமாகச் சுட்டுகிறார்.

அடுத்தது காட்டும் பளிங்குபோல் நெஞ்சம்
கடுத்தது காட்டும் முகம்

கண்ணாடி உள்ளதைக் காட்டுவது போல ஒருவர் மனதில் இருப்பதை அவர் முகம் காட்டிவிடும் என்று கூறுகிறார்.

இலக்கியங்கள் கூறுவது உண்மையா? நம் முன்னோர்கள் கண்ணாடி களை முதுமக்கள் தாழிகள் அல்லது ஈமப்பேழைகளில் வைத்துப் புதைத்தார்களா? சென்னை அருங்காட்சியகத்தில் கண்ணாடி போன்ற பொருள் இருப்பதாகப் பதிவு செய்திருக்கிறார் ஐரோப்பிய அகழாய்வாளர் அலெக்சாண்டர் ரீ. இப்போது அல்ல, கிட்டத்தட்ட 100 ஆண்டுகளுக்கு முன்பு. ஆய்வு ஒன்றுக்காக அலெக்சாண்டர் ரீ ஆதிச்சநல்லூர் மற்றும் பெரும்பேரின் அகழாய்வு தொடர்பான கேட்டலாக் புத்தகத்தைப் புரட்டிக் கொண்டிருந்தபோது பார்வையில் பட்டது அந்தப் புகைப்படம்.

பார்ப்பதற்கு அச்சுஅசலாய் அப்படியே அத்லித் வெண்கலக் கண்ணாடி போல உள்ள இந்த ஒற்றை வெண்கலத் தட்டைக் குறித்து ரீ தரும் விளக்கம் இது:

Circular flat plate with incised concentric circles on the upper surface; projecting triangular handle (D-6"). (Fig. 12, page 129, D.G.'s Annual, 1902-03) Pl II, Fig 5. Intended for frying cakes.

'முக்கோண வடிவிலான கைப்பிடியைக் கொண்ட தட்டையான வட்டத் தட்டு' என்று குறிப்பிடும் ரீ, இந்தத் தட்டில் ஒரே மையம் கொண்ட வட்டங்கள் செதுக்கப் பட்டுள்ளன என்று குறிப்பிடுகிறார். அப்படியே இதன் விட்டம் 6 அங்குலம் என்றும் குறிப்பிடுகிறார். இது மிகச் சரியாக 152.4 மிமீ. ஆக, அத்லித் கண்ணாடி போன்றதுதான் இந்த வெண்கலத்தட்டு. ரீ இதை 'கேக் சுடப் பயன்படுத்தப்பட்டிருக் கலாம்' என்று குறிப்பிடுகிறார்.

அத்லித் வெண்கலக் கண்ணாடி, இஸ்ரேல் ஆன்டிக்விடீஸ் அதாரிட்டி

இத்தனை சிறிய தட்டில் கேக் செய்யும் வாய்ப்பு மிகவும் குறைவு என்பதால், ஆதிச்சநல்லூரில் வசித்த யவனரோ, அல்லது தமிழரோ இதைப் பயன்படுத்தியிருக்க வேண்டும். அவரது ஈமப் பொருள்களில் கண்ணாடியும் இருந்திருக்கவேண்டும்.

ஆதிச்சநல்லூரில் கண்டெடுக்கப்பட்ட ரீயால் ஆவணப் படுத்தப்பட்ட வெண்கலத்தட்டு

நீலகிரி ஈம எச்சங்கள் மற்றும் ஆதிச்சநல்லூரில் கிடைத்த வெண்கலப் பொருள்களை ஆராய்ந்த ஆய்வாளர் சாரதா ஸ்ரீனிவாசன், தென்னிந்தியாவில் கிட்டத்தட்ட 3000 ஆண்டுகளுக்கு முன் வார்க்கப்பட்ட ஆதிச்ச நல்லூர் வெண்கலப் பொருள்களில் உள்ள அதீத தகரம் காரணமாக, அவற்றை மிக மெல்லியதாக வார்க்க தமிழர்களால் முடிந்தது என்று தன் ஆய்வில் குறிப்பிட்டிருக் கிறார். 25% வரை தகரம் கலந்த தாமிர உலோகக் கலவையை 600 முதல் 800 டிகிரி செல்ஷியஸ் வெப்பத்தில் உருக்கி, அந்தக் கலவையை லேசாக ஆறவைத்து, தட்டி மிக மெல்லிய வெண்கலத் தகடுகள் உருவாக்கப்

ஆரன்முளா கண்ணாடி இன்று

பட்டுள்ளன. ஆதிச்சநல்லூர் மற்றும் நீலகிரியில் இவை செய்யப் பட்டுள்ளன. இத்தகைய மெல்லிய வெண்கலத் தகடுகளை 'டெல்டா வெண்கலம்' என்று அழைக்கிறார்கள். அத்லித் கண்ணாடிகளின் தன்மை குறித்த தனிப்பட்ட ஆய்வுகள் இன்னும் மேற்கொள்ளப்பட வில்லை என்பதால் அவற்றின் தன்மை தெரியவில்லை. ஆனால் உலகில் வேறு எங்கும் இவ்வகை 'டெல்டா வெண்கலம்' இல்லை என்று உறுதியாகச் சொல்கிறார் சாரதா.

இதே டெல்டா வெண்கலம் கேரள மாநிலம் ஆரன்முளாவில் இன்றும் வடிக்கப்படுவதாக தன் ஆய்வு முடிவுகளில் அவர் விளக்கியுள்ளார். நெல்லை மாவட்டம் சங்கரன்கோயில் பகுதியைச் சேர்ந்த கம்மாளர்/ஆசாரி கைவினைஞர்களின் குடும்பங்கள் சில, 300 ஆண்டுகளுக்கு முன்னர் ஆரன்முளா பகுதிக்கு அழைத்து வரப்பட்டன. ஆரன்முளா மன்னர் அவ்வூரின் பார்த்தசாரதி கோயிலுக்குத் திருப்பணிகள் செய்யவே இந்த வெண்கலப் பொருள்கள் வார்க்கும் கலைஞர்களை பணிக்கிறார். அவர்களது கைவண்ணத்தில் செய்யப் பட்ட மிக மெல்லிய ஆனால் கையாலேயே தேய்த்து பளபளவென கண்ணாடி போலாக்கப்பட்ட வெண்கலத் தட்டுகளைக் கண்டு மனம் மகிழ்ந்த மன்னர் அவர்களை அங்கேயே தங்கப் பணித்ததாகவும், இன்றுவரை அந்தக் குடும்பங்கள் ஆரன்முளாப் பகுதியில் தங்கி வெண்கலக் கண்ணாடிகள் செய்வதாகவும் சொல்லப்படுவதுண்டு.

இந்த ஆரன்முளாக் கண்ணாடிகள்தான் விசு அன்று விசுக்கனி பார்க்கப் பயன்படுத்தப்படும் 'அட்டமங்களம்' என்ற எட்டு மங்கலப் பொருள்களில் முக்கியமானவை. ஆரன்முளாக் கண்ணாடிகள் இல்லாத வீடுகளே கேரளாவில் இன்று இல்லை எனலாம். இன்று வார்க்கப்படும் ஆரன்முளாக் கண்ணாடிகளுக்கும், ஆதிச்சநல்லூரில் கண்டெடுக்கப்பட்ட வெண்கலத் தட்டுக்கும் எந்த வேறுபாடும் இல்லை. கிட்டத்தட்ட 3000 ஆண்டுகளாக இந்த வார்ப்புக் கலை மாறவில்லை. ஆரன்முளா ஆசாரிகள் இந்த வார்ப்பு முறையை வேறு யாருக்கும் சொல்லித் தருவதில்லை. குடும்பங்களில் ஆண்களுக்கு பாரம்பரியமாகக் கற்றுத் தருகிறார்கள். வெளியாட்களுக்கு அவர்கள் கலக்கும் உலோகக் கலவை குறித்து எந்தத் தகவலும் தருவதில்லை என்பதால் இது குறித்து வேறு ஆய்வுகள் செய்யமுடியவில்லை. ஆதிச்சநல்லூருக்கும், சங்கரன்கோயிலுக்குமான பயண தூரம் 83 கிலோமீட்டர்கள் மட்டுமே. கால தூரம் 3000 ஆண்டுகள்.

7

ஆதிச்சநல்லூர் - நாய்

1599ஆம் ஆண்டு. டொமினிகோ ஃபோன்டானாவுக்கு கொடுக்கப் பட்டிருந்த உத்தரவு சர்னோ ஆற்றின் உபரி நீரை வெளியேற்ற வாய்க்கால் ஒன்றை வெட்டித் தரவேண்டும் என்பதுதான். தெற்கு இத்தாலியின் கடற்கரையை ஒட்டிய லா சிவிட்டா (தொலைந்த நகரம்) பகுதியில் மண்ணுக்கடியில் அகழத் தொடங்கினார் ஃபோன்டானா. நீளமும், ஆழமுமாய் வெட்ட வெட்ட, மண்ணுக் கடியில் சுவர்களும், அவற்றில் அழகிய சுவரோவியங்களும் தென் பட்டன. அவற்றில் பல ஓவியங்கள் பாலுணர்வைத் தூண்டுவதாகத் ஃபோன்டானாவுக்குத் தோன்றின. 16ஆம் நூற்றாண்டின் இறுதியில் நிலவிய தூய்மைவாதம் அவரைக் குழப்பியிருக்கலாம், அல்லது மிகப் பெரும் பொக்கிஷம் ஒன்றை நாம் குலைத்துவிடக்கூடாது, பின்னால் எவரேனும் வந்து அதைப் பார்த்துக் கொள்ளட்டும் என்று விட்டிருக்கலாம். மொத்தத்தில் தன் மட்டும் பிரச்னை இல்லாமல் ஒதுங்கிக் கொண்டார் ஃபோன்டானா. மண்ணுக்கடியில் இருந்த ஓவியங்கள் இன்னும் சில நூறாண்டுகள் காத்திருக்க வேண்டியிருந்தது.

*1748*ஆம் ஆண்டு மார்ச் மாதம் நேப்பிள்ஸ் நாட்டின் மன்னன் சார்லஸ் போர்பன், மதிப்பாய்வுப் பொறியாளரான ஜியோசீனோ தி அல்குபீருக்கு பழம்பொருள்கள் என்ன கிடைத்தாலும் அதை ஸ்பானிஷ் அரசுக்குக் கொடுக்கும்படி பணித்தான். அப்படியே லா சிவிடா அருகே மன்னனுக்கு ஒரு கோடை அரண்மனை கட்டித் தரவும் ஆணையிட்டான். மீண்டும் லா சிவிடா அருகே அரண்மனைக்கு அடிக்கல் நாட்டத் தோண்டுகையில், ஃபோன்டானா *150* ஆண்டுகளுக்கு முன் அகழ்ந்து பாதியில் விட்ட வாய்க்காலைக்

டோட்டல் ஸ்டேஷன் டிரான்ஸிட்

மின்னணு நகர்வு மற்றும் மின்னணு தூரம் கணிக்கும் கருவி, டி.எஸ்.டி. தூரம் மற்றும் கோணத்தைக் கண்டுபிடிக்க இந்தக் கருவியைப் பயன்படுத்திக் கொண்டு, கிடைக்கும் மதிப்புகளை கோணவியல் சாஸ்திரத்தின் படி கணக்கிட்டுக் கொள்கிறார்கள். அகழாய்வு செய்யும் களத்தில் ஒவ்வொரு பொருளும் இருக்கும் இடம் மற்றும் கோணத்தை இதன் மூலம் துல்லியமாக மேப்பிங் செய்யமுடியும். இதைப் பயன்படுத்தியே டோபோகிராஃபி வரைபடங்கள் தயாரிக்கப்படுகின்றன. ஒன்றுக்கொன்று பொருள்கள் உள்ள தூரத்தை இதன் மூலம் துல்லியமாகக் கணக்கிட முடியும்.

கண்டார் அல்குபீர். ஆச்சரியத்துடன் அதை மேலும் அகழ, மூழ்கியிருந்த தொலைந்த நகரம் கொஞ்சம் கொஞ்சமாக உயிர் பெற்றது. இன்றுவரை அந்த நகரத்தில் அகழாய்வு தொடர்கிறது.

உலகில் அதிக காலம் அகழாய்வுகள் நடைபெற்றுக் கொண்டிருக்கும் களம் பாம்பேய். கிட்டத்தட்ட 250 ஆண்டுகளுக்கும் மேலாகத் தோண்டியும், மூன்றில் ஒரு பங்கு மட்டுமே நகரம் மண்ணுக்குள்ளிருந்து வெளியே வந்திருக்கிறது. யாருக்கும் அதை உடனடியாக வெளிக்கொணர்வதில் அவசரம் இல்லை. காரணம், மேலே இருப்பதைக் காட்டிலும் மண்ணுக்கு அடியில் புதையுண்டு இருப்பவை இன்னும் பல காலம் பாதுகாப்பாக இருக்கலாம் என்ற எண்ணம் காரணமாகலாம்.

எப்படி ஒரு பிரம்மாண்ட நகரம் மண்ணுக்குள் மக்கியது? அங்கு வாழ்ந்தவர்கள் யார்? அவர்கள் வாழ்க்கை எப்படி இருந்தது? பொஆ 79 நவம்பர் மாதத்தில் ஒரு நாள். இத்தாலியின் கடற்கரை நகரமான பாம்பேய் வழக்கம் போல சுறுசுறுப்பாக இயங்கிக் கொண்டிருந்தது. கூழாங்கற்கள் பாவிய நகரின் சாலைகளில் மக்கள் இங்குமங்கும் விரைந்து கொண்டிருந்தார்கள். கோடை காலம் முடிந்திருந்த காரணத்தால், வீடுகளில் காய்கறிகள், பழங்களை ஊறுகாய் செய்து குடுவைகளில் ஊற வைத்திருந்தார்கள். ஒலிவ் எண்ணெய் தயாரித்து அதையும் பத்திரப்படுத்தியிருந்தார்கள். வீடுகளில் பெண்கள் வேலை செய்துகொண்டிருந்தார்கள். ஆண்கள் பொது விலங்குச் சந்தையிலும் மதுக் கூடங்களிலும் இருந்தார்கள். அடிமைகள் வீட்டுத் தோட்டங் களிலும் திராட்சைத் தோட்டங்களிலும் வேலை செய்து கொண்டிருந்தனர். பெரும் செல்வந்தர் வீட்டு குதிரை லாயங்களில் குதிரைகள் கனைத்தபடி நின்று கொண்டிருந்தன. வீட்டு நுழை வாயிலிலும், முதன்மை அறைகளிலும், செப்புப் பட்டயம் கொண்ட சங்கிலிகளைக் கழுத்தில் பிணைத்து செல்லப் பிராணிகளான நாய்களைக் கட்டி வைத்திருந்தார்கள். அது ஒரு காலைப் பொழுது. லேசான குளிர் இருந்ததால் கதகதப்பான ஆடைகள் அணிந்தபடி நகர மக்கள் இயங்கிக் கொண்டிருந்தார்கள்.

அப்போது நடந்தது அந்தப் பேரழிவு. 6000 முதல் 8000 பேர் இருந்த அந்த நகரத்தின் அருகில் இருந்த மவுன்ட் வெசுவியஸ் எரிமலை வெடித்துச் சிதறியது. அதிலிருந்து வெளியே கிளம்பிய காளான் போன்ற நெருப்பு மண்டலத்தையும் புகையையும் கண்டதும், பயந்து பாம்பேயிலிருந்து வெளியேறத் தொடங்கினார்கள் மக்கள். முதலில் சாம்பலும் சிறு கற்களும்தான் வானிலிருந்து பாம்பேய் மேல் விழுந்தன.

2000 பேருக்கும் மேற்பட்டவர்கள் வரவிருக்கும் ஆபத்தை உணராமல் வீடுகளைப் பூட்டிக்கொண்டு உள்ளே பாதுகாப்பாக இருக்க நினைத்தனர். எரிமலையிலிருந்து கற்பாறைகள் நகரின் மீது விழத் தொடங்கின. வீடுகளுக்குள் ஒதுங்கியிருந்தவர்கள் வெளியேறி நாலாப்புறமும் சிதறி ஓட ஆரம்பித்தார்கள். வீடுகள் நெருப்புப் பிடித்து எரிய ஆரம்பிக்க, நகரின் முக்கியச் சாலை நெரிசலால் அடைபட்டுப் போனது. எஞ்சி இருந்தவர்கள் உயிருடன் சமாதி ஆனார்கள். வீடுகளில் இருந்தவர்கள் மட்டுமீறிய சூடான தெர்மல் வேவ் எனப்படும் கடும் அனல் அலைகளால் (சுமார் 250 டிகிரி வெப்பம் என்று ஆய்வாளர்கள் கருதுகின்றனர்!) நொடிகளில் தாங்கள் செய்துகொண்டிருந்த பணிகளில், நின்ற, நடந்த, அமர்ந்த நிலைகளில் அப்படியே துடிதுடித்தபடி இறந்து போனார்கள். சுமார் இருபது அடி உயரம் கொண்ட எரிமலைக் குழம்பு நகரை மூடியது. எங்கும் எதிலும் சாம்பல் மண்டியது. அனல் அலையிலிருந்து தப்பியவர்கள் அடுத்து மூச்சுத் திணறலில் இறந்தார்கள்.

பாம்பேயில் இருந்து கிளம்பிய புகை மண்டலத்தை அங்கிருந்து அரை மணி நேரத்தில் செல்லக்கூடிய தீவு ஒன்றில் இருந்த இளைய பிளினி என்ற மனிதரும், அவன் மாமனான முதிய பிளினியும் கண்டனர். அதைப் பதிவும் செய்தான் இளைய பிளினி. முதிய பிளினி அடுத்த நாள் காலை எஞ்சியிருந்தவர்களைக் காப்பாற்றவேண்டி பாம்பேய் நகரத்துக்குள் சென்றவர், உயிருடன் திரும்பவில்லை.

நவம்பர் 20, 1874. பாம்பேயில் அகழாய்வு நடந்து கொண்டிருந்தது. சாம்பல் மூடிய உடல்கள் மட்டும் மக்கிப் போயிருந்ததால், உடல்கள் மற்றும் திட பொருள்கள் இருந்த இடங்கள் வெற்றிடமாக இருந்தது. இந்த வெற்றிடங்களில் சுண்ணச்சாந்து ஊற்றப்பட்டு 48 மணி நேரத்துக்குப் பிறகு, பொம்மை போல அந்த வெற்றிடத்தில் இருந்த உருவம் தெரிய ஆரம்பிக்கிறது. இப்படித்தான் பாம்பேயில் இறந்த மனிதர்களின் உருவங்களை பிளாஸ்டர் சிற்பங்களாக வெளிக் கொணர முடிந்தது. வீடுகளில் முன்னறைகளில் வீட்டில் வசித்தவர் களின் பெயர்கள் தாங்கிய பதாகைகள் வைப்பது பாம்பேய் மக்களது வழக்கம். அப்படி துணிகளைத் துவைத்துக் கொடுத்து வந்த மார்கஸ் வெசோனியஸ் பிரைமஸ் என்ற இத்தாலிய மனிதனின் வீட்டில் கட்டிப் போடப்பட்டிருந்தது ஒரு நாய். வீட்டு உரிமையாளரின் செல்லப்பிராணியாகவோ அல்லது முற்றத்தை அடுத்த தூணில் கட்டப்பட்டிருந்ததால் வீட்டுக் காவலுக்கு வளர்க்கப்பட்ட நாயாகவோ அது இருந்திருக்கவேண்டும்.

திறந்த முற்றத்தின் மேலிருந்து கற்களும் பாறைகளும் சாம்பலும் கொட்ட, உரிமையாளர் தன் உயிருக்குப் பயந்து எங்கோ ஓடியிருக்க

பாம்பேய் செல்லப் பிராணி - பிரைமஸின் நாய்

வேண்டும். சங்கிலி கொண்டு பிணைக்கப்பட்டிருந்த நாய் தப்பிக்க வழியின்றி வலிமிகுந்த மரணத்தைத் தழுவியிருக்கவேண்டும். நாயின் உடல் இருந்த வெற்றிடத்தில் பிளாஸ்டர் நிரப்பியதில் நான்கு கால்களும் போராட்டத்தால் திருகிய நிலையிலும், வாய் திறந்து பற்கள் வெளியே தெரியும்படியும் இறந்து போயிருக்கிறது செல்லப்பிராணி. அதன் கழுத்துப் பட்டையில் செம்பாலான இரு திருகாணிகள், அது தூணுடனோ, வேறு எதனுடனோ பிணைக்கப் பட்டிருந்ததை உறுதி செய்கிறது. உரிமையாளனான பிரைமஸ் தப்பினானா, இல்லையா என்பது நம்மால் அறியமுடியவில்லை.

இதைக் கொண்டு பண்டைய ரோம நகரிகத்தில் செல்லப்பிராணிகள் வளர்ப்பு இருந்ததை நம்மால் உறுதி செய்துகொள்ள முடிகிறது. வீடுகளில் பிணைத்து வைக்கப்பட்டிருந்த காரணத்தால் அவை காவலுக்கும் பயன்பட்டிருக்கின்றன என்று புரிகிறது. இந்த நாய் கிடைத்த வீட்டின் சுவரில் 'மொசைக்' எனப்படும் வண்ண டைல்கள் கொண்டு செய்யப்படும் ஓவியங்கள் உள்ளன. அதில் நம் கவனத்தைப் பெரிதும் கவர்வது கருப்பு நிற நாய் ஒன்று. கழுத்தில் சிவப்பு நிறப் பட்டை மற்றும் முத்துகளால் ஆன மணி ஒன்றையும் ஓவியத்தில் உள்ள நாய் அணிந்திருக்கிறது. எரிமலைக் குழம்பில் சிக்கி மாண்டு போன பிரைமஸின் நாயின் ஓவியமாகவும் இது இருக்கலாம்.

இது தவிர கவிஞன் ஒருவனது வீட்டில் இதே போல சுவரில் நாய் ஓவிய மொசைக் ஒன்றும், அதில் 'நாய் ஜாக்கிரதை' என்ற அறிவிப்பும் உள்ளது. இது போன்ற மொசைக்குகள் பாம்பேய்யின் பல வீடுகளில் கண்டறியப்பட்டுள்ளன. முதலாம் நூற்றாண்டில்

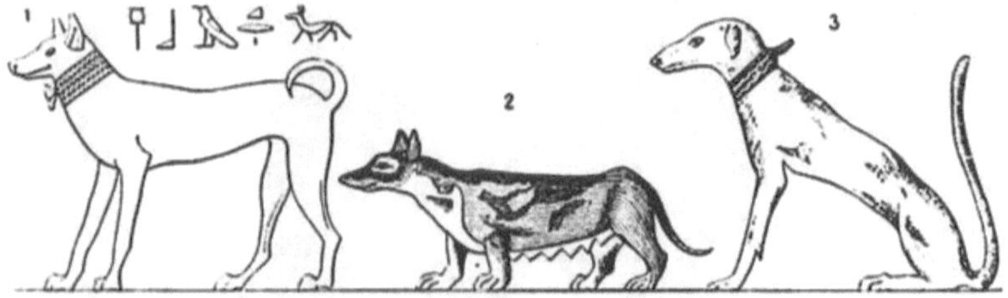

எகிப்தின் நாய்கள்
படம் 1: அபுதியு, மற்றும் அதன் பெயர்
எகிப்திய 'ஹெய்ரோக்ளிஃப்' பட எழுத்துகளில்

வாழ்ந்த பெட்ரோனியஸ் என்ற ரோமாபுரி எழுத்தாளர் இது போன்ற மொசைக் நாய் ஒன்றைக் கண்டு பயந்து தடுமாறி விழுந்ததாகவும், அந்த ஓவியத்தில் "CAVE CANAM" (நாய் ஜாக்கிரதை) என்று எழுதியிருந்ததாகவும் தன் "Satyricon" புத்தகத்தில் கூறுகிறார்.

செல்லப் பிராணி வளர்ப்பில் ரோம நாகரிகம் போலவே எகிப்தியரும் பெரும் ஆர்வம் கொண்டிருந்தவர்கள். எகிப்திய ஃபாரோக்கள் பூனைகளை அதிகம் வளர்த்ததாகச் சொல்லப்பட்டாலும், பண்டைய எகிப்தில் நாய்களுக்கும் முக்கியத்துவம் இருந்தது. உலகில் மனிதன் வளர்த்த முதல் செல்லப் பிராணியான நாயின் பெயரில் கல்வெட்டு ஒன்றே இருக்கிறது என்பது ஆச்சரியமான செய்தி இல்லையா?

கல்வெட்டில் இடம்பெற்ற முதல் நாயின் பெயர் 'அபுதியு'. 4000 ஆண்டுகளுக்கு முன்னர் இறந்துபோன அபுதியுவுக்கு கிஸாவின் மிகப்பெரிய கல்லறைத் தோட்டத்தில் இடம் கிடைத்தது. ஃபாரோவின் செல்லப் பாதுகாவலாளியைச் சிறப்பு ஈமப்பேழை ஒன்றில், நறுமணத் தைலமும், தூபமும் தெளிக்கப்பட்ட துணியில் பொதிந்து அடக்கம் செய்தார்கள். அதன் மேல் சுண்ணாம்புக்கல் ஒன்றை வைத்து, நாய்க்கு இரங்கற்பாவும் எழுதினார்கள். 1935ஆம் ஆண்டு ஜார்ஜ் ரெயிஸ்னர் என்ற எகிப்து ஆய்வாளர் கண்டுபிடித்த இந்தக் கல்வெட்டு தற்போது கெய்ரோ நகரில் உள்ள அருங்காட்சியகத்தில் உள்ளது. நாயை 'தெசெம்' என்று குறிக்கிறது கல்வெட்டு.

பழங்கால எகிப்திய வேட்டை நாய் வகைகளில் ஒன்று இந்தத் தெசெம். நீண்ட காதுகள், மெல்லிய உடல், நீண்ட கழுத்து மற்றும் கால்கள், சுருள் வால், மூக்கால் நுகர்ந்து வேட்டையாடாமல், கண்களால் கண்டு வேட்டையாடும் திறன் என்று இந்த வகை நாய்கள்

எகிப்தில் வெகு பிரபலம். கல்வெட்டில் மன்னனைக் காத்த நாய்க்கு அரசுக் கருவூலத்திலிருந்து மன்னனின் செலவில் அடக்கம் செய்யப் பட்டு கல்வெட்டும் எடுக்கப்பட்டுள்ளது என்று குறிப்பிடப் பட்டுள்ளது. 'இதைச் செய்வதன் மூலம், நாய் அனுபிஸ் கடவுளின் கருணையைப் பெறும்' என்று ஃபாரோ நம்புவதாக எழுதப் பட்டுள்ளது. இந்த அனுபிஸ் கடவுள்தான் இறந்தவர்களைப் பாதுகாக்கும் கடவுள் என்று வழிபட்டு வந்தார்கள் எகிப்தியர். இறந்தவர்களைப் பாடம் செய்யும் 'மம்மிஃபிகேஷன்' முறைக்கும் கடவுள் அனுபிஸ். தான் ஆசையுடன் வளர்த்த நாயை கடவுள் பாதுகாக்கவேண்டும் என்று அத்தனை மெனக்கெட்டிருக்கிறான் ஃபாரோ. நாய்க்கு கல்வெட்டு எடுத்தவன், தன் பெயரைக் கூட பொறிக்கவில்லை. அபுதியு என்ற பெயர் இன்றும் வாழ்கிறது, மன்னனைத்தான் காணவில்லை.

தமிழனுக்குச் செல்லப்பிராணிகள் மீது ஆர்வம் உண்டா? அவன் நாய்களை வளர்த்தானா என்ற கேள்விகளுக்கு விடை சிவகங்கையை அடுத்த திருமலையில் உள்ளது. பொஆமு 5ஆம் நூற்றாண்டைச் சேர்ந்ததாகச் சொல்லப்படும் பாறை ஓவியங்கள் திருமலைக் குகைகளில் உள்ளன. முழுக்க முழுக்க காவி வண்ணம் கொண்டு வரையப்பட்ட ஓவியங்கள் இங்கே உள்ளவை. நிறைவடைந்த ஓவியங்களாகவும், கோட்டோவியங்களாகவும் ஒரே இடத்தில் ஓவியங்கள் காணக்கிடைப்பது இங்கேதான். வேட்டை நாய் ஒன்றின் கழுத்தில் பட்டை மற்றும் கயிறு கட்டி இழுத்துச் செல்லும் வேடுவன் ஒருவனது ஓவியம் இங்கே இருப்பது 2500 ஆண்டுகளுக்கு முன்பே நாய்களை வளர்த்த சமூகம் தமிழ்ச் சமூகம் என்பதை விளக்குகிறது.

இன்னும் சிறப்பாக ஆதிச்சநல்லூரில் அகழப்பட்ட செப்புச் சிற்பங்களில் இருக்கிறது நாய். குழைந்த வாலையும், பெரிய செவிகளையும், நீண்ட உடலையும் கொண்ட சின்னஞ்சிறிய நாய்ச் சிற்பம் ஒன்று ஆய்வாளர் அலெக்சாண்டர் ரீயின் கவனத்தை ஈர்க்கிறது. 'கிராமத்து நாயின் உணர்ச்சிமிகு வடிவம்', என்றே இதைக் குறிக்கிறார் ரீ. நீள்மூக்கு கொண்ட இந்தக் கிராமத்து நாய், காவலுக்கும் வேட்டைக்கும் பயன்பட்டிருக்கவேண்டும். பெரும்பாலும் தமிழ்ச் சமூகம் தன் பயன்பாட்டுக்கு நாய் வளர்த்து வந்ததே அன்றி, பாம்பேய் நகர நாய்களைப் போல வீடுகளில் கட்டிவைத்து செல்லப் பிராணிகளாகக் கொஞ்சி வளர்த்ததாகத் தெரியவில்லை.

'நாய்கள் பயன்பாட்டுக்கு உரிய விலங்காகத்தான் தமிழ் வீடுகளில் வளர்க்கப்பட்டன. வீட்டுக் காவலுக்கும், வேட்டைக்கும் பயன் பட்டன. மாடு, குதிரை போல நாயும் ஒரு பயன்பாட்டுக்குரிய

28

ஆதிச்சநல்லூர் நாய்

விலங்கு, அவ்வளவே. செல்லப்பிராணிகள் என்ற அடையாளமே நாய்க்கு பின்னாட்களில், சொல்லப்போனால் ஆங்கிலேயர் காலத்துக்குப் பின் வந்ததே' என்கிறார் கானுயிர் ஆர்வலரும், எழுத்தாளருமான தியடோர் பாஸ்கரன்.

ஆக, பாம்பேய் நகரில் நாய்கள் செல்லப்பிராணிகளாக வளர்ந்து கொண்டிருந்த அதே பொஆ 1ஆம் நூற்றாண்டு காலத்தில் தமிழகத்திலும் நாய்கள் வேட்டைக்கும் காவலுக்கும் வளர்க்கப்பட்டு வந்தன. அவற்றின் உருவம் வெண்கலச் சிற்பமாக வடிக்கப்படக் கூடிய அளவுக்கு உயர்ந்த இடத்தை நாய்க்குத் தந்திருந்தான் தமிழன்! ஆதிச்சநல்லூர் செப்புப் பொருள்களை ஆய்வுக்கு உட்படுத்தினால், அவை வார்க்கப்பட்ட காலம் இன்னும் தெளிவாகத் தெரியவரும்.

ஏறக்குறைய இந்த நாய்ச் சிற்பம் செய்து 1000 ஆண்டுகளுக்குப் பின் மன்னன் இராசராசன் தான் கட்டிய பெருவுடையார் கோயிலில் வரையச் செய்த ஓவியங்களில் இருக்கிறது நாய் சிற்பமொன்று. டெஸ்மண்ட் மோரிஸ் எழுதிய 'டாக்ஸ் : தி அல்டிமேட் டிக்ஷனரி' என்ற புத்தகத்தில் இந்த அலங்கு வகை நாய் குறித்து தெளிவாக எழுதியிருக்கிறார். 'கிட்டத்தட்ட 27 அங்குல உயரம், பெருத்த, ஆனால் வேகமாக ஓடும் திறன் கொண்ட உடலைக் கொண்டது இந்த நாய். வேட்டையாடும் நேரம் போக பிற வேளைகளில் எஜமானனைப் பாதுகாக்கும் காவல் நாயாகவும் இருக்கிறது.' பார்ப்பதற்குக் கிட்டத்தட்ட ராஜபாளையம் நாயைப் போல இருந்தாலும், அதைப் போல மடங்கிய காதுகள் இல்லாமல், கூர் காதுகள் கொண்டது அலங்கு. தஞ்சை மற்றும் திருச்சி பகுதிகளில் மட்டும் இந்த நாய் இப்போதும் இருப்பதாகச் சொல்கிறார்கள் விலங்கு ஆர்வலர்கள்.

ஆனால், இந்தியப் பாரம்பரியத்தில் அரசர்களும் மேட்டுக்குடி மக்களும் நாய் வளர்ப்பில் ஆர்வம் பெரிதாகக் காட்டவில்லை என்றும் இதுபோல நாய்களுக்கு சாதி குறிப்பிட்டு அடையாளப் படுத்துவது மிகவும் பிற்காலத்தில் வந்த வழக்கம் என்றும் ஆணித்தரமாகக் குறிப்பிடுகிறார் பாஸ்கரன். அதற்கு ஆதாரமாக

எங்கும் நாய் என்று பொதுவாகத்தான் குறிப்பிடப்படுகிறதே ஒழிய, வகை குறித்து குறிப்புகள் இல்லை என்று சொல்பவர், நாய்க்கு வெட்டிய கல்வெட்டுகள் தமிழகத்தில் ஆங்காங்கே இருப்பதாகக் குறிப்பிடுகிறார்.

ஆதகூர் நடுகல் இப்போது பெங்களூரு அருங்காட்சியகத்தில் இருக்கிறது. அந்த நடுகல் இறந்துபட்ட நாய் ஒன்றுக்கு அதன் உரிமையாளர் எடுப்பித்தது. எகிப்திய அபுதியு போல, இந்த நாயின் பெயர் காளி. பொஆ 10ம் நூற்றாண்டில் நடந்த தக்கோலப் போரில் சோழர்களை வென்றான் ராஷ்டிரகூட மன்னனான மூன்றாம் கிருஷ்ணன். இந்தப் போரில் படைநடத்திச் சென்று வென்ற மனரேல என்ற தளபதிக்கு தான் வளர்த்து வந்த 'காளி' என்ற நாயைப் பரிசளித்தான் மன்னன். மனரேல ஒரு முறை வேட்டைக்குச் சென்ற போது காட்டுப் பன்றி ஒன்று எதிர்ப்பட்டு தாக்க முயல, காளி பன்றியுடன் சண்டையிட்டு மனரேலவைக் காத்தது. ஆனால் உயிரிழந்துவிடுகிறது.

மனமுடைந்த மனரேல ஆதகூர் என்ற ஊரின் சிவாலயத்தில் காளியைப் புதைத்து, அதன் நினைவாக நடுகல் ஒன்றை எடுப்பிக்கிறான். நடுகல்லின் அன்றாட வழிபாட்டுக்குப் பூசாரி ஒருவனை நியமித்ததோடு வயலையும் தானமாக அளித்தான். நாய்களுக்கு இத்தனை உயரிய இடத்தை தமிழனும் தந்திருந்தான் என்று கூறும் தியடோர், தன் 'இந்திய நாய்கள்' புத்தகத்தில் எடுத்தானூர் கல்வெட்டு பற்றிய தெளிவான செய்தி இடம்பெறுகிறது என்கிறார்.

திருவண்ணாமலையை அடுத்த எடுத்தானூர் என்ற கிராமத்தில் கண்டறியப்பட்ட நடுகல் ஒன்றில் 'கோயிவன்' என்ற நாய் குறித்துச் சொல்லப்பட்டிருக்கிறது. பல்லவ மன்னன் மகேந்திரவர்மன் ஆண்

ஆதகூர் கல்வெட்டு

7ஆம் நூற்றாண்டில் இந்தக் கல்வெட்டு எடுப்பிக்கப்பட்டது. மாடு திருட வந்த கொள்ளையர்களுடன் சண்டையிட்டு கருந்தேவகத்தி என்ற வீரனும், அவனது நாயான கோயிவனும் இறந்ததாகக் கூறுகிறது நடுகல்.

சங்க இலக்கியங்கள் பெரும்பாலும் 'ஞமலி, நாய்', என்றே நாய் குறித்துக் குறிப்பிடுகின்றன. பெரும்பாணாற்றுப்படையில், நாயைக் காவலுக்காக வீட்டுக்கு வெளியே பந்தலில் கட்டி வைத்தது பற்றிய குறிப்பு உள்ளது. 'கடுந்துடி தூங்குங் கணைக் காற் பந்தர்த் தொடர்நா யாத்த துன்னருங் கடிநகர்' (பாடல் 125). அதன் தொடர்ச்சியாக, மனவு என்ற கறியை நாய் வேட்டையாடிக் கொண்டு தரும் என்றும் அதன் தனிச்சுவை கூறப்படுகிறது. 'ஞமலி தந்த மனவுச்சூ லுடும்பின்' (பாடல் 132). அதே போல, அகநானூறு பாடல் ஒன்றில் (140) தெருவில் நெல்லும், உப்பும் விற்றுக்கொண்டு செல்லும் பெண் ஒருத்தியைக் கண்டு வீட்டுக்கு வெளியே ஓடி வரும் நாய் ஒன்று குரைத்து விரட்டுவதாகவும், அவள் பயந்து நடுங்குவதாகவும் காட்சிப்படுத்தப்படுகிறது.

> 'நெல்லின் நேரே வெண்கல் உப்பு என
> சேரி விலைமாறு கூறலின் மனைய
> விளி அறி ஞமலி குரைப்ப வெரீஇய
> மதர் கயல் மலைப்பின் அன்ன கண்'.

பெயர்கள் வெவ்வேறாக இருக்கலாம், ஆனால் நாய்கள் உலகம் முழுக்க மனிதனுக்கு அணுக்கமான, நெருங்கிய தொடர்பிலிருந்த விலங்குகள் என்பதையும், அவற்றுக்குப் பெயரிட்டு மகிழ்ந்த வழக்கம் உலகளாவிய வழக்கம் என்பதையும் நாம் கண்டோம். அபுதியுவோ, காளியோ, கோயிவனோ... ஒரே காலகட்டத்தில் வாழ்ந்த மனிதர்கள் உலகெங்கும் ஒரே மாதிரியான வாழ்வியல் நெறிகளைக் கொண்டிருந்தது உண்மைதான்.

8

வெள்ளலூர்

குதிரை என்றதும் மனிதனுக்கு தனி துள்ளல் வருவது வாடிக்கை தான். சிறு குழந்தை முதல் விடுதலை வேட்கை கொண்ட பெரியவர் களுக்கும் புரவிப் பயணம்மீது காதல் உண்டு. மனிதன் குதிரையை 5,500 ஆண்டுகளுக்கு முன்னரே வீட்டுப் பிராணி ஆக்கிவிட்டான். மேற்காசியாவின் கசகஸ்தான் பகுதியின் பொடாய் மக்கள் குதிரைப் பால் குடித்தார்கள், குதிரை சவாரி செய்தார்கள். இந்த பொடாய் இன மக்கள் பயன்படுத்திய மண் பாண்டங்களில் குதிரைப்பாலின் தொல் எச்சங்கள் கண்டுபிடிக்கப்பட்டுள்ளன. இன்றளவும் பொடாய் மக்கள் குதிரைப்பால் பருகிவருகிறார்கள்.

குதிரையின் முதுகில் மனிதன் சேணம் மாட்டக் கற்றுக்கொண்ட காலம் குறித்த தெளிவு நமக்கு இல்லை. அதே போலத்தான் அங்கவடி என்ற குதிரைச் சேண வளையமும். குதிரை மனிதனின் கட்டுப்பாட்டில் இயங்கியது என்பதை உணர்த்த உதவுபவை இந்தச் சேணமும், சேண வளையமும். உலகின் தொன்மையான சேண வளையம் இந்தியாவில்தான் கண்டெடுக்கப்பட்டது. பொஆமு 2 ஆம் நூற்றாண்டைச் சேர்ந்த குஷானர் மன்னர்களின் சூதுபவள முத்திரை ஒன்று உலகின் முதல் உலோக சேண வளையத்தின் வடிவத்தைக் காட்டுகிறது.

உலகின் தொன்மையான குதிரைப் பயன்பாடு கசகஸ்தானில் என்றாலும், சீனாவில்தான் குதிரைகளின் பயன்பாடு பெருமளவில் இருந்ததற்கான சான்றுகள் உள்ளன. உலகப் பிரசித்தி பெற்ற சீனப் பேரரசர் சின் ஷி ஹுவாங்கின் கல்லறை சீனர்களின் குதிரை

குஷானர் கால சூதுபவள அச்சு - குதிரை வீரனின் கால்
சேண வளையத்துக்குள் நுழைக்கப்பட்டிருப்பதைக் காணலாம்.
காலம்: பொஆமு 2 ஆம் நூற்றாண்டு

வேட்கையைப் பறைசாற்றும் ஆதாரம். பொஆமு 246ல் தன் 13ஆவது வயதில் அரியணை ஏறினார் பேரரசர் சின். அவருக்கு முன்னும் கிட்டத் தட்ட 4000 ஆண்டுகளாக குதிரைகள் சீன மன்னர்களின் விருப்பமான விலங்குகளாக பராமரிக்கப்பட்டு வந்தன.

ஆனால், சின் செய்வித்த பிரமாண்ட கல்லறையில் இன்றும் காவலாக 8000 சுடுமண் போர் வீரர் பொம்மைகளும் நூற்றுக்கணக்கான மரத்தாலான தேர்களும் குதிரை பொம்மைகளும் உள்ளன. தன் மரணத்துக்குப் பின் பெரும் கல்லறை கட்டவேண்டும் என்று விரும்பிய சின் மறுமைக்குச் செல்லவோ அல்லது மீண்டும் உயிர்ப்பித்து வரவோ தேவைப்படும் பொருள்களைத் தன்னுடன் மண்ணுக்கடியில் புதைக்கவேண்டும் என்று பெருவேட்கை கொண்டான். இந்தப் பொருள்களை சீனர்கள் 'மிங்கி' என்று சொல்கிறார்கள். 'லி' என்ற மலையில் 7 லட்சம் பணியாளர்கள் கொண்டு பிரம்மாண்ட கல்லறை கட்டும் வேலையைத் தொடங்கினான் சின். அதிகாரிகள் தங்குவதற்கு மாளிகைகளும், கல்லறைக்குள் லட்சக்கணக்கான பொருள்களும் சேகரித்து

வைக்கப்பட்டன. தன் மரணத்துக்குப் பின் ஒரு வேளை பாதாள உலகிலேயே மன்னனாக இருக்க நேர்ந்தால் என்ன செய்வது என்ற எண்ணத்தில், ஒரு முழு அரண்மனையையும், தர்பாரையும் சுடுமண்ணால் செய்து வைத்தான் சின்.

அரண்மனையில் மன்னனின் பணியாள்கள், போர் வீரர்கள், கழைக்கூத்துக் கலைஞர்கள் என்று மன்னனின் மனதைத் தொட்ட யாவரும் சுடுமண் பொம்மையானார்கள். அவனது ஆசை வளர்ப்புப் பிராணிகளும் மரணத்துக்குப் பின் கல்லறையின் வெளிப்புறச் சுற்றில் அழகிய கூடுகளில் புதைக்கப்பட்டன. மன்னன் ஒரு வேளை விழித்துக்கொண்டால் உடனடியாக குதிரை ஏறிச் செல்ல தோதாக அவனது பிரியமான குதிரைகளும் உயிருடன் உள்புறச் சுற்றில் புதைக்கப்பட்டன. சின்னின் கதையை, கல்லறை நகரின் கதையை எழுத்தாக வடித்தார் சிமா கியான் என்ற சீனக் கவிஞர். சிமா, சின் காலத்துக்கு நூறு ஆண்டுகளுக்குப் பின் வாழ்ந்தவர். அப்போதைய ஹன் மன்னன் உதியோடு இணக்கமாக ஆரம்பத்தில் இருந்தாலும், அதன் பின் இருவருக்குள்ளும் பிணக்கு ஏற்பட, தான் ஆரம்பித்த சீன வரலாற்றை எழுதும் வேலையைத் தொடர விரும்பிய சிமா, சிறைக்குச் செல்ல மறுத்து, ஆணுறுப்பு சேதம் செய்துகொள்ள ஒப்புக் கொண்டார்! இவர் எழுதிய ஷி ஜி என்ற புத்தகம்தான் சின் மன்னனின் கதையை உலகுக்குச் சொல்கிறது!

இதனால்தான் சின் மன்னனின் நூற்றுக்கணக்கான பரத்தையர் பெண்டிரை உயிருடன் கல்லறையில் மன்னன் மரணத்துக்குப்பின் புதைத்தது, கல்லறைக்குள் வேலை செய்துகொண்டிருந்த பணியாளரை மன்னனை அடக்கம் செய்த பிறகு உயிரோடு கல்லறைக்குள் சமாதி வைத்தது என்று அவர் கூறும் கதைகளை நம்பமுடியவில்லை. இந்தப் பிரம்மாண்ட கல்லறையில் உள்ள சுடுமண் வீரர்கள் படை குறித்த தகவல் வெளிவந்த கதை ஆச்சரியமானது.

1974ஆம் ஆண்டு மார்ச் மாதம் ஷான்சி மாகாணத்தில் உள்ள ஷியான் நகரில் முதல் மன்னனின் கல்லறையில் இருந்து 1.5 கிமீ தொலைவில் கிணறு ஒன்று தோண்டுவதற்காக மண்ணை வெட்டிக்கொண்டிருந் தார்கள் சிலர். அவர்களில் யான் சிங்மன் என்பவர் கடப்பாறையால் மண்ணில் கொத்த, நங்கென்ற சத்தம் கேட்டது. சுற்றியுள்ள மண்ணைக் கவனமாக அகற்றியபின், சுடுமண் வீரர்களில் ஒருவனது தலை மற்றும் உடல் பகுதியைக் கண்டார்கள் யானும் அவன் நண்பர்களும். செய்தி கிடைத்து சீன அகழாய்வு துறை அங்கு ஆய்வுகள் மேற்கொள்ள, கிட்டத்தட்ட 8000 சுடுமண் சிற்பங்கள் வெட்டப்பட்ட குழிகளுக்குள் தாக்குதலுக்குத் தயாராக நிற்பதைக் கண்டது.

சின் மன்னனின் சுடுமண் படை -
குதிரைகளுடன் வீரர்கள். பொஆமு 200

சுடுமண் படை, முதல் குழி, ஷியான்

இதுவரை நான்கு குழிகளில் அகழாய்வு செய்யப்பட்டுள்ளன. சுடுமண் வீரர்கள் மற்றும் குதிரைகள் எண்ணிக்கை இன்னும் பல மடங்காக இருக்கக்கூடும் என்று சீனர்கள் நம்புகின்றனர். ஐ.நா சபையின் யுனெஸ்கோ பாதுகாக்கும் பாரம்பரியச் சின்னம் சின் மன்னனின் இந்தக் கல்லறை நகரம்.

சீனாவில் பொஆமு 200 முதலே குதிரைகள் பயன்பாட்டில் பெருமளவில் இருந்தன. ஐரோப்பா மற்றும் மத்திய ஆசியாவிலும் குதிரைகள் மனிதனுக்கு இணக்கமாக, போருக்கு அவனைச் செலுத்திச் செல்லும் கலமாகவே பார்க்கப்பட்டன. தமிழகத்தில் குதிரைகள் பயன்பாட்டில் இருந்தனவா? எப்போது? எங்கே? என்ன ஆதாரம் இருக்கிறது?

இதற்கான விடை கோவையிலிருந்து 13 கிலோமீட்டர் தொலைவில் நொய்யலாற்றின் கரையில் உள்ள வெள்ளலூர் என்ற கிராமத்தில் கிடைத்தது! 1842ஆம் ஆண்டு வெள்ளலூரில் மண் பாண்டம் ஒன்றில் 522 ரோமானிய நாட்டு தினாரா காசுகள் கிடைத்தன. கொங்கு மண்டலம் தங்கம், நகைகள், மணிகள் உற்பத்தி செய்யும் தொழில் மண்டலமாக இருந்தது என்பதை கரூர் மற்றும் அதைச் சுற்றியுள்ள இடங்களில் கிடைத்த தங்க மோதிரங்களும் நகைகளும் உறுதி செய்கின்றன. அவற்றில் அமராவதி சிற்ப சாயலில் ஆணும் பெண்ணுமாய் உள்ள சூதுபவள மிதுன மோதிரம், குதிக்கும் சிங்கத்தின் மேல் ஒருவன் அமர்ந்திருக்கும் கிரேக்க சாயல் மோதிரம், ரோமானிய தங்க வெள்ளிக் காசுகள் ஆகியவற்றைக் கொண்டு வெளிநாட்டவர்கள் அதிகம் வந்து சென்ற இடமாக இந்த மண்டலம் இருந்திருக்கிறது என்ற முடிவுக்கு வருகிறார்கள் ஆய்வாளர்கள். இதில் பெரும் பான்மையான பொருள்கள் பொஆமு 2ஆம் நூற்றாண்டு முதல் பொஆ 1ஆம் நூற்றாண்டு வரையான காலத்தைச் சேர்ந்தவை.

இவ்வளவு முக்கியத்துவம் இந்தப் பகுதிக்கு ஏன் என்பதற்கான விடையை சங்க இலக்கியங்கள் தருகின்றன. சேரரின் தலைநகரான வஞ்சியும் கருவூரும் இன்றைய அமராவதி ஆற்றின் கரையில் அமைந்துள்ள கரூர் நகரே என்று சங்க இலக்கியம் கொண்டு அடையாளம் காட்டுகிறார்கள் ஆய்வாளர்கள். கிரேக்கப் பயணி தாலமியின் ‘ஃபாரின் நோட்டிசஸ்’ தொகுப்பு உள்நாட்டில் இருந்த கொரூரா என்ற நகரை சேரரின் தலைநகராகக் குறிக்கிறது. பதிற்றுப்பத்து, புறநானூறு போன்றவை கரூரும் வஞ்சியும் ஒன்றே என்று குறிப்பிடுகின்றன. சேரரின் தலைநகரான மாக்கோட்டை இதுவே. இந்தக் கரூர் மற்றும் இதை ஒட்டிய பகுதிகளில் ரோமானிய ஆம்ஃபோரா ஜாடிகள், அகஸ்டஸ், தைபீரியஸ், கிளாடியஸ் போன்ற

மேயநதுகொணடிருககும குதிரை -
சூதுபவள உருசெதுக்கம், வெள்ளலூர்

மன்னர்களின் உருவம் பொறித்த ரோமானியக் காசுகள், ரோமானிய முத்திரை மோதிரங்கள் போன்றவை கிடைத்திருக்கின்றன. தமிழி எழுத்துகளில் பெயர் பொறித்த மோதிரங்களும் இங்கு கிடைத்துள்ளன.

1930ஆம் ஆண்டு வெள்ளலூரில் சூதுபவளங்கள் கிடைத்துள்ளன. சிவப்பு மணிக்கல் மற்றும் சூதுபவளம் கொண்டு செய்யப்பட்ட இரண்டு முத்திரைகள் வெள்ளலூரில் கிடைத்துள்ளன. அவற்றில் ஒன்று மேய்ந்து கொண்டிருக்கும் குதிரையின் உருவம் பொறித்தது. இந்த முத்திரையின் காலம் பொஆமு 6ஆம் நூற்றாண்டு முதல் 4ஆம் நூற்றாண்டு வரை என்று ஆய்வாளர்கள் வகுத்துள்ளனர். விரல்களில் மோதிரமாகவோ, கழுத்தில் பதக்கமாகவோ அணிய இந்த உருசெதுக்கல்கள் இருந்திருக்கலாம்.

'ரோமானியர்கள் வந்து சென்று கொண்டிருந்த பெருநகரம். எனவே இங்கே அவர்கள் பயன்படுத்திய மோதிரமாகக் கூட இது இருந்திருக் கலாம். இதைக் கொண்டு குதிரைகள் தமிழகத்தில் பயன்பாட்டில் இருந்தன என்று சொல்லமுடியாது' என்று நினைக்கிறீர்களா? அப்படியென்றால், இதைவிட வலுவான ஆதாரம் இருக்கிறது. குதிரையின் அங்கவடி வளையம் அகழப்பட்டிருக்கிறது. சேணை வளையம் ஏன் இத்தனை முக்கியத்துவம் பெறுகிறது? காலால் நடந்து சென்று போரிடுவது, நாட்டைக் காப்பதைவிட, குதிரைகள் மூலம் பயணிப்பது நேர விரயத்தை வெகுவாகக் குறைத்ததை மனிதன்

கண்டுகொண்டான். அதுமுதல் குதிரையை முழுக்க தன் கட்டுப் பாட்டில் வைப்பது எப்படி என்பதே அவன் தேடலாக இருந்தது.

அழுத்தமாகக் குதிரைகள் மீதமர்ந்து பயணிக்கவும், செல்லும் திசையை வேகமாக மாற்றவும், குதிரை மீது தேவையான ஆதிக்கம் செலுத்தவும் சேணை வளையம் தேவைப்பட்டது. இதை சீனர்கள் முதலில் கண்டுபிடித்தனர் என்றாலும், செங்கிஸ்கான் இதை முதன்முதலாக தன் குதிரையில் பயன்படுத்தியதாகவும் சொல்லப் படுவதுண்டு. பேசிக்கொண்டிருக்கும் போது அல்லது கருத்து பரிமாறிக்கொண்டிருக்கும் வேளையில், முத்தாய்ப்பாக சொல்லப் படும் இறுதிக் கருத்தை பார்ட்டிங் ஷாட் என்று சொல்வதுண்டு. இந்த சொல் பயன்பாட்டுக்கு வந்ததற்குக் காரணம் பாரசீகர்களான 'பார்த்தியர்கள்'. பொஆமு இரண்டாம் நூற்றாண்டில் வாழ்ந்து வந்த இவர்கள்தான் அங்கவடிகளைக் கண்டுபிடித்ததாகவும், போர்க்களத் தில் புறமுதுகிட்டு ஓடுவது போல பாவ்லா செய்துவிட்டு, குதிரையின் அங்கவடி மேல் கால்களை அழுத்தமாக வைத்துக் கொண்டு உடலை மட்டும் திருப்பி, அம்புகள் விட்டு எதிரியை நிலைகுலையச் செய்வது இவர்களது வழக்கம் என்றும் சொல்லப்படுகிறது. பார்த்தியர்களின் அடி- பார்த்தியன் ஷாட் என்பதே மறுவி பார்ட்டிங் ஷாட் ஆனது!

பொருந்தல். பழனிக்கு தென் மேற்கே 12 கிலோமீட்டர் தொலைவில் உள்ள இந்தச் சிற்றூரில் தொல் எச்சங்கள் இருப்பது 2006ஆம் ஆண்டு கண்டறியப்பட்டது. 2009 மற்றும் 2010ஆம் ஆண்டுகளில் இங்கு புதுவை பல்கலைக்கழகத்தைச் சேர்ந்த துறைத்தலைவர் ராஜன் தலைமையில் அகழாய்வு செய்தது 80 மாணவர்கள் கொண்ட குழு.

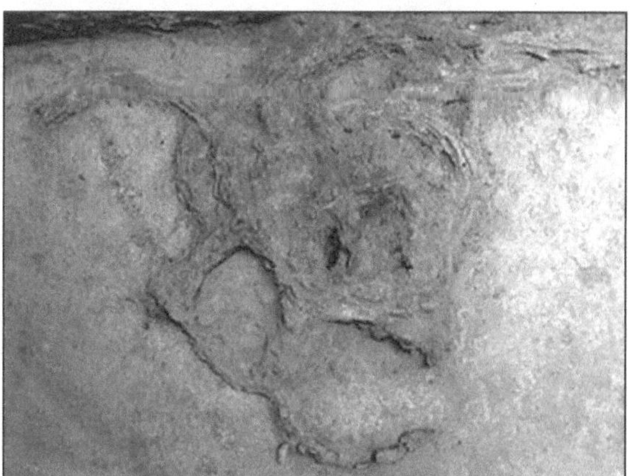

பொருந்தலில் கிடைத்த அங்கவடி

தமிழ்ப் பல்கலைக்கழகமும், இந்திய அரசு தொல்லியல் துறையும் இந்த அகழாய்வுக்கு நிதியுதவி அளித்தன. கிட்டத்தட்ட 16,000 மணிகள், போர்க்கருவிகள், மண் பாண்டங்களை ராஜன் குழுவினர் இங்கு அகழ்ந்தனர். அதில் இரும்பு அங்கவடிகளும் அடக்கம்.

மெகாலித் 1 என்ற ஈமக் குழியின் வடக்குப் பக்க அறையில், சுமார் 200 செ.மீ ஆழத்தில் இரு இரும்பு வாள்கள், அம்பு முனைகள் போன்றவற்றுடன் இரும்பாலான மூன்று ஜோடி சேணை வளையங்கள் இருந்தன. வளையத்தை நடுவே வைத்து, அதைச் சுற்றி அம்பு முனைகள் அடுக்கப்பட்டிருந்தன. இவை போக, மனிதத் தொடை எலும்பு ஒன்றும் இவற்றுடன் கிடைத்துள்ளது. இவை கிடைத்த அதே அறையில், நான்கு கால்கள் கொண்ட ஜாடி ஒன்றில் நெல்மணிகளும் இருந்தன. கருப்பு மற்றும் சிவப்பு வண்ண மண் பண்டங்களும் இங்கே இருந்தன. பெரும்பாலும் ஈமப் பொருள் களைக் கொண்டு இரும்புக்கால மனிதர்களின் தொழிலை இனம் கண்டுகொள்ளலாம் என்று கருதுகிறார்கள் ஆய்வாளர்கள்.

உழு தொழிலுக்குரிய அரிவாள், மண்வெட்டி, மண்கொத்தி போன்றவை இறந்த மனிதனோடு சேர்த்து புதைக்கப்பட்டிருந்தால், அவனது தொழில் வேளாண்மை ஆக இருக்கலாம். இரும்பு ஈட்டி முனைகள், அம்பு முனைகள், கத்திகள், குத்தீட்டிகள், சூலம், வாள்கள் இருந்தால் வேட்டையாடும் தொழிலைச் செய்த மனிதனின் கல்லறை அது என்று அடையாளம் காணலாம். குதிரையின் அங்கவடி, அந்த மனிதன் சமூகத்தில் மிக முக்கிய அங்கம் வகித்தவன் என்பதை உணர்த்துவதாகவும், அவனது பொருளாதார உயர்வைக் குறிப்ப தாகவும் இருக்கலாம்.

வயர என்ற தமிழி எழுத்துகள் குறிக்கப்பட்ட சுடுமண் பாண்டம் இருந்த ஈமக்குழியில் இந்த அங்கவடி இருந்ததால், அதில் அடக்கப்பட்ட மனிதனுக்கும் 'வயர' என்ற சொல்லுக்கும் ஏதேனும் தொடர்பிருக்கலாம் என்று கருதுகிறார்கள் ஆய்வாளர்கள். இந்த வடக்கு சேம்பரின் உள்ளே இருந்த ஜாடியில் இருந்த நெல்தான் கரிமப் பகுப்பாய்வுக்கு உட்படுத்தப்பட்டு பொஆமு 490 என்று கண்டறியப்பட்டுள்ளது. இந்த அங்கவடி பயன்படுத்திய மனிதனின் காலகட்டமும் அதுவாகவே இருக்கலாம். எனில், ஏறத்தாழ 2500 ஆண்டுகளுக்கு முன்னரே தமிழன் குதிரையை அடக்கி ஆளும் அங்கவடிகளை பயன்படுத்தியுள்ளான்.

இது போல அங்கவடிகள் பொருந்தலில் மட்டுமல்ல, ஆதிச்சநல்லூர், சானூர், குண்டக்கல், அமராவதி, அஜந்தா, நாக்பூர், மஹேஸ்வர், தக்கசீலம், கொடுமணல் போன்ற இடங்களிலும் கிடைத்துள்ளன.

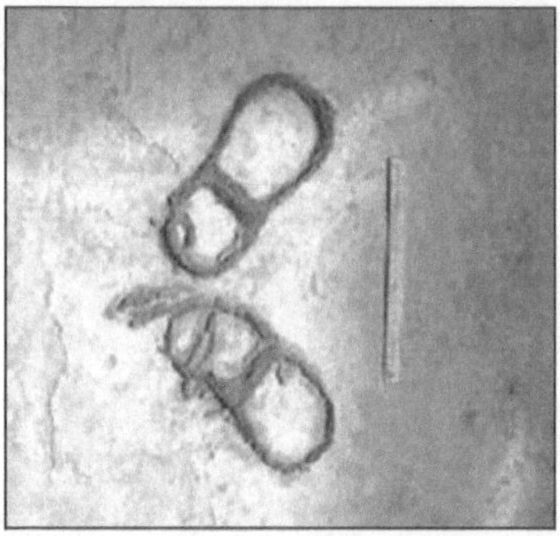

கொடுமணலில் கிடைத்த இரும்பு குதிரைச் சேணை வளையம்

பொருந்தலில் கிடைத்த பொருள்கள் இரும்புக்காலம் முதல் முந்து வரலாற்றுக் காலம் வரை என்று கணித்திருக்கிறார்கள். இதன் மூலம் அவந்தி, கோசலை, மகதம் போன்ற 'மகாஜனபதா' ஆட்சிகள் வட இந்தியாவில் நடைபெற்றுக் கொண்டிருந்த அதே காலகட்டத்தில், இங்கேயும் தமிழர்கள் குதிரைகளில் வலம் வந்து கொண்டிருந்தார்கள் என்பது நிரூபணமாகிறது.

ஆதிச்சநல்லூரில் கிடைத்தது 14 சென்டிமீட்டர் அளவிலான சிறிய இரும்புத் துண்டு. குதிரையின் பற்களுக்குள் கடித்துக் கொள்ளக்கூடிய கடிவாளத்தின் பகுதியான 'ஸ்னாஃபில் பிட்'. பொருந்தல், கொடுமணல் அங்கவடிகளைவிட தொன்மையானதாக இது இருக்கலாம். 1971ஆம் ஆண்டு ஏப்ரல் மாதம் அமெரிக்கத் தொல்லியல் நாளேட்டின் 75ஆவது பதிப்பில் வெளிவந்தது லாரன்ஸ் எஸ். லெஷ்னிக் என்ற ஆய்வாளரின் கட்டுரை. 'இந்தியாவின் தொன்மையான குதிரைக் கருவிகள்' என்று தலைப்பிடப்பட்ட அந்தக் கட்டுரையில் முக்கியச் செய்தி ஒன்றைப் பதிவு செய்கிறார் லெஷ்னிக். 'இந்தியாவின் மிகத் தொன்மையான இரண்டு கடிவாளப் பகுதிகளில் ஒன்று தென்னிந்தியாவில் உள்ளது. நூறு ஆண்டுகளுக்கு முன் ஆதிச்சநல்லூர் பகுதியில் அகழப்பட்ட இந்த மிக முக்கிய ஆவணம் கவனிப்பாரின்றி சென்னை அருங்காட்சியகத்தில் இருக்கிறது.'

அது பற்றி மேலும் விளக்குபவர், 'இந்தக் கடிவாளப் பகுதி 14 செமீ நீளம் உள்ளது. இன்று மத்திய ஆசியாவில் உள்ள குதிரைகளுக்குப் பயன்படுத்தப்படும் இத்தகைய கடிவாளத் துண்டின் நீளம் வெறும் 10 முதல் 11 செமீ மட்டுமே. ஆதிச்சநல்லூரில் பயன்படுத்தப்பட்ட குதிரையின் அளவு இன்றைய குதிரைகளைவிட நிச்சயம் பெரிதாக

தரையை ஊடுருவும் ரடார்

1980களின் தொடக்கத்தில் ரடார் கருவிகள் தொல்லியல் ஆய்வுகளில் அதிகம் பயன்படுத்தப்பட்டன. தரைக்கு அடியில் இருக்கும் பொருள்களை ரேடியோ அலைகள் மூலம் அடையாளம் கண்டுகொள்ளும் ரடார் கருவிகள் அகழாய்வுகளில் பயன்படுத்தப்பட்டன. ஆனால் இந்தக் கருவிகளால் ஆரம்பத்தில் நிறைய குழப்பங்களே ஏற்பட்டன. மண்ணுக்கு அடியில் என்ன இருந்தாலும், அவற்றைக் காட்டக்கூடிய வலிமை ரடார் கருவிகளுக்கு இருந்தாலும், அவை தேவையானவையா, இல்லையா என்பதை அவற்றால் கணிக்க இயலாது. ஆனால் தற்போது 3-டி படங்கள் மூலமும், வரைபடங்கள் மூலமும் பூமிக்கு அடியில் இருப்பனவற்றை துல்லியமாகக் கணிக்க முடிகிறது.

இருந்திருக்கவேண்டும்' என்கிறார். அலெக்சாண்டர் ரீ அகழ்ந்த பொருள்கள் எதுவும் கரிமப் பகுப்பாய்வுக்கு இன்னும் அனுப்பப்பட வில்லை என்பதால், இந்த இரும்புத் துண்டின் காலம் இன்றுவரை கணிக்கப்படவில்லை. அகழ்ந்தெடுத்து நூற்றாண்டு கடந்த பின்னும் அப்படியே இந்தப் பொருள்களைப் போட்டு வைத்திருப்பது பெரும் சோகம்.

குதிரைகளின் அழகின் மீதும், வேகத்தின் மீதும் தமிழருக்கு தனிக்காதலே இருந்தது. தொல்காப்பியம் பாடல் 613 'குதிரையுள் ஆணினைச் 'சேவல்' என்றலும்' எனக் குறிக்கிறது. பொருளதிகாரம் பாடல் 209 'தேரும், யானையும், குதிரையும், பிறவும், ஊர்ந்தனர் இயங்கலும் உரியர்' என்கிறது. யாராலும் நெருங்கமுடியாத வெகு வேகமாக ஓடக்கூடிய போர்க்குதிரையைக் கடல் நீரைக் கிழித்துக் கொண்டு வேகமாகச் செல்லும் கப்பல் போல என்று சொல்கிறது புறநானூறு. 'ஓய் நடை புரவி கடல் மண்டு தோணியின் படை முகம்' (புறநானூறு 299). போரில் குதிரைகள் பெருமளவில் பயன்படுத்தப் பட்டன என்கிறது மதுரைக்காஞ்சி பாடல் (184).

'பெயல் உறழக் கணை சிதறி பலபுரவி நீறு உகைப்ப
வளை நரல வயிர் ஆர்ப்ப பீடு அழியக் கடந்தட்டு '

பெருமழை போல அம்புமழை பொழிய, அம்பு தைத்ததால் சிதறி ஓடிய குதிரைகள் தடுமாறிக் கீழே விழுந்து இறக்க, புழுதிக்காடான போர்க்களத்தில் ஊதுகொம்புகளும், சங்குகளும் ஊதி வெற்றியைப் பறைசாற்றின என்று பொருள் தருகிறது இந்தப்பாடல்.

எங்கிருந்து இந்தக் குதிரைகள் தமிழகம் வந்தன? தமிழகத்தில் மத்திய ஆசியா, சீனா போன்று காட்டுக்குதிரைகள் இருந்தனவா என்ற கேள்விகளுக்கு நம் இலக்கியங்கள் விடையளிக்கின்றன. காட்டில் வசிக்கும் யானை, கரடி, மான், புலி, சிங்கம், பன்றி போன்ற விலங்குகளைப் பற்றிப் பேசும் நம் இலக்கியங்கள் எதுவும் காட்டில் வசித்த குதிரைகள் குறித்துப் பேசவில்லை. ஆனால் கடல்வழியே குதிரைகள் இங்கு வந்தன என்பது பற்றிய குறிப்புகள் உள்ளன.

'விழுமிய நாவாய்ப் பெருநீர் ஓச்சுநர்
நனம்தலை தேஎத்து நன்கலன் உய்ம்மார்
புணர்ந்து உடன் கொணர்ந்த புரவியொடு அனைத்தும்
வைகல்தோறும் வழிவழி சிறப்ப' - மதுரைக்காஞ்சி, 323

'சீரிய மரக்கலம் செலுத்தும் மரக்கல மீகாமர் அகன்ற இடத்தையுடைய யவனம் முதலிய தேசத்தினின்று இவ்விடத்துண்டாகிய பேரணிகலங் களை ஆண்டுச் செலுத்துதற்கு பலரும் கூடி கொண்டு வந்த

குதிரைகளோடு நாள் தோறும் முறைமையே மிகுவதால் வளம்பல மிகுந்த நகரம்' என்று மதுரையின் வளம் சொல்லப்படுகிறது. கிரேக்கர், ரோமானியர், பாரசீகர் போன்ற மேற்கத்திய மக்களே இங்கே 'யவனர்' என்று குறிக்கப்படுகின்றனர்.

அதே போல பட்டினப்பாலையும் கடல்நீர் வழி வந்த குதிரைகள் பற்றிச் சொல்கிறது.

'நீரின் வந்த நிமிர்பரிப் புரவியும்' - *பட்டினப்பாலை, 185*

இப்பாடலில் வரும் நிமிர்பரிப் புரவி என்பது நிமிர்ந்த அல்லது உயரமான குதிரை வகையைக் குறிக்கிறது. பிற்காலத்தில் (பொஆ 13ஆம் நூற்றாண்டு)இத்தாலியப் பயணியான மார்கோ போலோ பாண்டிய மன்னர்கள் குதிரைகளை காயல்பட்டினம் துறைமுகத்திற்குக் கப்பல்களில் தருவித்ததாக எழுதியிருக்கிறார். இந்தக் குதிரைகளைப் பராமரிக்க இஸ்லாமியர் நியமிக்கப்பட்டதாகவும் மார்கோ போலோ குறிப்பிடுகிறார்.

தமிழனின் வீரத்தையும், போர்த் தொழில் பெருமையும் பேசும் போது, யவனரின் குதிரைகளின்றி அது முழுமை பெறாது என்பது உறுதி.

9

அரிக்கமேடு

உலகின் அதிகம் ஒடுக்கப்பட்ட இனக்குழு அல்லது நாடு ஒன்று உண்டு என்றால், அது நிச்சயம் ஆர்மீனியாதான். கிட்டத்தட்ட 2000 ஆண்டுகளாக ஓடவோ ஒளியவோ இடமின்றி உலகம் எங்கும் ஆர்மீனியர்கள் நாடோடிகளாகச் சுற்றித் திரிந்திருக்கிறார்கள். ஈரான், துருக்கி, அசர்பைஜான், ஜார்ஜியா ஆகிய நாடுகளுக்கு நடுவே சாண்ட்விச்சில் சிக்கிய தக்காளி போல நசுங்கிக் கிடக்கிறது ஆர்மீனியா. ரஷ்யா, ஈரான் மற்றும் பண்டைய ஒட்டோமான் (துருக்கி) என்ற மூன்று பெரும் ஜாம்பவான் நாடுகளின் நடுவே சிக்கிக் கொண்ட காரணத்தால், ஆர்மீனியா கால்பந்து போல இந்த மூன்று நாடுகளின் மன்னர்களுக்கிடையே பந்தாடப்பட்டுக் கொண்டிருந்தது. 1991ஆம் ஆண்டுதான் இந்த நாட்டுக்கு ஒரு வழியாக விடுதலை கிடைத்தது.

இனப்படுகொலையை முதன்முதலில் சந்தித்தது ஆர்மீனியாதான். ஒரே இரவில் ரஷ்யப் படைகள் 20,000-30,000 ஆர்மீனியர்களைக் கொன்றழித்த ரத்த சரித்திரம் இவர்களுடையது. ஆனால், இந்த நாட்டின் மாதிரி அரசியலமைப்புச் சட்டம் நாடு உருவாவதற்கு 200 ஆண்டுகள் முன்பே 1729ஆம் ஆண்டு அன்றைய மதராஸின் ஆர்மீனியர் தெரு என்ற அரண்மனைக்காரன் தெருவில் எழுதப்பட்டு, அச்சிடப் பட்டுவிட்டது. 'ஆர்மீனிய நாட்டின் நினைவாக' என்று தேவாலயம் ஒன்றையும் அதே ஆண்டு சாந்தோமில் கட்டி முடித்து கல்வெட்டும் எடுத்துவிட்டார்கள் இந்த மக்கள்.

பெரிய பண்பாட்டு வரலாறு எதுவும் இல்லாத நாடோடிச் சமூகம் என்றே எண்ணப்பட்ட இந்த நாட்டில்தான் அரேனி என்ற அதிசயக்

சல்லடை

சி◦◦ப்டர் என்று அழைக்கப்படும் இந்தக் கருவி மூலம் தூசு அகற்றப்பட்டு, சிறிய பொருள்கள் பாதுகாப்பாகப் பிரிக்கப்படுகின்றன. தளர்வான மணலில் கலந்திருக்கும் பொருள்களைப் பிரித்தெடுக்க இந்தச் சல்லடையை உபயோகிக்கிறார்கள். பெரும்பாலும் அகழாய்வு களங்களில் கால் அங்குல இடைவெளி கொண்ட சிறிய சல்லடை பயன் படுத்தப்படுகிறது.

அரேனி-1 குகையின் வாசல்களும், அர்பா நதியும்

குகையின் வாசல் தற்செயலாகத் திறந்தது. ஆர்மீனியாவின் வாயொட்ஸ் ட்சோர் மாகாணத்தின் அரேனி என்ற சிறிய கிராமம் அர்பா நதிக்கரையில் அமைந்திருக்கிறது. இந்த அர்பா நதி, பெரும் குகை கொண்ட செங்குத்தான மலை ஒன்றைச் சுழித்துக்கொண்டு ஓடுகிறது. பெரும்பாலும் ஆடு மேய்க்கும் நாடோடிகள் இந்தக் கிராமத்தில் மேய்ச்சல் செய்து கொண்டு வந்தாலும், இங்கு சிவப்பு ஒயின் வெகு பிரசித்தம். கிராமத்தைச் சுற்றியுள்ள திராட்சைத் தோட்டங்களில் வைடிஸ் எனப்படும் சிவப்பு திராட்சை அபரிமித மாகக் காய்க்கிறது. இந்த விளைச்சலைக் கொஞ்சமும் வீணாக்காமல், வீடுகளிலேயே சிவப்பு ஒயின் செய்து, 'கராஸ்' என்ற குடுவை அமைப்பிலான பெரிய தாழிகளில் தங்கள் வீடுகளின் 'மரன்' என்று அழைக்கப்படும் பரண்களில் சேமித்து வைக்கிறார்கள் ஆர்மீனியர்கள்.

இன்றும் இந்த வழக்கம் தொடர்கிறது. 'தொடர்கிறது' என்றால் எத்தனை ஆண்டுகளாக? 100? 200? 500? 1000? இல்லை, 6000 ஆண்டுகளாக. பொஆமு 5000 முதல் 800 வரையிலான காலகட்டத்தை சாக்கோலிதிக், அதாவது செப்புக்காலம் என்று அழைக்கிறார்கள். இந்த செப்புக்காலத்தின் இடையே வாழ்ந்த இனக்குழு ஒன்று திராட்சைக் கொடியை வளர்த்து, அதன் பழங்களை பதப்படுத்தி சிவப்பு ஒயின் குடித்திருக்கிறது. ஆக, கிடைத்திருக்கும் தரவுகளைக் கொண்டு பார்க்கையில், மனிதன் முதன்முதலில் குடித்ததே மெர்லட் என்ற இந்தச் சிவப்பு ஒயின்தான். இதற்குக் கூடுதல் ஆதாரம் ஆர்மீனியாவை அடுத்த ஜியார்ஜியாவில் கிடைத்திருக்கிறது. அங்குள்ள குரா நதிக்கரையின் ஷுலவெரி என்ற பகுதியில் முதன்முதலில் மனிதன் பருகிய சிவப்பு ஒயினின் எஞ்சிய துளிகள் மண் ஜாடிகளில் கிடைத்துள்ளன. புதிய கற்காலத்தைச் சேர்ந்த மண் பாண்டங்களில் திராட்சைக் கொத்துகளும், திராட்சைக் கொடிகளின் கீழ் கைகளை உயர்த்திக் கொண்டாடும் மனித உருவங்களும் வரையப்பட்டுள்ளன.

ஆனால், ஒரு முழு 'மதுக் கிட்டங்கி' மற்றும் மது தயாரிக்கும் தொழிற்சாலை அப்படியே உருக்குலையாமல் 6000 ஆண்டுகள் கழித்துக் கிடைத்தது ஆர்மீனியாவின் அரேனி-1 குகையில்தான். குளிர்ச்சியான தட்பவெப்பமும், அந்தப் பிரதேசத்துக்குரிய குளிர் காற்றும், வினோதமாக குகையில் இருந்த ஆட்டுப் புழுக்கைகளும் இந்த அரிய மதுத் தொழிற்சாலையை அப்படியே வைத்திருக் கின்றன. போரிஸ் காஸ்பர்யான் மற்றும் கிரகரி அரேஷியான் என்ற இரு தொல்லியல் ஆய்வாளர்கள் 2007ஆம் ஆண்டு இந்தப் பகுதியில் முதல் ஆய்வைத் தொடங்கினார்கள். சில தினங்களிலேயே இந்தக்

குகை, மர்மங்கள் பலவற்றைத் தன்னில் அடக்கியது என்பது புரிந்து போனது.

குழிகள் வெட்டி உள்ளே செல்லச் செல்ல, குகை மூன்று பகுதிகளாகப் பிரிக்கப்பட்டிருப்பதை உணர்ந்தார்கள். மூன்று ஆண்டுகள் முயற்சிக்குப் பிறகு, குகையின் நடுப்பகுதியில் 2010ஆம் ஆண்டு செப்டெம்பர் மாதம் ஒரு மீட்டர் நீளமான, உயர்த்தப்பட்ட விளிம்புகள் கொண்ட களிமண் பேசின் ஒன்றையும், அதிலிருந்து செல்லும் சிறு மடையின் வாயில் 2 அடி உயரம் கொண்ட மண் பானை ஒன்றும் புதைந்திருப்பதைக் கண்டனர். பானையை ஆய்வுக்கு உட்படுத்தியதில் அதில் காய்ந்த திராட்சை ரசத் துளிகள் இருந்தன. இந்தப் பானைக்கு அருகே புதைக்கப்பட்டிருந்த மூன்று பானைகள் ஒவ்வொன்றிலும் மண்டையோடுகள் கிடைத்தன. அதில் இரண்டு மண்டையோடுகள் 11 மற்றும் 12 வயது சிறுமிகளுடையவை. ஒன்று 8 வயது சிறுவனுடையது. இதன் அருகே மதுவை ஊற்றப் பயன்படுத்தப்பட்ட விலங்குக் கொம்பு ஒன்றும் கிடைத்தது.

அந்தக் காலத்தில் நிலவிய ஈமச்சடங்கு முறைகளில் இது ஒன்றாக இருக்கலாம் என்று கணிக்கின்றனர் அறிஞர்கள். களிமண் வடி கிண்ணத்தில் திராட்சைகளையிட்டு, அவற்றை வெறும் கால்களால் மிதித்து, நசுக்கி எடுக்கப்பட்ட ரசத்தை அருகில் உள்ள பானையில் வழியுமாறு வடிவமைத்திருக்கிறார்கள். இந்தப் பானையில் இருந்து பிழியப்பட்ட ரசத்தை அடுத்த அறையில் இருந்த குடுவைகளில் மாற்றி, பாதுகாத்திருக்கவேண்டும் என்று கூறுகிறார்கள் ஆய்வாளர்கள்.

குகையின் பின்புறப்பகுதியில் வரிசையாக சிறு மண் பானைகளும், அவற்றில் திராட்சைக்கொட்டைகளும் காம்புகளும் கிடைத்தன. திராட்சையைப் பிழிவதற்கு முன், வகைவாரியாகப் பிரித்து, அதில் உள்ள கொட்டை மற்றும் குச்சிகளை இந்த மக்கள் நீக்கியிருக் கிறார்கள். அவற்றைச் சேர்த்தால் மதுவின் சுவை மாறிவிடும் என்பதை அறிந்தவர்களாகவும் இவர்கள் இருந்திருக்கிறார்கள். இந்தக் கருநீல மெர்லட் ஒயினை அவர்கள் விருந்துகளில் குடித்தார்களா, அல்லது அவர்களது தினசரி வாழ்க்கையில் பருகி வந்தார்களா அல்லது அது ஈமச்சடங்குடன் தொடர்புடையதா என்ற கேள்விக்கு ஊகம்தான் பதில் என்று கூறுகிறார் ஆய்வாளர் காஸ்பர்யான். மது செய்யும் இடத்திலேயே பானைகளில் மண்டை ஓடுகள் கிடைத்ததாலும், மது ஊற்றும் கொம்பு இருந்ததாலும், மது அருந்தும் வழக்கம் ஈமச்சடங்குடன் தொடர்புடையது என்று கணிக்கிறார் இவர்.

6000 ஆண்டுகளுக்கு முந்தைய
திராட்சைக் கொட்டைகளும், காம்புகளும் - அரேனி

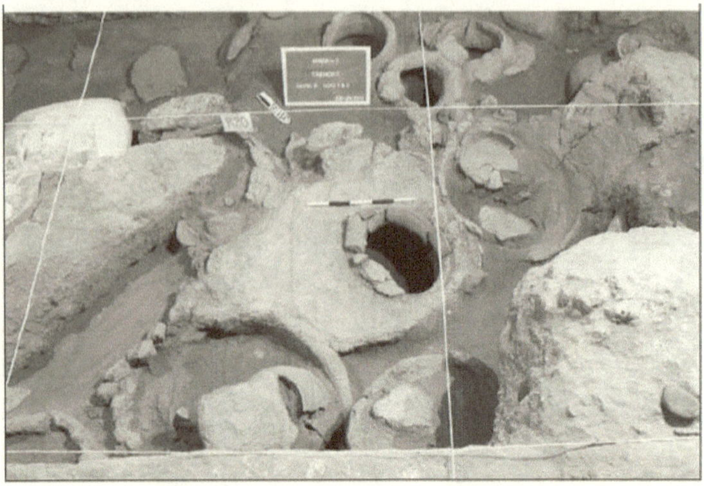

பேசினிலிருந்து ரசம் செல்லும் மடை மற்றும் பானை - அரேனி

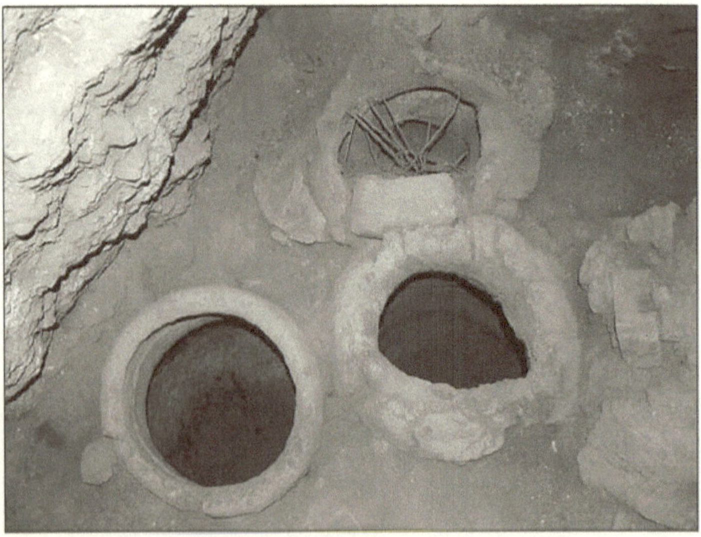

திராட்சைக் குச்சிகளும், கொட்டைகளும் பிரிக்கப்
பயன்படுத்திய பானைகள் - அரேனி

இன்னும் ஆய்வுகள் அரேனி குகையில் தொடர்ந்து கொண்டிருக்கின்றன. 5000 ஆண்டுகளுக்கு முன் செய்த உலகின் மிகப் பழமையான தோல் காலணி இங்கேதான் கிடைத்திருக்கிறது. அதே போல, 6000 ஆண்டுகளுக்கு முந்தைய நாணலால் பின்னப்பட்ட பாவாடையின் பகுதி இங்கே கிடைத்திருக்கிறது. உலகின் மிகப்பழமையான ஆடை இந்தப் பாவாடைதான்.

டாஸ்மாக்குகள் மலிந்த இன்றைய தமிழகத்தில் வாழ்ந்த நம் முன்னோர்கள் என்ன பருகினார்கள் என்று அறியும் ஆர்வம் வருகிறது இல்லையா? நம் பருவநிலைக்கு ஏற்றவாறு பனை மற்றும் தென்னை மரங்களிலிருந்து கள் இறக்கிக் குடித்திருக்கிறார்கள். ஆனால், அதை விடவும் மதுவின் மேல் அவர்களுக்கு ஆர்வம் அதிகம் என்பதை சங்க இலக்கியப்பாடலான பத்துப்பாட்டின் பட்டினப்பாலை 108ஆம் செய்யுள், 'மட்டு நீக்கி மது மகிழ்ந்தும்'- பனங்கள்ளை விடுத்து மது அருந்தி... என்று சொல்கிறது. எப்படி மது அவர்களுக்குக் கிடைத்தது? விடை தெரிய, 400 ஆண்டுகளுக்கு முன்செல்ல வேண்டும்.

இன்றைய அரியாங்குப்பத்தை ஒட்டிய ஆற்றின் கரைகளில் 1700களில் பழம் பொருள்களைத் தேடி அலைந்த முதல் நபர் லீ ஜென்டைல் என்ற ஃப்ரெஞ்சு ஆய்வாளர். ஆனால் அதன் பின் கிட்டத்தட்ட 250 ஆண்டுகள் கழித்தே துப்ரெயில் என்ற தொல்லியல் மற்றும் வரலாற்று ஆய்வாளரது முன்னெடுப்பின் பேரில் 1940களில் மார்டிமர் வீலர் என்ற ஆய்வாளர் புதுவையை அடுத்த அரிக்கமேட்டில் அகழாய்வுகளைத் தொடங்கினார். துப்ரெயில் மற்றும் வீலருக்கு வழிகாட்டியாக, அரிக்கமேட்டில் அகழாய்வு செய்யும் சாத்தியக்கூறு இருக்கிறது என்று வழிகாட்டி அழைத்துச் சென்றவர் சென்னை அரசு அருங்காட்சியகத்தில் பணியாற்றிய டாக்டர் ஏ.ஐயப்பன்.

அவர்கள் நம்பிக்கை வீண்போகவில்லை. மண் பாண்டங்கள், ரோமானிய மணிகள், சிவப்பு நிற இத்தாலிய அர்ரடைன் மண் பாண்டங்கள், கருப்பு நிற ரௌலட்டட் பாண்டங்கள், சங்கு வளையல்கள் என்று கலவையாகக் கிடைத்த பொருள்களின் ஊடே சிக்கின ரோமானியக் குடுவைகளின் பகுதிகள் மற்றும் கைப்பிடிகள்.

பொஆ 1ம் நூற்றாண்டைச் சேர்ந்த புகழ்பெற்ற பயண நூல், 'பெரிப்ளஸ் ஆஃப் எரித்ரியன் ஸீ'. இதில் 'பொதுகே' என்ற தென்னிந்தியாவின் கிழக்குக் கடற்கரைத் துறைமுக நகரைப் பற்றிய குறிப்புகள் உள்ளன. இந்தக் குறிப்புகள் அரிக்கமேட்டைக் குறிப்பிடுவதாக அறிஞர்கள் கருதுகின்றனர். ரோம வரலாற்று ஆசிரியர் பிளினி, ரோம மன்னன் அகஸ்டஸின் காலத்தில் வாழ்ந்த

டிரெஸ்ஸல் 2-4 கோவன் மதுச் சாடி

1940களில் மார்டிமர் வீலர் கண்டெடுத்த ஆம்ஃபோராத் துண்டுகள்,
சென்னை அரசு அருங்காட்சியகம்

அறிஞர் ஸ்ட்ராபோ போன்ற அறிஞர்களும் பொதுகே குறித்து எழுதியிருந்தாலும், பெரிப்ளஸ் அளவுக்கு இந்தியாவுக்கு கிரேக்கத்தின் பழம் துறைமுகங்களில் இருந்து எப்போது, எப்படிக் கலம் செலுத்தி வருவது என்று வேறு எதிலும் விரிவாக எழுதப்படவில்லை. இங்குள்ள மிளகும் பட்டும் பருத்தியும் கிரேக்கம் மற்றும் பண்டைய ரோமுக்குக் கொண்டு சென்றவர்கள், அங்கிருந்து என்ன கொண்டு வந்தார்கள்? வெறும் கலம் செலுத்தி கடல் கடந்து வருவதில் என்ன லாபம் இருந்திருக்கப்போகிறது?

கொள்ளை லாபம் அவர்கள் சம்பாதிக்க ஏதுவாக இங்கே பெருமளவில் கொண்டு வந்தது மது, ஆலிவ் எண்ணெய் மற்றும் கரும் எனப்படும் மீன் சாஸ். மதுவை எப்படி மாதக்கணக்கில் கப்பல்களில் கொண்டு வர முடிந்தது? கழுத்துக் குறுகிய பெரிய குடுவைகள் மூலம். ஆம்ஃபோரா எனப்படும் இந்த மதுச் சாடிகளில் திரவப் பொருள் நீண்ட நாள்கள் சேமித்துவைக்க உதவும் பைன் மரப் பிசின் உள்புறமாகப் பூசப்பட்டது. அரிக்கமேட்டில் கிடைத்த பொஆமு 2ஆம் நூற்றாண்டு மற்றும் அதற்கு முந்தைய காலகட்டத்தைச் சேர்ந்த ஆம்ஃபோரா சாடிகளில் பைன் பிசினின் எச்சங்கள் கண்டறியப் பட்டுள்ளன. இந்த ஆம்ஃபோராக்களில் ஒன்று கிரேக்கத் தீவுகளான ரோட்ஸ் மற்றும் கோஸ் ஆகியவற்றிலிருந்து இங்கு அனுப்பப் பட்டது. (விமலா பெக்லி, 2004). உலகப்புகழ் பெற்ற கோஸின் கோவன் மது, இத்தாலியைச் சேர்ந்த வணிகர்களால் இந்தியாவுக்கு அனுப்பப்பட்டது என்று இதன்மூலம் உறுதிப்படுத்தப்படுகிறது.

லேசான உப்புத் தன்மையோடு இருக்கும் கோஸ் ஒயின் பிறந்த கதை சுவாரசியமானது. பணிக்கு அமர்த்தப்பட்ட அடிமை ஒருவன், ஆசை மேலிட 'மஸ்ட்' எனப்படும் ஊறல் ரசத்தைக் குடுவைகளிலிருந்து கொஞ்சம் குடித்துவிட்டு, அதை மறைக்க அருகில் கிடைத்த கடல் நீரை மதுக் குடுவைகளில் ஊற்றி நிரப்பி வைத்துவிட்டான். சற்றே வித்தியாசமான சுவையுடன் இருந்த இந்த ஒயினுக்கு பொஆமு 4ஆம் நூற்றாண்டில் பெரும் வரவேற்பு கிடைத்தது. இதன் சிறப்பு அறிந்த ரோட்ஸ் தீவு போன்ற அருகாமை தீவுகளில் ஒயினை கடல் நீர் சேர்த்துத் தயாரிக்கத் தொடங்கினார்கள். இந்தக் குடுவைகளில்தான் பைன் பிசின் தேய்த்து அரிக்கமேட்டுக்கு அனுப்பியுள்ளார்கள். ஆய்வுகளில் அரிக்கமேட்டில் கிடைத்த பெரும்பான்மையான ஆம்ஃபோராக்களில் கிரேக்க மற்றும் இத்தாலிய ஒயின் வகைகள் இருந்தாலும், சிலவற்றில் டால்மேஷன் மற்றும் ஸ்பானிஷ் ஆலிவ் எண்ணெய், ஸ்பானிஷ் கரும் என்ற மீன் சாஸ் போன்றவற்றின் மிச்சங்கள் உள்ளன. (எலிசபெத் வில்).

கோஸ் தவிர நிடியன் துறைமுகம் (பொஆமு 1ஆம் நூற்றாண்டு), ரோட்ஸ் தீவு, ஸ்பானிஷ் மற்றும் இஸ்த்ரியன் நாடுகள் (பொஆமு 1 முதல் பொஆ 1ஆம் நூற்றாண்டுவரை), பியூனிக் ஆம்ஃபோராக்கள் (பொஆ 3-6ஆம் நூற்றாண்டு), துனிசிய ஆம்ஃபோராக்கள் (பொஆ 5ஆம் நூற்றாண்டு) என்று பரந்துபட்ட கால அளவு மற்றும் நாடுகளைச் சேர்ந்தவையாக இங்கு கிடைத்த ஆம்ஃபோரா ஜாடித் துண்டுகள் உள்ளன (எலிசபெத் லைடிங் வில்). ஆம்ஃபோராக்களின் வடிவம், அழுத்தம், எடை போன்றவற்றைக் கொண்டு அவற்றின் காலத்தைக் கணிக்கும் டிரெசல் டேபிள் என்ற அளவீட்டைக் கொண்டே இந்த ஆம்ஃபோராக்களின் காலம் மேலே குறிப்பிடப் பட்டுள்ளது.

ஆக, பொஆமு 2ஆம் நூற்றாண்டு முதல் பொஆ 6ஆம் நூற்றாண்டு வரை அரிக்கமேட்டில் கிரேக்கர்களும் இத்தாலியர்களும் தங்கள் ஒயினைக் கலங்களில் கொண்டு வந்திருக்கிறார்கள். இவற்றில் போலி ஒயினும் கலந்து சுற்றியிருக்கிறது என்பது கூடுதல் சுவாரசியம். கோவன் மது போலவே எரிமலையால் அழிந்துபட்ட பாம்பேய் நகரில் இருந்து 'இமிடேஷன் ஒயினும்' COVM VET என்று பொறிக்கப்பட்ட போலிக் குடுவைகளில் வந்திருக்கின்றது. (வில்) வீலர் கண்டெடுத்த 1940-களைச் சேர்ந்த ஆம்ஃபோரா ஜாடிகளின் கைப்பிடி மற்றும் துண்டுகள் இன்னும் ஆய்வு செய்யப்படவில்லை. இவை சென்னை அரசு அருங்காட்சியகத்தில் உள்ளன.

பொஆமு 2ஆம் நூற்றாண்டு முதல் பொஆ 6ஆம் நூற்றாண்டு வரை என்று இந்த ஆம்ஃபோராக்களின் காலம் சொல்லப்படுகிறது. நம் சங்க இலக்கியங்களில் இதைப் பற்றி குறிப்புகள் ஏதேனும் உள்ளதா என்று தேடினால் கொட்டிக் கிடக்கிறது. கிரேக்கர், அரபு நாட்டவர், ரோமானியர், இத்தாலியர் என்று எந்த வெளிநாட்டவரையும் நாம் யவனர் என்றே அழைத்தோம். சாண்டில்யனின் 'யவன ராணி'யைப் படிக்காதவர்கள் உண்டா என்ன?

> 'கள்ளி அம் பேரியாற்று வெண்ணுரை கலங்க
> யவனர் தந்த வினைமான் நன்கலம்
> பொன்னொடு வந்து கறியொடு பெயரும்'

சங்க கால நூல் தொகுப்பான எட்டுத் தொகையின் அகநானூறு, பாடல் 149: எழுதியவர் - எருக்காட்டுத் தாயங்கண்ணனார்.

பேரியாற்றின் வெள்ளப்பெருக்கைத் தாண்டி யவனர் கலங்களில் வந்து பொன்னைக் கொடுத்து, மிளகு பெற்றுச் சென்றதைக் கூறும்

செய்யுள் இது. யவனர் வந்து சென்றனர் சரி, மதுவைக் கொணர்ந்தனர் என்பதற்கு என்ன சான்று?

மதுரைக் கணக்காயனார் மகன் நக்கீரனார், பாண்டியன் இலவந்திகைப் பள்ளித் துஞ்சிய நன்மாறனை யவன மதுவைப் பருக அழைக்கப் பாடிய சங்ககால புறநானூற்றுப் பாடல் *(56):*

'யவனர் நன்கலம் தந்த தண்கமழ் தேறல்
பொன்செய் புனைகலத்து ஏந்தி நாளும்
ஒண்தொடி மகளிர் மடுப்ப...'

கலங்களில் யவனர் கொணர்ந்த தேறல் என்ற இனிய மதுவை, பொன் குடுவைகளில் நிரப்பி, அழகுப் பெண்கள் கைகளில் ஏந்தித் தர... என்று விவரிக்கிறது இந்தப் பாடல்.

இவை தவிர 'யவன ஓதிம விளக்கு' (பெரும்பாணாற்றுப்படை), 'மகத வினைஞரும் மராட்டக் கம்மரும் அவந்திக் கொல்லரும் யவனத் தச்சரும் தண்தமிழ் வினைஞர் தம்மொடு கூடிக்கொண்டினிது இயற்றிய கண்கவர் செய்வினைப் பவளத் திரள்கால் பன்மணிப் போதிகை' (மணிமேகலை, *19:10*) என்று யவனரின் பங்கு பற்றிக் கூறுகின்றன சங்கப்பாடல்கள்.

10

புகார்

மே 25, 1990. மன்ஹாட்டனில் உள்ள இன்டர்-கான்டினென்டல் ஹோட்டலின் முதல் மாடி. ஆஸ்டர் கன்வென்ஷன் அரங்கம். இங்குதான் உலகின் தலைசிறந்த சதுரங்க வரலாற்று ஆய்வாளர்கள் செஸ் கலெக்டர்ஸ் இன்டெர்நேஷனல் என்ற அமைப்பின் ஈராண்டுக்கு ஒரு முறை நடைபெறும் நான்காவது காங்கிரஸ் கூட்டத்தில் அமர்ந்திருந்தார்கள். அன்றைய நாள் இரண்டு முக்கிய ஆய்வுக் கட்டுரைகள் சமர்ப்பிக்கப்பட்டன. அதில் ஒன்று எஸ்.ஆர்.ராவ் எழுதிய 'லோதல்- ஹரப்பாவின் கடற்கரை நகரம்: சதுரங்க காய்கள் மற்றும் பொம்மைகள்'; மற்றொன்று மன்ஸ்ஃப்ரெட் ஈடர் எழுதிய 'ஜோக்கிம் பெட்சோல்டின் இறுதி ஆய்வுகள்'. ஈடர் தன் உரையைத் தொடங்கும்போதே, ஜோக்கிம் எழுதி ஆங்கில மொழியாக்கம் செய்யப்படாத, ஜெர்மானிய மொழியில் வெளிவந்த செஸ் குறித்த புதிய புத்தகத்திலிருந்து சில பகுதிகளை வாசிக்கப் போவதாக அறிவித்தார்.

டாக்டர் ஜோக்கிம் பெட்சோல்டு மார்க்சிய வரலாற்று ஆய்வாளர். ஜெர்மனியின் பெர்லின் நகரில் வசித்து வந்த புகழ்பெற்ற சதுரங்க ஆட்ட வரலாற்று ஆய்வாளரும்கூட. உடல்நலக் குறைவால் அவர் வர இயலாது போகவே அவரது ஆய்வுக்கட்டுரையை ஈடர் வழங்கினார். அரங்கின் விளக்குகள் அணைந்ததும் கண்முன் விரிந்த திரையில் படங்கள் தோன்றத்தொடங்கின. பொஆமு 3000-2000 ஆண்டுவாக்கில் புகழ்பெற்று விளங்கிய சிந்து சமவெளி நாகரிகத்தின் கடற்கரை நகரான லோதலில் (இன்றைய குஜராத் மாநிலம் அகமதாபாத் மாவட்டத்திலுள்ள சரக்வாலா கிராமத்தை ஒட்டிய பகுதி)

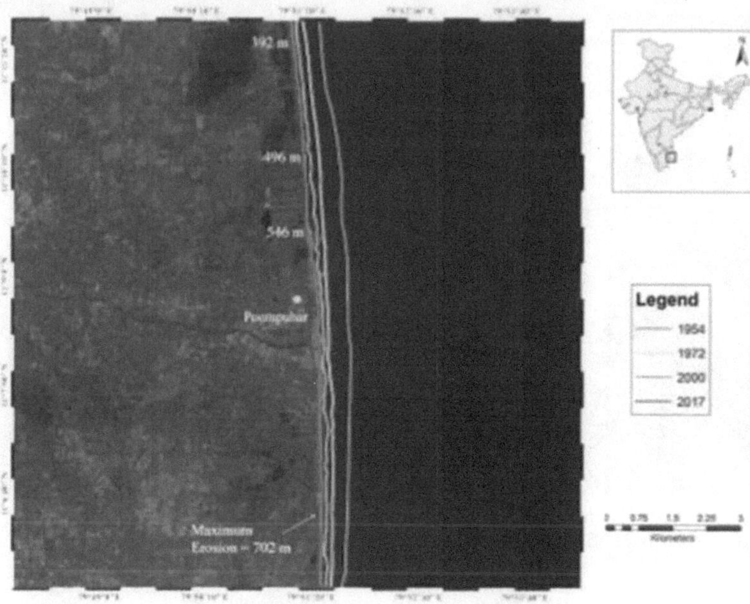

பூம்புகார் கடற்கரை எல்லையைக் காட்டும் சாடிலைட் வரைபடம்,
'கரண்ட் சயின்ஸ்' இதழ், ஜியோஸ்பேஷியல் டெக்னிக்ஸ்
சுந்தரேஷ், மணிமுரளி, திவ்யா

பூம்புகார் பகுதியில் கடலுக்குள் ஆய்வுகள் செய்தது எப்படி? கடலின் 'கரையோர வரை' மாற்றத்துக்குட்பட்டதே. நிலபரப்பு ஆய்வுகள் (ஜியோஸ்பேஷியல்) மூலம் கரையின் நகர்வு ஆராயப்படுகிறது. இதற்கு நமக்குக் கை கொடுப்பவை செயற்கைக்கோள் புகைப்படங்கள். 1954ஆம் ஆண்டு டொபோகிராபி வரைபடத்தை ஆதாரமாகக் கொண்டு 'லாண்ட்சாட்' என்ற செயற்கைக்கோள் பல ஆண்டுகள் புகார்ப் பகுதியை எடுத்த புகைப்படங்களை ஒப்பிட்டு, கரைநகர்வைக் கணித்து வரைபடங்கள் தயாரிக்கப்பட்டன. இந்தப் படங்களைக் கொண்டு 1954 முதல் 2017 வரை 63 ஆண்டுகளில் கரை 392 மீ முதல் 702 மீ வரை நகர்ந்து இருப்பதை உறுதி செய்தார்கள் ஆய்வாளர்கள். இதன் பின் சோனார் அலைகள் மூலம் கடற்பரப்பில் எங்கெங்கு பெரும் பாறைகள் அல்லது பாறை போன்ற அமைப்புகள் உள்ளனவோ, அவற்றை அடையாளம் கண்டு, அந்த இடங்களில் ஆழ்கடல் ஆய்வுகள் மேற்கொள்ள உள்ளார்கள்!

லோதல் நகரும், கப்பல் துறையும்- மீளுருவாக்கப் படம்

இப்போது லோதல் - உலகின் தொன்மையான கப்பல் துறை

அகழாய்வில் கிடைத்த சதுரங்க ஆட்டக்காய்கள், சுடுமண் சதுரங்கக் கட்டம் போன்றவற்றை விளக்கியது அந்த ஆய்வுக்கட்டுரை.

லோதல் என்பதற்கு குஜராத்தி மொழியில் நீத்தார் மேடு என்று பொருள். பெயருக்கேற்றவாறு லோதல் மேட்டுப் பகுதியாக இருந்திருக்கிறது. 1850கள் வரை படகுகள் கடலிலிருந்து இந்த மேடு வரை வந்து சென்றிருக்கின்றன. ஆனால் இப்போது அதற்கான தடமே தெரியவில்லை. 1955ஆம் ஆண்டு முதல் 1960ஆம் ஆண்டு வரை இங்கு அகழாய்வு நடைபெற்றது. இதில் சந்தை, நகரின் தெருக்கள், வீடுகள் என்று கச் பாலைவன மணலுக்கு அடியில் மூழ்கியிருந்த நகரமே வெளிப்பட்டது. ஆனால் எல்லாவற்றையும் விட ஆச்சரிய மூட்டும் வகையில் கப்பல் துறை போன்ற அமைப்பு ஒன்று இங்கு அகழப்பட்டது.

அதை கப்பல் துறை அல்ல என்றும், வயல்களுக்கு நீர் பாய்ச்சும் வாய்க்கால் என்றும் வாதிட்டனர் சிலர். ஆனால் கோவாவிலுள்ள தேசிய கடல்சார் ஆய்வகத்தின் ஆய்வுகளில் இந்தக் கால்வாயில் உப்புத் துகள்கள், ஃபோராமினிஃபெரா என்ற கடல்சார் குறு ஃபாசில்கள், ஜிப்சம் படிமம் ஆகியவை கண்டுபிடிக்கப்பட்டன. இதைக் கொண்டு அந்த அமைப்பு கண்டிப்பாக கடல் நீரால் சூழப்பட்டிருக்க வேண்டும் என்றும், அது தொன்மையான கப்பல் துறைதான் என்றும் நிறுவினர் ஆய்வாளர்கள். உலகின் மிகவும் தொன்மையான, தற்போது காணத்தக்க நிலையிலுள்ள கப்பல் துறை இதுவே என்று இந்தியத் தொல்லியல் துறை அறிவித்தது. அதன் காலம் பொஆமு 3700 என்றும் கணிக்கப்பட்டது.

இந்த லோதல் நகரில்தான் சுடுமண்ணால் செய்யப்பட்ட சதுரங்க காய்கள், சுடுமண் சிற்பங்கள், பகடைக் காய்கள், சுடுமண் சதுரங்கக் கட்டம் போன்றவை அகழாய்வில் கிடைத்துள்ளன. இவற்றை ஆய்வு செய்த பெட்சோல்டு, லோதலில் பகடைக் காய்களை உருட்டி நான்கு பேர் விளையாடக் கூடிய வகையில் சுடுமண் சதுரங்க கட்டங்கள் அமைக்கப்பட்டிருந்தன என்று தன் புத்தகத்தில் எழுதியிருக்கிறார். தேர் மற்றும் படகு வடிவில் இருந்த காய்கள் இன்று நாம் செஸ் விளையாட்டில் பயன்படுத்தும் ‘ரூக்’ என்ற யானை போன்ற நேராக செலுத்தக்கூடிய காய்களே என்று பெட்சோல்டு எழுதியிருப்பதாக வாசிக்கிறார் ஈடர். இதே கூட்டத்தில் வாசிக்கப்பட்ட எஸ்.ஆர்.ராவின் லோதல் குறித்த ஆய்வை 1972ஆம் ஆண்டு ரஷ்ய நாட்டின் தல்வெர்சின்-தீப் பகுதியில் பழைய சதுரங்க காய்கள் கிடைத்ததற்குப் பதிலடியாக இந்தியா ராவைக் கொண்டு இந்தக் கதையைக் கட்டுகிறது

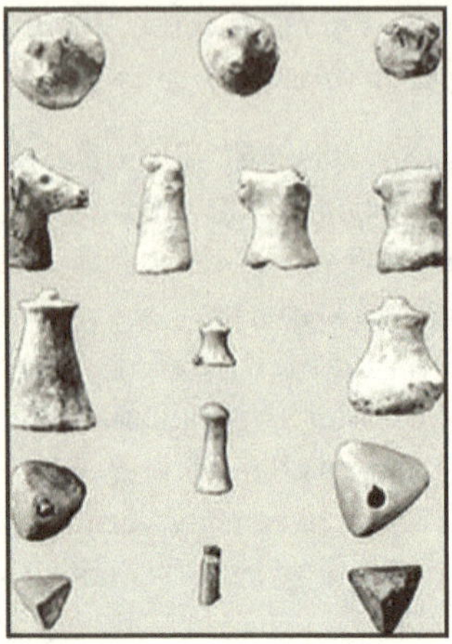

லோதலில் அகழப்பட்ட செஸ் காய்கள்

என்று அங்கேயே எதிர்ப்புத் தெரிவித்தார் செஸ் ஆய்வாளர் ஃபெர்லிதோ.

அங்கிருந்த நான்கு ஆய்வாளர்களுமே லோதல் செஸ் காய்கள் உண்மையில் செஸ் காய்கள் அல்ல என்ற முடிவுக்கு வந்திருந்தனர். வெறும் காய்களை வைத்துக்கொண்டு செஸ் ஆட்டம் சிந்து வெளி மக்களுக்குத் தெரியும் என்ற முடிவுக்கு வர முடியாது என்று கருதினர். பகடையை உருட்டி காய் நகர்த்தியதால் இது செஸ் அல்ல என்றும், 'சதுரங்கம்' என்ற இந்திய விளையாட்டு மேற்கத்திய செஸ் விளையாட்டைப் போன்ற வேறொரு விளையாட்டு என்ற முடிவுக்கும் வந்தார்கள். சிந்துவெளி மக்களை விட மேம்பட்ட நாகரிகம் கொண்ட மக்கள்தான் செஸ் விளையாட்டைக் கண்டுபிடித் திருக்கவேண்டும் என்றும், சதுரங்க விளையாட்டு பொஆமு 400 முதல் பொஆ 400 வரையான காலகட்டத்தில் தோன்றியிருக்கவேண்டும் என்றும் கருதுகோளை முன்வைத்தார் ஃபெலிடோ என்ற ஆய்வாளர். பெட்சோல்டின் கருதுகோள் அங்கேயே காலாவதியானது சோகம்.

1955-1960 வரையிலான லோதல் ஆய்வுகள் குறித்து தெளிவாக எழுதியுள்ளார் எஸ்.ஆர்.ராவ். லோதலில் மட்டும் 75 சுடுமண் விளையாட்டுப் பொருள்கள் கிடைத்ததாகவும், அவற்றுடன் செங்கல் மற்றும் சுடுமண்ணாலான ஐந்து சதுரங்கக்கட்டம் போன்ற பலகைகளும், பகடைக்காய் ஒன்றும் கிடைத்ததாகவும் கூறியுள்ளார். கல், தந்தம், எலும்பு மற்றும் சங்கினால் செய்யப்பட்ட ஆட்டக் காய்களும் கிடைத்தன. இந்தக் காய்களை ஐந்தாக வகைப் படுத்துகிறார் ராவ். 'சூமார்ஃபிக் உருவங்கள்' எனப்படும் விலங்கு

முகம் கொண்ட காய்கள், பெல்லட்டுகள் எனப்படும் வட்ட வடிவிலான காய்கள், டெட்ராஹெட்ரான் என்ற பிரமிடு வடிவக் காய்கள், கூம்புகள் மற்றும் காசில் எனப்படும் காவல்கோட்டை போன்ற காய்கள் இங்கு கிடைத்துள்ளன என்று எழுதியிருக்கிறார் ராவ். எருது, நாய் போன்ற விலங்குகளும் இவற்றில் உள்ளன.

மேல்பகுதி கூம்பு போல சில காய்களிலும், நடுவே சிறுத்து, மேல் பகுதியில் விரிந்தும் சில காய்கள் கிடைத்தன. பிற காய்களுடன் ஒப்பிட்டு பிரமிடு வடிவக் காய்கள் காலாட்படையைக் குறிக்கலாம். அமைச்சர், யானை, தேர் போன்றவை இன்றைய நவீன காலத்தில் பயன்படுத்தக் கூடிய செஸ் காய்கள் போலவே உள்ளன. பிரமிடு வடிவக் காய்கள் எகிப்தின் மெம்ஃபிஸ் நகரில் கிடைத்த காலாட்படைக் காய்கள் போலவே உள்ளன. மெம்ஃபிஸ் நகரில் ராணி ஹட்ஷெப்சுட் கல்லறையில் இருந்து அகழப்பட்ட நீல ஃபெயன்ஸ் கல்லால் செய்யப்பட்ட கோட்டை வடிவக் காய்களும் உள்ளன. இதே கோட்டை வடிவக் காய்கள் சுமேரிய உர் நகரிலும் கிடைத்துள்ளன. ஆக பிற பண்டைய தொல் நாகரிகங்களில் உள்ளவை போலவே லோதலிலும் கிடைத்துள்ளதால், இவை கட்டாயம் சதுரங்க விளையாட்டுக் காய்களே என்ற கருதுகோளை முன்வைக்கிறார் ராவ்.

இவை தவிர மூன்று வெவ்வேறு வகையான சதுரங்கப் பலகைகள் உள்ளன என்றும் அவை பெரும்பாலும் 16 கட்டங்கள் அல்லது 16ன் பின்னம் கொண்டவையாக இருந்தன என்றும் கூறுகிறார் ராவ். பெரும்பாலும் பலகைகள் மரத்தால் செய்யப்பட்டிருக்க வேண்டும் என்பதால் அவை கிடைக்கவில்லை. எகிப்தில் கிடைத்த பலகைகள் சங்கு, மற்றும் தந்தத்தால் செய்யப்பட்டவை. தீபெகாவ்ரா மற்றும் சுமேரிய உர் என்ற இடத்திலும் பலகைகள் காய்களுடன் கிடைத்துள்ளன. சிந்து சமவெளி மக்களை சுமேரிய மற்றும் எகிப்திய நாகரிகங்களுக்குப் பின் வந்த மிகச் சிறந்த நாகரிகம் எனத்தான் ஆய்வாளர்கள் கருதுகின்றனர்.

பண்பட்ட மக்களாக வேளாண்மை செய்தவர்கள்; நீர் மேலாண்மை செய்யத் தெரிந்தவர்கள்; ரோமானியர்களைப் போல் பொதுக் குளியலறைகள் கட்டியவர்கள்; செல்வச் செழிப்புடன் வாழ்ந்தவர்கள்; எகிப்தியர்கள் போலவே சித்திர எழுத்துகளைப் பயன்படுத்தியவர்கள்; தெருக்கள், பொது மேடைகள் என நகர நாகரிகத்தில் பண்பட்டு வாழ்ந்தவர்கள். ஒன்று முதல் ஐந்து காலகட்டமாக சிந்து சமவெளி மக்கள் வாழ்ந்த பொஆமு 3300 முதல் 1300 வரையிலான 2000 ஆண்டுகளைப் பிரிக்கிறார்கள் ஆய்வாளர்கள்.

இந்த மக்கள் எப்படி அழிந்துபட்டார்கள் என்பது இன்று வரை புரியாத புதிராக இருக்கிறது. பல்வேறு மக்களின் குடியேற்றத்தால் இந்த நாகரிகம் பரந்து விரிந்து தன் தனித்தன்மை இழந்து போனது என்று கருதும் ஆய்வாளர்களும் உண்டு; பெருவெள்ளம் ஒன்றின் காரணமாகவோ அல்லது சரசுவதி ஆறு வறண்டு நீரின்றிப் போனது காரணமாகவோ இந்த மக்கள் இடம் பெயர்ந்திருக்கலாம் என்று சொல்வோரும் உண்டு. ஆரியர் வருகையைக் காரணம் சொல் வோரும் உண்டு.

சிந்து வெளியின் ராகிகடி பகுதியில் புதைக்கப்பட்டிருந்த 4500 ஆண்டுகள் தொன்மையான 14411 என்ற எலும்புக்கூட்டின் மரபணு ஆய்வு முடிவுகள் சமீபத்தில் வெளிவந்தன. சுமார் 4,000 ஆண்டு களுக்கு முன்பாக வெண்கலக் காலத்தில் கருங்கடலுக்கும் காஸ்பியன் கடலுக்கும் இடைப்பட்ட ஸ்டெப்பி புல்வெளிப்பகுதியிலிருந்து இந்தியா வந்த மக்களிடம் உள்ள ஆரிய மரபணுக் குறியீடான R1a1 ராகிகடி எலும்புக்கூட்டில் இல்லை. ஆனால் அந்த எலும்புக்கூட்டின் மரபணு தென்னிந்தியாவில் தற்போது வசிக்கும் தொல்குடிகளின் திராவிட மரபணுவை ஒத்திருக்கிறது என்றும் அந்த ஆய்வு முடிவுகள் தெரிவிக்கின்றன. ஆக சிந்து வெளி மனிதர்கள் இன்றைய வட இந்தியர்களின் மூதாதையர் இல்லை என்பதை இந்த ஆய்வு நிறுவியிருக்கிறது. இந்தத் தென்னிந்திய தொல்குடியின் மூத்தோரே சிந்துவெளியை நிறுவியவர்கள் என்பதை நாம் இதன்மூலம் விளங்கிக்கொள்ள முடிகிறது.

ஒப்பற்ற சிந்துவெளி நாகரிகத்தின் மனிதர்கள் சதுரங்க காய்கள் கொண்டு விளையாடிய வரலாறு பார்த்தோம். தமிழகத்தில் கப்பல் துறைகள் ஏதேனும் அகழப்பட்டுள்ளதா என்று நீங்கள் தேடத் தொடங்கியிருக்கவேண்டும் இந்நேரம். ‘பெரிப்ளஸ் ஆஃப் எரித்ரியன் ஸீ’ பயண நூலில் ‘கமரா’ என்ற பெயரில் ஒரு நகரம் குறிப்பிடப்படுகிறது. சங்க காப்பியமான மணிமேகலை ‘காகந்தி’ என்று புகழும் நகரம் இது. கிட்டத்தட்ட ஈராயிரம் ஆண்டுகளாக சிறந்திருக்கும் ஒரு கடற்கரை நகரம் உண்டெனில் அது புகார்தான். பட்டினப்பாலை காவிரியின் முகத்துவாரத்தில் உள்ள இந்நகரில் நடந்து வந்த வணிகத்தைப் பின்வரும் வரிகள் உணர்த்துகின்றன.

> ‘நீரின் வந்த நிமிர்பரிப் புரவியும்
> காலின் வந்த கருங்கறி மூடையும்
> வடமலைப் பிறந்த ஆரமும் அகிலும்
> தென்கடல் முத்தும் குணகடல் துகிரும்
> கங்கை வாரியும் காவிரிப் பயனும்

ஈழத்துணவும் காழகத் தாக்கமும்
அரியவும் பெரியவும் நெரிய ஈண்டி
வளந்தலை மயங்கிய நனந்தலை மறுகு'

குதிரைகள், மிளகு, வைரங்கள், பொன், சந்தனம், முத்து, பவளம், கங்கை காவிரி வளத்தால் விளையும் பொருள்கள், ஈழத்திலிருந்து உணவுப் பொருள்கள், காழகத்திலிருந்து பிற பொருள்கள் என்று பல நாடுகளில் இருந்து இங்கு பொருள்கள் இறக்குமதி செய்யப் பட்டதையும் சொல்கிறது பட்டினப்பாலை. புறநானூறு பாடல் வரியொன்றில், 'கூம்பொடு மீப்பாய் களையாது மிசைபாரம் தோண்டாது புகாஅர்ப் புகுந்த பெருங்கலம்' என்று 'வங்கம்' என்ற பெருங்கப்பல் புகார் குறிக்கப்படுகிறது. பொஆ 7ம் நூற்றாண்டில் இயற்றப்பட்ட தேவாரப்பாடல்கள் சாயாவனம், பல்லவனேசுவரம் என காவேரிபூம்பட்டிணத்தின் புறநகர்ப் பகுதிகளைப் படம்பிடித்துக் காட்டுகின்றன.

1960ஆம் ஆண்டு இங்கு முதலில் ஆய்வுகளை மேற்கொண்டார் பரமசிவன். காந்த அளவியல் ஆய்வில் இங்கு புதையுண்டிருந்த கட்டிடப் பகுதிகள் கண்டுபிடிக்கப்பட்டன. 1963ஆம் ஆண்டு முதல் 1973ஆம் ஆண்டு வரை இந்தியத் தொல்லியல் துறை புகார்ப் பகுதியில் விரிவான ஆய்வுகளை மேற்கொண்டது. பூம்புகாரை அடுத்த வானகிரி பகுதியில் சதுர வடிவ சோழர் கால செம்புக் காசுகள் கிடைத்தன. அவற்றில் ஒருபுறம் புலி சின்னமும், மறுபுறம் யானை சின்னமும் பொறிக்கப்பட்டிருந்தன. மேலப்பெரும்பள்ளம் பகுதியில் ரோமானியக் காசு ஒன்றும் கிடைத்தது. மணிகிராமம், கீழையூர் பகுதிகளில் பொஆ 1ம் நூற்றாண்டைச் சேர்ந்த பானை ஓடுகள் கிடைத்தன. இவற்றில் கட்டடப் பகுதிகள் கீழையூர், பல்லவனேசுவரம் மற்றும் வானகிரி பகுதிகளில் தட்டுப்பட்டன. கிடைத்த பொருள் களின் 'ஸ்டிராட்டிகிராஃபி'- படிமப்படி, கீழையூர், வானகிரி, பல்லவனேசுவரம், மணிகிராமம் மற்றும் வெள்ளையன் இருப்பு என்று பகுதிகளை வரிசைப்படுத்தினர் ஆய்வாளர்கள். அதன்படி புகார் நகரின் அகழப்பட்ட பகுதிகளில் தொன்மையானது கீழையூர்.

கீழையூருக்கும் லோதலுக்கும் உள்ள ஒற்றுமை என்ன தெரியுமா? இந்த இரண்டு இடங்களிலுமே கப்பல் துறைகள் அமைந்துள்ளன. கீழையூரில் வௌவால்கள் அதிகம் தென்பட்ட வயல்வெளிக்கு நடுவே உள்ள மேட்டை ஆய்வு செய்தது தொல்லியல் துறை. அதில் பள்ளங்கள் தோண்டத் தோண்ட, படகுத்துறை ஒன்று கண் முன் விரிந்தது. 18.28X7.62 மீட்டர் நீளம் கொண்ட செங்கற்களால் கட்டப் பட்ட மேடையுடன் இருந்தது இந்தப் படகுத்துறை. கடல் ஓத

காவேரிப்பட்டினம் அகழாய்வுகள் நூலில் கீழையூர் படகுத்துறை

சி-14 கரிமப் பகுப்பாய்வுக்கு உட்படுத்தப்பட்ட மரக்கம்புகள்,
பொஆமு 300-200 வரை

நீரேற்றத்துக்குத் தக்கவாறு மேலும் கீழுமாய் படகுகளைக்கட்ட ஏதுவாக அமைக்கப்பட்டிருக்கிறது படகுத்துறை. இதன் ஒட்டு மொத்த உயரம் 1.71 மீ. இவற்றில் படகுகள் கட்ட வசதியாக 15 செமீ விட்டம் கொண்ட உறுதியான உயரம் கொண்ட மரக்கம்புகள் கட்டுமானத்தின் இருபுறமும் வரிசையாக ஆற்றுப்படுகையில் குறைந்தது 2 மீ ஆழத்தில் பதிக்கப்பட்டிருந்தன. இந்த மரக்கம்புகளின் மீதே மரப்பலகைகள் அடுக்கப்பட்டு துறை மேடை அமைக்கப் பட்டிருக்கவேண்டும். இந்தக் கம்புகளில் படகுகள் கயிறு கொண்டு கட்டப்பட்டிருக்கவேண்டும்.

இந்தப் படகுத்துறையின் வயது பொஆமு 300 முதல் 200 வரை. சி-14 என்ற கரிமப் பகுப்பாய்வுக்கு மரக்கம்புகளின் துகள்களை உட்படுத்தியதில் கிடைத்த காலக் கணிப்பு இது. ஆனால் கட்டுமானத்தை அருகில் கிடைத்த பொருள்கள் கொண்டு கணக்கீடு செய்யும்போது, முதல் பகுதியே கருப்பு மற்றும் சிவப்பு நிற பானை ஓடுகளின் காலம் என்று கணிக்கப்பட்ட பொஆ 1ம் நூற்றாண்டுதான் என்றும் நிறுவப்பட்டுள்ளது. ஆக, மரக்கம்புகள் நடப்பட்டு கிட்டத்தட்ட 300 ஆண்டுகள் பயன்பாட்டில் இருந்த பிறகே செங்கல் கட்டுமானம் அதைச் சுற்றி எழுப்பப்பட்டிருக்கிறது. இரண்டாம் நூற்றாண்டுக்குப் பின் கட்டுமானம் கைவிடப்பட்ட அடையாளங்கள் உள்ளன என்று ஆய்வாளர்கள் கருதுகின்றனர். செங்கற்களின் அளவு 61x40.5x7.7 செ.மீ. சுண்ணம் கொண்டு இறுக்கிக் கட்டப் பட்டிருக்கிறது படகுத்துறை. இதுபோல காவிரியின் முகத்துவாரப் பகுதிகளில் கடலில் இருந்து ஆற்றுக்குள்ளும், ஊர்களுக்குள்ளும் பொருள்களை எடுத்துவரவும், கொண்டு செல்லவும் இந்தத் துறை போல இன்னும் சில கட்டப்பட்டிருக்கலாம் என்பதும் ஆய்வாளர் களின் அனுமானம்.

கீழையூரை அடுத்த வெள்ளையன் இருப்புப் பகுதியில் செய்யப்பட்ட ஆய்வுகளில் சதுரங்கக் காய் ஒன்று கிடைத்துள்ளது. சுடுமண்ணால் செய்யப்பட்ட இந்தக் காயுடன் சதுரங்கப் பலகையோ வேறு காய்களோ கிடைக்கவில்லை. இரண்டாவது அடுக்கில் இந்தக் காய் கிடைத்துள்ளது. பொஆ 8-9ஆம் நூற்றாண்டுக்குப் பிறகே வெள்ளையன் இருப்பு பகுதியில் கிடைத்த பொருள்களின் காலக்கணிப்பு செய்யப்பட்டுள்ளது என்பதால், இந்தச் சதுரங்கக் காயின் காலமும் அதன் பின்னரே என்று கருதவேண்டும். அளவில் சிறியதாயுள்ள சதுரங்க காய், இன்று செஸ் விளையாட்டில் பயன்பாட்டிலுள்ள காலாட்படை வீரன் காயை ஒத்தே இருக்கிறது. இங்கு கிடைத்த பிற பொருள்களைக் கொண்டு புகார் பகுதியில் செல்வச் செழிப்புடன், கேளிக்கை விளையாட்டுகளுக்கு நேரம் ஒதுக்கி

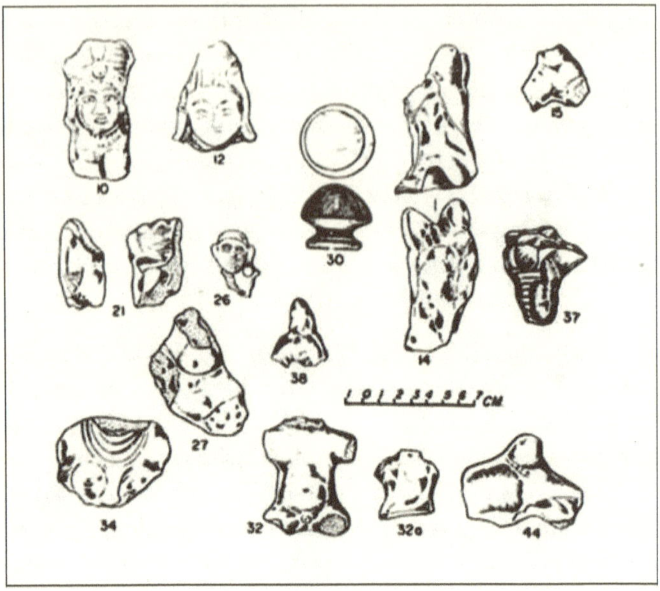

எண் 30- சதுரங்க காய், வெள்ளையன் இருப்பு

வாழ்ந்த மக்கள் வெள்ளையன் இருப்பு பகுதியில் வாழ்ந்திருந்தார்கள் என்று அறிந்துகொள்ளலாம். புகார் நகரில் மட்டுமல்லாமல் பேரூர், திருக்காம்புலியூர், கொடுமணல், தற்போது கீழடி என்று தமிழகத்தின் பல தொல் நாகரிக அகழாய்வுகளில் சதுரங்க காய்கள் கிடைத்துள்ளன.

புகாரின் அகழாய்வுகளில் ஆழ்கடல் ஆய்வுகள் மிக முக்கியமானவை. பல்லவனேசுவரம் பகுதியில் பௌத்த விகாரம் இருந்ததையும், பௌத்த சிற்பங்கள், பாதம் போன்றவை அகழப்பட்டதாலும், சிலப்பதிகாரம், மணிமேகலை என்று பௌத்தம் பேசிய காப்பியங்கள் எழுதப்பட்ட காலமாக அல்லது காப்பியங்கள் தோன்றிய காலமாக பொஆ 3-4ஆம் நூற்றாண்டு இருக்கலாம் என்கிறார்கள் ஆய்வாளர்கள்.

புகார் நகரை கடல்கோள் அழித்தது என்று சொல்லப்படுவதுண்டு. அதே சமயம் கடல் நீர் ஊருக்குள் கொஞ்சம் கொஞ்சமாக மண்ணரித்து உட்புகுவதும் இங்கு நடந்திருக்க வாய்ப்புண்டு. 1973ஆம் ஆண்டு கடலிலிருந்து 200 மீ தொலைவில் நிறுவப்பட்ட கண்ணகி சிலை 1994ஆம் ஆண்டு மீண்டும் 150 மீ தொலைவில் அமைக்கப்பட்டது. இருபது ஆண்டுகளில் 200 மீ தூரம் கடல் நிலப்பரப்பை ஆக்கிரமித்திருக்கிறது. 2000 ஆண்டுகளில் என்னவெல்லாம் நடந்திருக்கும் என்று

நம்மால் ஊகிக்க முடிகிறது இல்லையா? இதற்கு இன்னும் வலுவான ஆதாரம், புகார் பகுதியை ஒட்டி கடலுக்கடியில் செய்யப்பட்ட ஆய்வுகள்.

1981ஆம் ஆண்டு கோவாவில் உள்ள தேசிய கடலியல் நிறுவனத்தின் துணையுடன் முதல் கட்ட ஆழ்கடல் ஆய்வுகள் மேற்கொள்ளப் பட்டன. வானகிரி முதல் நாயக்கன்குப்பம் வரையிலான ஏழு கிமீ கடற்கரைப் பகுதியில் கடலுக்குள் 5 கிமீ தொலைவில் இந்த ஆய்வுகள் மேற்கொள்ளப்பட்டன. கடலுக்குள் 5 முதல் 8 மீட்டர் ஆழத்தில் உறை கிணறுகள், கட்டடப் பகுதிகள் இருந்தது கண்டுபிடிக்கப் பட்டது.

1997ஆம் ஆண்டு நடைபெற்ற கடலுக்கடியிலான ஆய்வுகளில் கடைக்காடு பகுதியில் கரையிலிருந்து 5 கிமீ தொலைவில் கடலுக் கடியில் 23 மீ ஆழத்தில், ஆங்கில “U” வடிவ கல்லாலான கட்டட அமைப்பு கண்டுபிடிக்கப்பட்டது. இந்த அமைப்பை ஆராய்ந்ததில் 40 மீட்டர் நீளமும், 20 மீட்டர் அகலமும், 3 மீட்டர் உயரமும் கொண்ட கட்டட அமைப்பு இது என்பது உறுதியாகிறது. இந்தக் கட்டட அமைப்பு என்ன என்பது இன்னும் புலனாகவில்லை. ஆனால் அதில் உளியால் செதுக்கப்பட்ட அடையாளங்கள் உள்ளன. இது தவிர 6 முதல் 10 மீட்டர் ஆழத்தில் மண் பாண்டங்களும் கடலுக்கடியில் கிடைத்துள்ளன. அதன் பின் முழுமூச்சில் அரசு ஆய்வுகளை இன்னமும் புகார்ப் பகுதியில் முடுக்கிவிடவில்லை என்பது பெரும் சோகம். அதற்கான முயற்சிகள் இப்போது எடுக்கப்பட்டு வருவதாகச் செய்திகள் வெளிவருகின்றன. மகிழ்ச்சி!

11

பையம்பள்ளி

மனிதன் முதன்முதலில் காலூன்றி நிரந்தரமாகத் தங்கி, பல்கிப் பெருகிய உலகின் முதல் கிராமம், குடியிருப்பு எது என்ற கேள்விக்கு பதில் இங்கே. எப்படி வேட்டையாடித் திரிந்தவன் விலங்குகளைப் பழக்கப்படுத்தி, வீடுகளை அமைத்து, வேளாண்மை செய்தான்? இவை அனைத்தும் உடனடியாக வரிசைப்படி நடைபெறவில்லை. மனிதன் அடிபட்டு, விழுந்து, எழுந்துதான் அனைத்தையும் கொஞ்சம் கொஞ்சமாகக் கற்றுக்கொண்டான். வேட்டையாடி விலங்குகளைப் பழக்கினான், குகைகளைக் கைவிட்டான், விலங்குகளை மேய்த்தான், தாற்காலிக வாழிடங்கள் அமைத்தான், வேளாண்மை கற்றுக்கொண்டான், மேய்ச்சலும் வேளாண்மையும் மாற்றி மாற்றி செய்துவந்தான். பின்னொரு காலத்தில் நிரந்தர வாழிடம் அமைத்துக் கொண்டான். வேளாண்மையும், மேய்ச்சலும் தாற்காலிகமாக செய்துவந்தவன் முதன்முதலில் நிரந்தரக் குடியேற்றம் செய்தது எப்படி, எப்போது என்பதைப் பார்ப்போம்.

குகைகளில் காடுகளில் ஒளிந்து வாழ்ந்துகொண்டிருந்த ஆதி மனிதன் தண்ணீரின் அவசியம் புரிந்து நீர்நிலைகளின் அருகே வசிக்கத் தொடங்கினான் என்று பார்த்தோம். அப்படி நீர்நிலைகளில் நேரடியாக வசிக்கத் தொடங்கி அரிசியும், பருப்பும் விளைவித்து உண்டானா என்றால், இல்லை. ஓரிடத்தில் ஊன்றி வளர மனிதன் மரம் இல்லையே? ஆனால் அப்படி வாழவேண்டிய அவசியம் ஏற்பட்ட போது அவன் அதற்குத் தயாராகவே இருந்தான்.

வளைகுடா பகுதியை ஒன்றடக்கிய இன்றைய சைப்ரஸ், சிரியா, இஸ்ரேல், ஜோர்டான், லெபனான், பாலஸ்தீனம் ஆகிய நாடுகள்

நீர் மிதவை இயந்திரம்

இலைகள் மற்றும் செடிகள். தொல்லியல் களங்களில் இவற்றை ஆய்வு செய்வதை ஆர்க்கியோ-பாட்டனி என்று அழைக்கின்றனர். இந்த ஆய்வாளர்கள் தண்ணீர் ஊற்றி சலிக்கக்கூடிய மிதவை இயந்திரத்தைப் பெரும்பாலும் பயன்படுத்துகின்றனர். இதில் கல், மண் என்று அழுத்தமான எடை கொண்ட பொருள்கள் வலையிலேயே தங்கிவிடுகின்றன. செடி, கொடி என தாவரப் பகுதிகள் அனைத்தும் மிதக்கின்றன. மிதப்பவற்றை சேகரித்தல் எளிதாகிறது. மிகச் சிறிய சாம்பிள்களுக்கு மைக்ரோ-ஃப்ளோடேஷன் முறை கடைப்பிடிக்கப்படுகிறது.

நதூஃபியர் குடியிருப்புப் பகுதி

அமைந்த பகுதியை லெவந்த் என்று தொல்லியல் ஆய்வாளர்கள் அழைக்கிறார்கள். இந்த லெவந்த் பகுதியில் பொஆமு 12,500 முதல் 9500 வரை வாழ்ந்த வேட்டை-சேகரிப்பு மனிதர்கள்தான் நதூஃபியர்கள். நாய்கள், பன்றிகளை பழக்கி, வீட்டு விலங்குகளாக மாற்றியவர்களில் முதன்மையானவர்கள் இந்த மக்கள். அத்துடன் வேளாண்மைக்கு மாறிய முதல் இனமும் நதூஃபியர்கள்தான். வேட்டைக் குடியிலிருந்து வேளாண் குடியாக மாறுவதற்கு இடைப்பட்ட காலம் ஒன்று இவர்களுக்கு இருந்தது. இந்தக் காலகட்டத்தில் இவர்கள் கல்லாலான குடில்களில் வேட்டையாடி வசித்து வந்ததாகக் கருதினார்கள் ஆய்வாளர்கள். வேட்டையாடும் விலங்குகள் அழிந்துபட்டதால் இந்த மக்கள் தங்கள் குடில்களைக் காலி செய்ய நேர்ந்தது.

எப்போது இவர்கள் தாற்காலிக வீடுகளில் தங்கினார்கள், எப்போது மீண்டும் வசிப்பிட மாற்றம் பெற்றார்கள் என்பதை எப்படி கணிப்பது என்று தெரியாமல் குழம்பிப் போயினர் ஆய்வாளர்கள். இங்கிலாந்தின் அபர்தீன் பல்கலைக்கழக ஆய்வாளரான தாமஸ் குச்சி இதற்கான விடையைக் கண்டுபிடித்தார். எலிகள்தான் அவரது விடை. ‘மஸ் டொமெஸ்டிகஸ்’ என்ற வீட்டு எலிகள் எப்போது நதூஃபியர் வாழ்ந்த பகுதிகளில் வாழ்ந்திருக்கலாம் என்பது அவரது ஊகம். இஸ்ரேலின் ஹைஃபா பல்கலைக்கழகத்தைச் சேர்ந்த லயர் வைஸ்பிராட் என்பவருடன் இணைந்து லெவந்த் பகுதியில் கிடைத்த எலிகளின் தாடை எலும்புகளைக் கொண்டு ஆய்வுகள் மேற்கொண்டனர்.

ஐந்து வெவ்வேறு களங்களில் அவர்கள் செய்த ஆய்வில், 20,000 ஆண்டுகளுக்கு முன், நதூஃபியர்கள் தோன்றுவதற்கு முன்பு லெவந்த்

பகுதியில் கிடைத்த எலி தாடைப் பகுதிகள் 100% 'மஸ் மாசிடோனியஸ்' என்ற மாசிடோனிய எலி வகையின் தாடை. காட்டுவாசியான இவ்வகை எலிகள் சர்வ சுதந்திரமாக அப்போது சுற்றித் திரிந்திருக்கவேண்டும். ஆனால் நதூஃபியர்கள் அங்கே வாழத் தொடங்கிய காலமான 15,000 ஆண்டுகளுக்கு முந்தைய எலிகளின் தாடை எலும்புகள் அத்தனையும் 'மஸ் டொமெஸ்டிகஸ்' என்ற வீட்டு எலியைச் சேர்ந்தவை. இதன்மூலம், வீட்டு எலிகள் நதூஃபியர்கள் ஒதுக்கிய கழிவுகளை உண்டு அவர்களைச் சுற்றியே வாழ்ந்து வந்ததையும், இதன் காரணமாக காட்டு எலிகள் அவர்களது வாழ்விடத்தில் இல்லை என்றும் தெளிவாகிறது என்று குச்சி அறிவித்தார்.

தங்கள் கருதுகோளை உறுதிப்படுத்த கென்யாவின் மசாய் இன மக்களை அண்டி வாழும் 'இக்னிடஸ்' என்ற முள்ளெலியையும், 'வில்சன்' என்ற காட்டு முள்ளெலியையும் இதே சோதனைக்கு உட்படுத்தினர். அதில் அதிகம் பயணிக்கும், ஓரிடத்தில் அதிகம் தங்காத மசாய் மக்களின் அருகாமையில் இக்னிடஸ் வகை எலிகளே இருந்தன என்பதையும், வில்சன் வகை எலிகள் மசாய் மக்கள் காலி செய்துவிட்டுப் போகும் இடங்களை உடனடியாக ஆக்கிரமித்துக் கொள்கின்றன என்பதையும் கண்டுபிடித்தார்கள். இவர்களது இந்த 'எலி ஆய்வை' பெரும்பாலான தொல்லியல் ஆய்வாளர்கள் ஏற்றுக் கொண்டனர்.

நதூஃபியர்களுக்கு எலி துணை வந்தது என்றால், தமிழருக்கு என்ன துணை வந்தது? சாம்பல் மேடு. தென்னிந்தியாவில், குறிப்பாக கர்நாடகம், ஆந்திரப் பிரதேசம் மற்றும் வட தமிழ்நாட்டின் நிலப்பகுதிகளில் ஆங்காங்கே இருக்கின்றன சாம்பல் வண்ண மேடுகள். 19ஆம் நூற்றாண்டின் தொடக்கத்தில் இந்த மேடுகள் ஆங்கிலேய கர்னல் காலின் மெக்கென்சியின் கவனத்தை ஈர்த்தன. அவை என்னவாக இருக்கும் என்று ஆராய்ந்த மெக்கென்சியால் அறுதியிட்டு அறிவியல்பூர்வமாக கண்டுபிடிக்க முடியவில்லை. பூதிகுன்டா என்ற இடத்திலுள்ள சாம்பல் மேட்டைக் குறித்து ஆய்வுகள் மேற்கொண்டார் டி.ஜே.நியூபோல்டு என்ற ஆங்கிலேய அதிகாரி. 1836ஆம் ஆண்டு இதைக் குறித்து தன் ஆய்வுகளை ராயல் பெங்கால் சொசைட்டியின் தலைவரான பிரின்செப்புக்கு அனுப்பி வைத்தார். எரிமலை சீற்றத்தின் போது ஏற்படும் எரிமலைக் குழம்பு லட்சக்கணக்கான ஆண்டுகளுக்குப் பின் இவ்வாறு மாறுவதாகவும், இந்த வகை மேடுகளில் உள்ள பாறைகள் காற்று உள்ளே அடை பட்டுக் கிடப்பதால் தட்டுகையில் விநோத ஓசை எழுப்புவதாகவும் தெரிவித்தார்.

ஆனால் இந்தச் சாம்பல் மேடுகள் குறித்த முதல் தெளிவான துப்பு துலக்கியவர் மெக்கன்சியிடம் உதவியாளராக இருந்த காவலி வெங்கட லட்சுமையா. இவ்வகை மேடுகள் முற்கால போர்களின் எச்சங்களை எரித்த மிச்சங்களாகவோ, கடவுளுக்குப் பலி கொடுத்த மதச் சடங்கின் மிச்சங்களாகவோ இருக்கலாம் என்று கருதிய லட்சுமையா, இவ்வகை மேடுகள் அமைந்த ஊர்களின் பெயருக்கு பூதிஹால், பூதிகுன்டா என 'பூதி' என்ற முன்னொட்டு இருப்பதைச் சுட்டிக்காட்டினார். இதன் காரணமாக இவற்றுக்கும் சாம்பலுக்கும் ஏதேனும் தொடர்பு இருக்கலாம் என்று அவர் கருதினார். பலவாறாக இந்த மேடுகள் குறித்த கருதுகோள்கள் முன்வைக்கப்பட, முப்பது ஆண்டுகள் கழித்து இதை முதன் முதலில் அறிவியல்பூர்வமாக ஆராய்ந்தவர் இந்தியத் தொல்லியலின் தந்தை ராபர்ட் புரூஸ் ஃபுட்.

பெல்லாரி மாவட்டத்தில் இவ்வகை மேடுகள் அதிகம் இருப்பதைக் கண்டுபிடித்தார் ஃபுட். இந்த மேடுகளுக்கும் தெக்காணப் பகுதியில் வசித்த புதிய கற்கால மனிதர்களுக்கும் ஏதோ தொடர்பிருக்க வேண்டும் என்று கருதினார் ஃபுட். 1872ஆம் ஆண்டு ஆப்பிரிக்க சரிபா என்ற முள்வேலி போல, இவற்றுக்கும் கால்நடைகளுக்கும் ஏதோ தொடர்பு இருக்கிறது என்று கருதியவர், இவ்வகை மேடுகள் கால்நடைகள் சாணத்தை எரித்ததால் ஏற்பட்டவையே என்று எழுதினார். கவுடூர் மேட்டிலிருந்து சாம்பல் துகள்களை எடுத்து ஆராய்ந்த சுரங்கப் பொறியாளர் பாஸ்வர்த் ஸ்மித், ஃபுட்டின் ஐயத்தை உறுதிப்படுத்தினார். இவை சாம்பலால் ஏற்பட்டவையே என்று அறிவித்தார். இந்த மேடுகளில் கற்காலக் கருவிகள், பானை ஓடுகள் போன்றவை கிடைத்தது ஃபுட் சொல்வது உண்மையே என்று நிறுவ உதவியது.

அவை சாம்பல் மேடுகளே என்று பிற ஆய்வாளர்கள் ஒப்புக் கொண்டாலும், அந்த மேடுகள் எவ்வாறு வந்தன என்பதில் ஆளுக்கொரு கருத்துக் கொண்டிருந்தனர். ஆய்வாளர் ராபர்ட் சீவெல், கொத்துக் கொத்தாக பெண்கள் உடன்கட்டை ஏறியதால் ஏற்பட்ட மேடுகள் இவை என்று கூறிவந்தார். இந்த மேடுகளில் பெரியதான பூதிகுன்டா மேட்டின் உயரம் 46 அடி, அகலம் 420 அடி. அப்படியென்றால் எத்தனைப் பெண்கள் இவ்வாறு உடன்கட்டை ஏறியிருக்கவேண்டும்? பல ஆண்டுகளாக இந்தக் குழப்பம் நீடித்தது. ஒரு வழியாக 1947ஆம் ஆண்டு மார்டிமர் வீலர் பிரம்மகிரி சாம்பல் மேட்டில் ஆய்வுகள் தொடங்கினார்.

தென்னிந்தியாவின் கற்கால ஈமக்காடுகளோடு இந்தச் சாம்பல் மேடுகளுக்குத் தொடர்பு இருக்கலாம் என்ற கருத்தை வலியுறுத்தினார். சங்கனக்கல்லு பகுதியில் ஆய்வாளர் சுப்பாராவின்

ஆய்வுகளும் இதை நிலைநிறுத்தின. ஆனால் இந்தச்சாம்பல் மேடுகள் மிக முக்கியமான தொல்லியல் எச்சங்கள் என்று 1954ஆம் ஆண்டு மஸ்கி பகுதியில் நடைபெற்ற ஆய்வுகள் மூலம் நிறுவப்பட்டன. இங்குதான் திமில் காளைகளின் எச்சங்களுடன் மண் பாண்ட ஓடுகள் முதல்முறையாகக் கிடைத்தன. ஃபுட்டின் கருதுகோள் சரியே என்று அவர் இறந்து ஏறத்தாழ 40 ஆண்டுகள் கழித்து ஒருவழியாக ஒப்புக்கொண்டது தொல்லியல் உலகம். 1949ஆம் ஆண்டு குடத்தினி சாம்பல் மேட்டை ஆய்வுசெய்த முனைவர் சூனர், சாம்பல் மேட்டின் சாம்பல் தற்போது சாணத்தை எரித்தால் வரும் சாம்பல் போன்றதே என்றும் நுண்ணோக்கிக் கருவி மூலம் இதை நோக்கினால், புல்லின் எச்சங்கள் சாம்பலில் தட்டுப்பட்டன என்றும் கண்டுபிடித்தார்.

1821 முதல் 1916 வரை கிட்டத்தட்ட 300 புதிய கற்காலத் தொல்லியல் மேடுகள் கண்டுபிடிக்கப்பட்டன. இந்த எண்ணிக்கை இப்போது 800. இவற்றில் மிகக் குறைவான களங்கள் தமிழகத்தில்தான் உள்ளன. இந்தச் சாம்பல் மேடுகளைத் தாற்காலிக கால்நடைத் தங்குமிடங்கள் மற்றும் வேளாண்மை செய்யத் தொடங்கிய இடங்கள் என்று கருதும் ஆய்வாளர்களும் உண்டு; இவை நிரந்தர கிராமங்களாக மனிதன் வசிக்கத் தொடங்கிய இடங்கள் என்று கருதுவோரும் உண்டு. கோடேகல் பகுதியில் கிடைத்த கரிமப் பொருளின் பகுப்பாய்வின் படி, இந்த சாம்பல் மேடுகள் தோன்றிய காலம் பொஆமு 3000 என்றாலும் தமிழக சாம்பல் மேடுகளின் காலம் பொஆமு 2200 முதல் 1800 வரை இருக்கலாம் என்று கணிக்கப்பட்டுள்ளது.

பூதிகாலில் நடைபெற்ற ஆய்வுகளில் வட்ட வடிவ வீடுகள் இருந்ததற்கும், ஆடு மாடுகளை வெட்டிப் பதப்படுத்தும் இறைச்சிக் கூடம் இருந்ததற்கும் ஆதாரங்கள் கிடைத்துள்ளன. ஆக விலங்குகளை வீடுகளில் வளர்க்கவும், இறைச்சிக்காக உண்ணவும் தொடங்கிய காலம் இது. மைசூரு மற்றும் மாண்டியா மாவட்டங்களில் இன்றும் மகர சங்கிராந்தி அன்று மாடுகளை மனிதர்கள் எரியும் நெருப்புக்கு நடுவே ஓட்டிச் செல்லும் கிச்சு ஹயிசுவுடு திருவிழா விமரிசையாகக் கொண்டாடப்படுகிறது. கொழுந்துவிட்டு எரியும் நெருப்பில் மாடுகள் விரட்டிவிடப்படுகின்றன. இந்த வழக்கத்தின் வயது 2000 ஆண்டுகள் என்று சொல்கிறார் சாம்பல் மேடுகளை ஆய்வு செய்துவரும் முனைவர் பத்தையா.

உத்னூர் பகுதியில் அகழப்பட்ட தரையில் மாடுகளின் குளம்புகளின் தடங்கள் உள்ளன. நெருப்பில் விரட்டப்பட்ட மாடுகள் அங்குமிங்கும் சிதறியோடிய தடங்கள் அவை என்று கூறுகிறார் பத்தையா. கிச்சு ஹயிச்சுவுடு அத்தனை தொன்மையானது. ஆடு, மாடு என்று விலங்குகளைப் பழக்கப்படுத்திய வேளையில், நிரந்தரமாக

உத்னூர் மாடுகளின் குளம்புத் தடங்கள்

ஓரிடத்தில் தங்கி வேளாண்மை செய்யவும் தொடங்கிய காலம் இது எனக் கொள்ளலாம். முதல் 'கிராம' அமைப்புகள், குடியிருப்புகள் இந்த சாம்பல் மேடுகளை ஒட்டியே அமைந்தன. கேழ்வரகு, பச்சைப்பயிறு என தானிய வகைகளை முதல்முறையாக இந்தச் சாம்பல் மேடுகளில்தான் பயிரிடத் தொடங்கினார்கள் தென்னிந்தியர் கள். இதைக் கொண்டு தென்னிந்தியாவில் வேளாண்மை பெருமளவில் தொடங்கிய காலம் பொஆமு 3ஆம் நூற்றாண்டு என்று கணிக்கிறார்கள் ஆய்வாளர்கள்.

தமிழகத்தில் கிருஷ்ணகிரி மாவட்டம் கொல்லப்பள்ளி, பர்கூர், தொகரப்பள்ளி, வட ஆற்காடு மாவட்டம் பையம்பள்ளி போன்ற ஊர்களில் சாம்பல் மேடுகள் உள்ளன. இவற்றில் பையம்பள்ளியில் தான் முதல்முதலில் பயிறு பயிரிடப்பட்டது. இங்கு 1964ஆம் ஆண்டு எஸ்.ஆர்.ராவ் தலைமையில் தொல்லியல் ஆய்வுகள் நடைபெற்றன. அதில் கிடைத்த மிகவும் சுவாரசியமான பொருள் என்ன தெரியுமா? காண்டாமிருகத்தின் எலும்புகள். தமிழகத்தில் காண்டாமிருகமா என்று ஆச்சர்யப்படுகிறீர்கள் இல்லையா? ஆடு, புள்ளி மான், கோழி, பன்றி, காட்டுப் பூனை, காண்டாமிருகம் என்று விதவிதமான விலங்கு களின் எலும்புகள் பையம்பள்ளி சாம்பல் மேட்டில் கிடைத்தன.

இரும்பு காலத்துக்கும் புதிய கற்காலத்துக்கும் பையம்பள்ளியில் தொடர்பு இருந்ததா என்று ஆராயத்தான் ஆய்வுகள் இங்கு தொடங்கப் பட்டன எனலாம். கிடைத்த பொருள்கள், படிமங்கள் கொண்டு புதிய கற்காலம் (காலம் 1- 1 மீ ஆழம்) மற்றும் இரும்பு காலம் (காலம் 2- 1.5 முதல் 2 மீ ஆழம்) என பையம்பள்ளி அகழாய்வுப் பொருள்களை இரண்டாகப் பிரித்துள்ளனர். இதில் காலம் 1ஐச் சேர்ந்த பொருள்கள்- நீண்ட கொம்புடைய கால்நடை விலங்கின் சுடுமண் சிற்பம், கல் தீட்டும் கருவி, கைகளால் வனையப்பட்ட சாம்பல் நிற மண்

பாண்டங்கள் கிடைத்தன. இறுக்கப்பட்ட தரையில் கம்புகள் நடுவதற்காக அமைக்கப்பட்ட குழிகள் கொண்ட வட்ட வடிவிலான அமைப்புகள் இருந்தன. அதைக் கொண்டே இங்கு வீடுகள் தரையில் கம்புகள் நட்டு வட்டவடிவில் குடில்கள் போல அமைக்கப்பட்டிருக் கலாம் என்று ஆய்வாளர்கள் கருதுகின்றனர். இந்தக் காலகட்டத்தில் தான் விலங்குகளின் எலும்புகள் கிடைத்துள்ளன. பையம்பள்ளியை ஒட்டி செழித்த சதுப்பு நிலக்காடுகள் இருந்திருக்கலாம் எனவும், அதில் காண்டாமிருகங்கள் உலவியிருக்கலாம் என்பதும் ஆய்வாளர் களின் கருத்து.

2ஆம் கால ஆழத்தில் சுண்ணம் கொண்டு பூசப்பட்ட தரை, கம்பு நடும் குழிகள், ஜாடிகள், கத்தி, அரிவாள், ஆணிகள், சுடுமண்ணால் செய்யப் பட்ட விலங்கு மற்றும் பறவை பொம்மைகள், கற்கோடரிகள் போன்றவை கிடைத்தன. கருப்பு சிவப்பு பானை ஓடுகள், பானை ஒன்றில் எரிந்து போன ராகி, பச்சைப் பயிறு போன்றவையும் கிடைத்தன. இதில் சி-14 கரிம பகுப்பாய்வு சோதனைக்கு உட்படுத்தியதில் இங்கு புதிய கற்காலம் (காலம் 1) பொஆமு 1390 (+/- 200) வாக்கில் இருக்கலாம் எனவும் இரும்பு காலம் (காலம் 2) பொஆமு 315 (+/- 100) வாக்கில் எனவும் கண்டறியப்பட்டது. காண்டாமிருகத்தின் எலும்புகளும், மான், பன்றி, ஆடு இவற்றின் எலும்புகளும் அருகருகே கிடைத்திருப்பதைக் கொண்டு, பையம் பள்ளி மக்கள் காட்டுக்கு இணக்கமாகவே வாழ்ந்திருக்கிறார்கள் என்று அறியமுடிகிறது!

பையம்பள்ளியில் கிடைத்த மண் பாண்டங்கள், கற்கருவிகள்

12

கொடுமணல்

ஆள் பாதி ஆடை பாதி என்ற சொலவடை இன்றும் வழங்கப்பட்டு வருகிறது. ஆடைக்கு மனிதன் ஆதிகாலம் முதலே அதிக முக்கியத்துவம் தந்து வருகிறான். 'ஏதேன் தோட்டத்தில் மகிழ்வாக இருந்த ஆதாம், கடவுளின் ஆணையை மறந்து; பிசாசு பாம்பு வடிவில் வந்து ஆசைகாட்டித் தந்த ஆப்பிளை உண்டதும், தான் ஆடையின்றி இருப்பதை உணர்ந்து வெட்கப்பட்டான்' என்கிறது பைபிள். ஆக ஆடை என்பது மானம் மறைக்க என்ற கருத்தை முன்வைக்கிறது விவிலியத்தின் பழைய ஏற்பாடு. ஆனால் ஆடை என்பது மனித உடலுக்கு பாதுகாப்பை வழங்கவே பெரும்பாலும் தொல் நாகரிகங்களில் வழங்கி வந்திருக்கிறது. ஆர்மீனியாவின் அரேனி குகையில்தான் மனிதன் பயன்படுத்திய முதல் ஆடை கண்டெடுக்கப்பட்டது.

நமக்குக் கிடைத்திருக்கும் தொன்மையான ஆடை ஒரு பெண்ணின் பாவாடை. கிட்டத்தட்ட 5900 ஆண்டுகளுக்கு முந்தைய வைக்கோலால் முடையப்பட்ட பாவாடைதான் இதுவரை அகழாய்வுகளில் நமக்குக் கிடைத்திருக்கும் மிகத் தொன்மையான ஆடை. ஆனால், நெசவு செய்து அணியப்பட்ட முதல் ஆடை எகிப்தில் உள்ள தார்கன் என்ற இடத்தில் கிடைத்தது. ஏறத்தாழ 65 ஆண்டுகளாக யார் கண்ணிலும் சிக்காமல் மறைந்திருந்த இந்த ஆடை வெளியுலகப் பார்வைக்கு வந்ததே ஓர் அதிசயக் கதைதான்.

வில்லியம் மேத்யூ ஃப்ளைண்டர்ஸ் பெட்ரி. இங்கிலாந்தின் முதல் எகிப்தாலஜி வல்லுநர். இவரது தாத்தா மேத்யூ ஃப்ளைன்டர்ஸ் முதன்முதலில் ஆஸ்திரேலியாவைக் கப்பலில் சுற்றி வந்தவர். தந்தை

லிடார்

லைட் டிடெக்ஷன் அண்ட் ரேஞ்சிங்தான் இந்த லிடார். ஒளிக்கீற்றுகளைச் செலுத்தி மறைவிடங்களில் உள்ள அகழ வேண்டிய பகுதிகளைத் துல்லியமாகக் காட்டக்கூடியது. கைகளில் பிடித்துப் பயன்படுத்தக்கூடிய அல்லது ஆளில்லா விமானங்களில் பொருத்தக்கூடிய இந்தக் கருவி லேசர் சென்சார் கொண்டு இயங்குகிறது. ஆய்வு செய்ய வேண்டிய இடத்தில் லேசர் கதிர்களைப் பாய்ச்சுவதால் ஒளிக்கதிர்கள் உண்டாகின்றன. இந்த ஒளிக்கதிர்கள் பிரதிபலிப்பாக மீண்டும் கருவியை அடையும் நேரம் ஜிபிஎஸ் மூலம் கணக்கிடப்படுகிறது. இதைக் கொண்டு அந்தப் பகுதியின் 3டி வரைபடம் ஒன்றை நம்மால் தயாரிக்கமுடியும். மரங்கள் அடர்ந்த காட்டுப் பகுதிகளில் மண்ணுக்குக் கீழே புதையுண்டு கிடப்பவற்றை லிடார் தெளிவாக அடையாளம் காட்டிவிடும். சமீபத்தில் பண்டைய மாயர்களின் தொலைந்து போன சில நகரங்களைக் கண்டெடுக்க லிடார் உதவியிருக்கிறது.

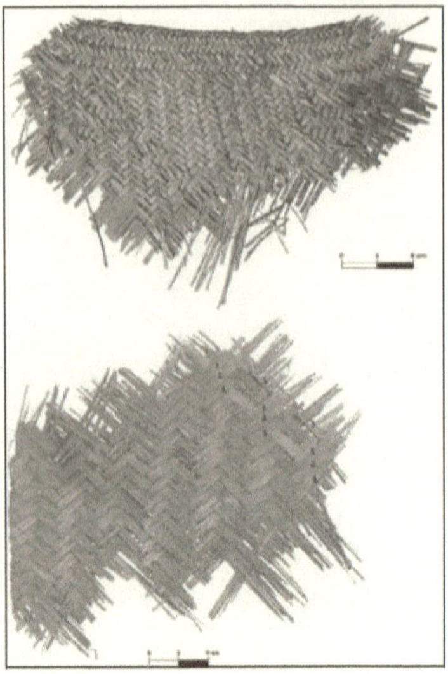

அரேனியில்
கண்டெடுக்கப்பட்ட உலகின்
தொன்மையான ஆடை-
வைக்கோல் பாவாடை

வில்லியம் பெட்ரி கார்பன் ஆர்க் விளக்குகள் தயாரித்தவர். பெட்ரி தன் 19ஆவது வயதில் இங்கிலாந்தின் புகழ்பெற்ற கற்கால ஸ்டோன்-ஹெஞ்சின் துல்லியமான மதிப்பாய்வை மேற்கொண்டவர். 'நான் பிறப்பாலே அகழாய்வாளர் என்று உணர்ந்து கொண்டேன். இயற்கையாகவே எனக்கு அகழாய்வு மீது ஆர்வம்' என்று பின்னாளில் ஒரு பேட்டியில் சொல்லியிருக்கிறார் பெட்ரி.

1880ஆம் ஆண்டு முதன்முதலில் எகிப்தின் கிசா பிரமிடை கணக்கிட்டு ஆய்வறிக்கை தயாரிக்கச் சென்றார் பெட்ரி. அங்கு நடந்து கொண்டிருந்த அப்பட்டமான அகழாய்வுக் கொள்ளைகளைக் கண்டு மனம் நொந்து போகிறார். ஆனால், மனதுக்குள் முடிவெடுத்துக் கொள்கிறார். 'எகிப்து எரிந்து கொண்டிருந்த ஒரு வீட்டைப் போல இருந்தது. எனக்குத் தோன்றியதெல்லாம் ஒன்றே. எப்படியாவது முடிந்தவற்றைப் பாதுகாக்கவேண்டும். எவ்வளவு விரைவாக முடியுமோ அவ்வளவு விரைவாக. அதன் பின், என் 60 வயதுக்கு மேல், பாதுகாத்த பொருள்கள் அத்தனை பற்றியும் தெளிவாக, விளக்கமாக எழுத வேண்டும்.'

ஃப்ளைண்டர்ஸ் பெட்ரி

வார்த்தை பிசகாமல் பெட்ரி செய்தது அதைத்தான். எகிப்தில் தன்னால் காப்பாற்ற முடிந்த வற்றை இங்கிலாந்து அரசின் நிதியுதவி பெற்றுப் பாதுகாத்தார். அங்கேயே அருங்காட்சியகத்தில்

வைக்க முடிந்தவற்றைப் பத்திரப்படுத்தினார். ஃபயும் பகுதியில் பொஆமு 30 காலத்தைச் சேர்ந்த 50 ஓவியங்களை மீட்டு அவற்றை எகிப்து தொல்லியல் அருங்காட்சியகத்துக்கு அனுப்பினார். அவற்றை அருங்காட்சியக அதிகாரிகள் புழக்கடையில் வெயிலிலும் மழையிலும் போட்டுவைக்க, கடும் கோபத்துடன் அவற்றை மீட்டு இங்கிலாந்து பிரிட்டிஷ் அருங்காட்சியகத்துக்கு அனுப்பிவைத்தார்.

பொருள்களைப் பாதுகாக்க வேண்டும் என்று துரித கதியில் கிடைத்தவற்றை மீட்டு அனுப்புவதிலேயே குறியாக இருந்த பெட்ரி, ஃபயும் ஓவியங்கள் போல கோட்டைவிட்ட முக்கிய ஆவணம் 1913ஆம் ஆண்டு தார்கன் என்ற ஊரில் அவர் அகழ்ந்த பொருள். எகிப்து தலைநகர் கெய்ரோவுக்கு தெற்கே 50 கிலோமீட்டர்கள் தொலைவில் நைல் ஆற்றின் மேற்குக் கரையில் இருந்த பெரும் தொல் எகிப்தியக் கல்லறை தார்கன். மேலை மற்றும் கீழை எகிப்தை ஒருங்கிணைத்தவுடன் தொடங்கிய முற்கால எகிப்திய ஆட்சிக் காலத்தைச் சேர்ந்த பெருவாரியான கல்லறைகள் தார்கனில் இருந்தன. இவற்றின் காலம் தோராயமாக பொஆமு 3100 எனலாம். இங்கு 2000 கல்லறைகளைக் கண்ட பெட்ரி, அவற்றுடன் சில 'மஸ்தபாக்களையும்' கண்டார். மண்ணாலான செங்கல்கள் கொண்டு தட்டையான கூரை கொண்ட நீள் சதுர வடிவ கல்லறைகளே இந்த மஸ்தபாக்கள். முற்கால எகிப்திய அரசகுல மக்கள் இவ்வாறான மஸ்தபாக்களில் அடக்கம் செய்யப்பட்டனர்.

இந்த மஸ்தபாக்களில் ஒன்று கல்லறை எண் 2050. இங்கேதான் ஒரு மூட்டை துணியைக் கண்டெடுத்தார் பெட்ரி. வீடு போன்ற அமைப்பிலிருந்த இந்த மஸ்தபாவில் மரத்தாலான சில பொருள்களும் கிடைத்தன. துணிகள் அத்தனையும் ஆளி நாரால் (சணல்) நெய்யப்பட்டிருந்தன. யுசி28614பி என்ற எண் கொண்ட சணலாடை (லினன்) பெட்ரியால் பத்திரப்படுத்தப்பட்டு இங்கிலாந்துக்கு அனுப்பிவைக்கப்பட்டது. பொருளைக்காக்கும் அவசரத்தில், அது என்ன என்பதைப் பொறுமையாக ஆராயக்கூட பெட்ரியால் முடியவில்லை. முடிந்திருந்தால், உலகின் முதல் நெய்யப்பட்ட சட்டையைக் கண்டுபிடித்த திருப்தியுடன் தன் தலையை எழுதி வைத்திருப்பார் பெட்ரி.

ஆம், தன் தலையை (உலகே அசாதாரணமானது என்று பாராட்டிய தன் மூளையையும் சேர்த்து) தன் மரணத்துக்குப் பின் லண்டன் ராயல் மருத்துவக் கல்லூரிக்குத் தருவதாக எழுதிவைத்துவிட்டு 1942ஆம் ஆண்டு யெருசலேமில் இறந்து போனார் பெட்ரி. அவரது ஆசைப்படி ராயல் மருத்துவக் கல்லூரியில் ஜாடி ஒன்றில் பத்திரப்படுத்தப்பட்டது

தார்கன் ஆடை- உலகின் மிகத் தொன்மையான,
நெசவு செய்யப்பட்ட ஆடை

பெட்ரியின் தலை. துரதிர்ஷ்டவசமாக ஜாடியின் மேல் ஒட்டியிருந்த சிட்டை தொலைந்து போக, தாற்காலிகமாக அவரது தலை அடையாளம் தெரியாமல் போனது. ஒரு வழியாக பெட்ரியின் தலை சரியாகக் கண்டெடுக்கப்பட்டு இப்போது லண்டன் மருத்துவக் கல்லூரி பாதுகாப்பறையில் வைக்கப்பட்டுள்ளது.

பெட்ரியின் கண்டுபிடிப்பான தார்கன் லினன் ஆடைகள் அவர் பெயரால் தொடங்கப்பட்ட அருங்காட்சியகத்தில் குப்பை போல் 65 ஆண்டுகள் கிடந்தன. 1977ஆம் ஆண்டு விக்டோரியா மற்றும் ஆல்பர்ட் அருங்காட்சியகம் நடத்திய ஆடை பாதுகாப்புப் பயிற்சி ஒன்றில் அருங்காட்சியகத்தில் குவித்து வைக்கப்பட்டிருந்த ஆளிநார் ஆடைகள் சிக்கின. ஆடைகளை ஒதுக்கிச் சுத்தப்படுத்திய ஷீலா லண்டி என்ற பெண் ஆடையுடன் ஒட்டியிருந்த மண்ணை நீக்க, கொஞ்சம் கொஞ்சமாக ஆடை வெளிவந்தது என்று கூறுகிறார்.

நீளக் கைகள் கொண்ட ஆடையில் அக்குள் மற்றும் முழங்கைப் பகுதிகளில் சுருக்கங்கள் காணப்பட்டன. எனில், இது அணியப்பட்ட சட்டை என்று தெரியவந்ததும் அங்கிருந்தோருக்கு ஆர்வம் தொற்றிக் கொண்டது. சட்டை அணிந்து கழற்றி வைத்தது போல திருப்பி மடிக்கப்பட்டிருந்தது.

மூன்று துண்டுகளாக நெய்து இணைக்கப்பட்டிருந்தது இந்தச் சட்டை. வி-வடிவ கழுத்துப் பகுதியிலும், தோள் மற்றும் கைப் பகுதிகளிலும் அழகான மடிப்புகள் சட்டையில் உள்ளன. பழுப்பு நிற சட்டையில் சாம்பல் வண்ணத்தாலான கோடுகள் உள்ளன. ஆடையின் கீழ்ப்பகுதி கிழிந்து போயிருந்ததால் இது சட்டையாக அணியப்பட்டா அல்லது அங்கியாகவா என்பதைக் கண்டறிய முடியவில்லை. ஆனால் ஆடையின் அளவு கொண்டு பார்க்கையில், இது வளரிளம் பருவ ஆண் அல்லது பெண்ணின் ஆடையாகவோ மெல்லிய உடல்வாகு கொண்ட பெண்ணின் ஆடையாகவோ இருந்திருக்கலாம் என்று கருதுகிறார்கள் ஆய்வாளர்கள். கிரேப்லைன் என்ற மெல்லிய பட்டாடையின் மேல் தார்கன் ஆடையைத் தைத்து, மாடல் ஒன்றுக்கு அணிவித்து அழகு பார்த்திருக்கிறார்கள். தற்போது இங்கிலாந்தின் பெட்ரி அருங்காட்சியகத்தில் உள்ளது இந்த ஆடை.

2015ஆம் ஆண்டு வரை இந்த ஆடையின் வயது பொஆமு 3100. தார்கனில் அகழப்பட்ட மரத்துண்டுகளை கார்பன் டேட்டிங் செய்ததன் மூலம் இதைக் கண்டுபிடித்து சொல்லிக்கொண்டிருந்தார்கள் ஆய்வாளர்கள். ஆனால், 2015ஆம் ஆண்டு 2.24 மில்லிகிராம் துண்டை இந்த ஆடையில் இருந்து வெட்டி எடுத்து அதை கார்பன் டேட்டிங் செய்தபோது ஆடையின் வயது பொஆமு 3482-3102 வரை இருக்கலாம் என்று கணக்கிட்டனர். உலகின் முதல் மனிதன் நெய்த ஆடை இன்று பெட்ரி என்ற ஆய்வாளரின் உழைப்பை உலகுக்குப் படம் போட்டுக் காட்டியபடி காண்போரைக் கவர்ந்து கொண்டிருக்கிறது.

5000 ஆண்டுகளுக்கு முந்தைய உலகின் தொன்மையான ஆடையை அடையாளம் கண்டோம். தமிழகத்தில் அவ்வாறான ஆடைகள் எதுவும் இல்லையா? சங்க இலக்கியங்கள் காட்டுகின்றன நம் ஆடைகளின் பெருமையை. சங்க காலச் சிறுவர்கள் துகில் என்ற மெல்லிய ஆடையை அணிந்துள்ளனர்.

> 'உரு எஞ்சாது இடை காட்டும் உடைகழல் அம்துகில்
> அரி பொலி கிண்கிணி ஆர்ப்பு ஓவா அடி தட்ப'

என்று சொல்கிறது கலித்தொகை (81: 5-6).

நிறத்தை ஒளிக்காமல் தோற்றுவிக்கும் இடையிலே சுற்றிய கழன்ற அழகினை உடைய துகில் நெகிழ்ந்து உள்ளிடு மணியால் பொலிந்த கிண்கிணியின் ஒலி எழாமல் பாதங்களிலே படிந்து தடுத்தது என்று இதற்கு விளக்கம் தரப்படுகிறது. மன்னர் வகையினர் கலிங்கம், கச்சு, அறுவை, துகில் போன்றவற்றை அணிந்துள்ளனர். கலிங்கம் என்ற ஆடையைத் துவைத்து, கஞ்சி சேர்த்து உலர்த்தி நிலத்தைத் தொடுமாறு தாழ்வாக உடுத்தியுள்ளனர் என்று மதுரைக்காஞ்சி மூலம் அறிகிறோம்.

'சோறமை வுற்ற நீருடைக் கலிங்கம்
உடையணி பொலியக் குறைவின்று கவைஇ
வல்லோன் தைஇய வரிப்புனை பாவை' *(மதுரைக்காஞ்சி, 721-723)*

பூத்தையல் செய்யும் வழக்கமும் இருந்திருக்கிறது என்பதைக் கீழ்வரும் பாடல் உணர்த்துகிறது.

'நீலக் கச்சைப் பூவா ராடைப்
பீலிக் கண்ணிப் பெருந்தகை மறவன்'

நீல நிறக் கச்சையில் பூ வேலைப்பாடு இருந்தது என்று சொல்கிறது பாடல்.

நகரத்தில் வசித்த பெண்கள் சங்க காலத்தில் அணிந்த ஆடை பற்றி பட்டினப்பாலை விவரிக்கிறது.

'துணைப்புணர்ந்த மடமங்கையர்
பட்டுநீக்கித் துகிலுடுத்தும்' *(பட்டினப்பாலை, 106-107)*

செல்வச் செழிப்பு கொண்ட நகர்ப்புறப் பெண்கள் பட்டாடையைப் புணர்ச்சிக்கு முன்னும், துகில் என்ற ஆடையை இரவு நேரத்திலும் உடுத்தியதைக் குறிக்கிறது இந்தப்பாடல். நெய்தல், ஆம்பல், நொச்சி, வயலைக்கொடி, குவளை, செயலை போன்ற மலர், தழை, தளிர் கொண்டு பின்னப்பட்ட தழையாடையைப் பெரும்பாலும் பெண்கள் அணிந்துள்ளனர். நீர் நிலைகளில் நீராடுதல் முதல் விழாக்கள், விளையாட்டுக்களின் போது இந்தத் தழையாடைகளை அணிந்துள்ளனர்.

'கழுநீர் ஆம்பல் முழுநெறிப் பைந்தழை
காயா ஞாயிற் றாகத் தலைப்பப்
பொய்தல் ஆடிப் பொலிகென வந்து' *(அகநானூறு, 156: 8-10)*

விளையாடும் போது பெண்கள் கழுநீர் ஆம்பல் மலர்கள் கொண்டு பின்னப்பட்ட தழையாடையை அணிந்துள்ளனர் என்பதை இந்தப் பாடல் தெளிவாக்குகிறது.

ஆக இயற்கையாகவே மக்கக்கூடிய தழையாடை, துகில், பட்டு போன்றவற்றை நம் முன்னோர் அணிந்து இருந்த காரணத்தாலும், அதிக வெப்பமும், நீரோட்டமும் கொண்ட மண் என்பதாலும் நமக்கு மக்கள் அணிந்த ஆடைகளின் தொல் எச்சங்கள் அதிகம் கிடைக்க வில்லை. துணியின் துண்டுகளாகக் கிடைத்திருப்பவை கொடுமணல் என்ற ஊரில் கிடைத்த பருத்தி ஆடையும், திருக்காம்புலியூரில் கிடைத்துள்ள பட்டுநூலும் மட்டுமே.

ஆனால், நெசவு செய்வதும் சாயம் ஏற்றுவதும் நம் முன்னோருக்குத் தெரிந்திருந்தது என்பதற்கான ஆதாரங்கள் ஆதிச்சநல்லூர், அரிக்க மேடு, கொடுமணல் போன்ற இடங்களில் கொட்டிக் கிடந்திருக் கின்றன. ஆதிச்சநல்லூரில் கண்டெடுக்கப்பட்ட இரும்பாலான நூற்புக்கதிர்கள் (ஸ்பிண்டில்), அரிக்கமேட்டில் அகழப்பட்ட சுடுமண்ணால் செய்யப்பட்ட நூற்புக்கதிர்கள், கொடுமணலில் அகழப்பட்ட நூற்பு உருளைகள் (ஸ்பிண்டில் வொர்ல்) போன்றவை நெசவு செய்ய தமிழனுக்குத் தெரிந்திருந்தது என்று உணர்த்துகின்றன. ஆதிச்சநல்லூரில் அலெக்சாண்டர் ரீ வரிசைப்படுத்திய பொருள்களில் இரு சிறு ஆடைத் துண்டுகள் இருந்தன என்று அவரது கேட்டலாக்கின் மூலம் தெரியவருகிறது. ஆனால் ரீ அவற்றைப் பத்திரப்படுத்திய சென்னை அருங்காட்சியகத்தில், அவ்விரு துண்டுகளும் இப்போது காட்சிக்கு வைக்கப்படவில்லை. சாயத் தொழிலும் கற்றவன் தமிழன் என்பதற்கு அரிக்கமேட்டில் அகழப்பட்ட கருநீலம் செய்ய பயன்படுத்தப்பட்ட கொப்பரைகள் சான்று!

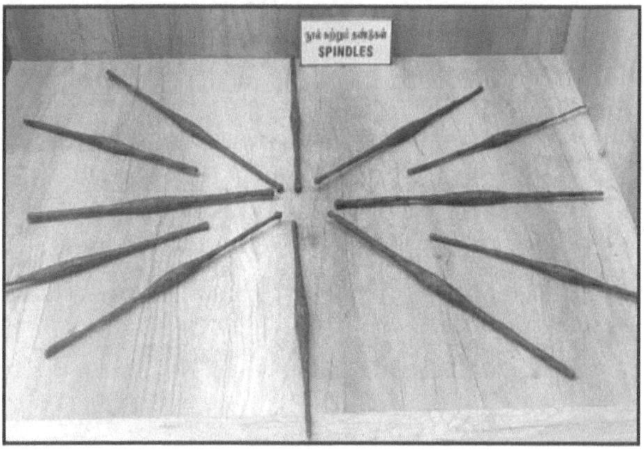

இரும்பால் செய்யப்பட்ட நூல் சுற்றும் தண்டுகள், ஆதிச்சநல்லூர்

முனைவர் ராஜன்,
கொடுமணலில்

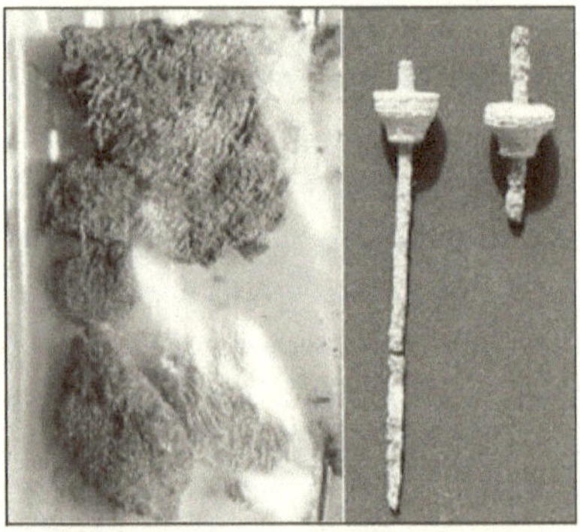

துணி மற்றும் நூற்பு உருளை,
கொடுமணல்

திஸ்ஸன்
என்ற பெயர் பொறிக்கப்பட்ட
பானை ஓடு, கொடுமணல்

ஆடையின் ஒரே துண்டு. தமிழன் ஆடை அணிந்தான் என்பதற்கான ஆதாரத்தை நம் முன் கொண்டு வந்திருப்பவர் முனைவர் கே. ராஜன். தமிழக அகழாய்வுகளில் தன் பெயரை அழுத்தமாகப் பதிவு செய்திருக்கும் மாநிலத்தின் மிகச் சிறந்த ஆய்வாளர்களில் ஒருவரான ராஜன், கொடுமணலில் ஆய்வுகள் தொடங்கிய கதையும் மிக சுவாரசியமானது! புதுவை பல்கலைக்கழகத்தில் தற்போது துறைத் தலைவராக விளங்கும் ராஜன், 1983ஆம் ஆண்டு முதல் முறையாகக் கொடுமணலில் காலடி எடுத்து வைத்தார். ஈரோட்டிலிருந்து 40 கிலோமீட்டர் தொலைவில் நொய்யல் ஆற்றங்கரையில் மிகச் சாதாரண விவசாய கிராமமாக இருந்த கொடுமணல் அள்ளித் தந்திருக்கும் அகழாய்வுப் பொருள்கள் கணக்கிலடங்காதவை. நூற்றுக்கணக்கான தமிழி எழுத்துகள் பொறித்த பானை ஓடுகள், ஆயிரக்கணக்கான அகேட், கார்னீலியன், அமெதிஸ்ட், ஆனிக்ஸ், குவார்ட்ஸ் மணிகள், இரும்புப் பொருள்கள் என்று இன்றும் தோண்டத் தோண்ட அதிசயங்களை அறிமுகம் செய்துகொண்டிருக்கிறது கொடுமணல். கீழடியை விட பன்மடங்கு பொருள்களை நமக்கு அடையாளப்படுத்தியும், ஊடக வெளிச்சமோ, மக்களின் கவனமோ கொடுமணல் பெறவில்லை என்பது வருந்த வேண்டிய விஷயமே!

1983ஆம் ஆண்டு கோடையில், ஐந்து கிலோமீட்டர் தொலைவு நடந்தே கொடுமணல் வந்து சேர்ந்தார் ராஜன். முனைவர் பட்ட ஆய்வுகளில் ஈடுபட்டிருந்த ராஜனுக்கு அப்போது வயது 27. தமிழ்ப் பல்கலைக்கழகத் துறைத் தலைவர் ராஜு மற்றும் விரிவுரையாளர் சுப்பராயலு ஆகியோரின் வழிகாட்டலில்தான் ராஜன் கொடுமணல் வந்தது. கிராமத்தைச் சுற்றிக் கொட்டிக்கிடந்த கெயிர்ன் வட்டங்கள், குத்துக்கற்கள், கல் திட்டைகளைக் கண்டு மிகப்பெரிய அகழாய்வுப் பொக்கிஷத்தைக் கண்டுகொண்டோம் என்று மகிழ்ந்து போனார் ஆய்வாளர். கிராமத்தைச் சுற்றிப்பார்த்துவிட்டு அயர்ந்து பேருந்து நிறுத்தத்தில் படுத்து உறங்கிக் கொண்டிருந்த ராஜனை எழுப்பி, தன் வீட்டிற்கு அழைத்துச் சென்று உண்ண உணவு தந்து, அதன் பின் அகழாய்வு செய்ய தன் இடத்தையும் தந்தார் கோவிந்தசாமி கௌண்டர் என்ற நல்ல மனிதர்.

அகழாய்வில் பத்மாசன நிலையில் அமர்ந்தவாறு அடக்கம் செய்யப்பட்ட மனிதனின் முழு எலும்புக்கூடு ஒன்று கிடைத்தது. இதன் காலம் பொ.ஆ.மு. 250 முதல் 100 வரை இருக்கலாம் என்று கணிக்கப்பட்டுள்ளது. முழுக்க முழுக்க தொழில்சார் நகரமாக கொடுமணல் இருந்திருக்கிறது என்பதற்கு இங்கு கிடைத்த பொருள்களே ஆதாரம். சங்கு அறுத்து வளையல் செய்யும் ஆலை,

எஃகு உருக்கும் உருக்காலை, குவார்ட்ஸ் மற்றும் பிற மணிகளைத் தேய்த்து, அறுத்து, மெருகூட்டும் ஆலை, நெசவு ஆலை என்று ஒரு தேர்ந்த தொழிற்சாலை மிகு நகரமாக இருந்திருக்கிறது கொடுமணல். சுடுமண்ணால் செய்யப்பட்ட நூற்பு உருளைகள் சில இங்கு அகழப்பட்டிருக்கின்றன. அவற்றுடன் தீய்ந்து போன நிலையில், மண்ணால் மூடப்பட்ட துணி ஒன்றும் இங்கு கிடைத்திருக்கிறது.

பருத்தியால் நெய்யப்பட்ட இந்த ஆடைத் துண்டு தடிமனான இழைகளால் நெய்யப்பட்டிருக்கிறது. தீய்ந்து போன நிலையில் கிடைத்திருப்பதால், ஒரு வேளை ஈமச் சடங்குகளில் நெருப்புக்குத் தப்பிய துணியாக இது இருந்திருக்கலாம். பொ.ஆ.மு.1000-300 வரை கொடுமணலில் அகழப்பட்ட பொருள்களுக்கு கால நிர்ணயம் செய்யப்பட்டிருப்பதால், இந்தத் துணியின் காலமும் அதாகவே இருக்க வாய்ப்புண்டு. 3000 ஆண்டுகளுக்கு முன்னர் நம் முன்னோர் பயன்படுத்திய ஆடையின் சிறு துண்டு என்றால் அதன் முக்கியத்துவம் புரிகிறது அல்லவா? சங்க இலக்கியமான பதிற்றுப்பத்து கொடுமணலை -

> ‘கொடுமணம் பட்ட வினைமாண் அருங்கலம்
> பந்தர் பயந்த பலர் புகழ் முத்தம்’ *(பதிற்றுப்பத்து, 74: 5-6)*

என்று பல நாட்டு வணிகர் கலம் மூலம் வந்து சென்ற வணிகத் தளமாக (பந்தர்- பண்டசாலை) இருந்ததைக் குறிப்பிடுகிறது. பல நாட்டு வணிகர் மட்டுமல்ல, இங்கு வாழ்ந்த மக்களும் பன்னாட்டைச் சேர்ந்தவர்களாக, ஓர் உலகமயமான சமூகமாக இங்கு வாழ்ந்துள்ளனர்.

அதற்கு ஆதாரமாக இங்கு கிடைத்த தமிழி எழுத்துகள் பொரிக்கப் பட்ட பானை ஓடுகளைச் சுட்டுகின்றனர் ஆய்வாளர்கள். பிராகிருத மொழியில் வட இந்தியப் பெயர்கள் பொறிக்கப்பட்ட பானை ஓடுகள் இங்கு கிடைத்திருக்கின்றன. சுமணன், விசாகி, திஸ்ஸன், குவிரன் போன்ற ஓட்டில் பொறிக்கப்பட்ட பெயர்கள் பிராகிருதம் அல்லது சமஸ்கிருதமாக இருக்கலாம் என்று கருதும் ஆய்வாளர்கள், அவ்வாறு பிற மொழியில் பெயர்கள் இருந்தாலும், ‘அன்’ என்ற தமிழ் விகுதியுடன் முடிவடைவதை சுட்டுகிறார்கள்.

பன்மொழி பேசி, பல்வேறு கலாசாரத்தைக் கொண்ட மக்கள் ஒன்றிணைந்த சமூகமாக 3000 ஆண்டுகளுக்கு முன்னர் வாழ்ந்திருந்தது எவ்வளவு பெரிய ஆச்சரியம்? இன்றோ நாம் ஒரு நாடு, ஒரு மொழி என்ற கொள்கையை நோக்கி நகர்ந்து கொண்டிருப்பது நகைமுரண், இல்லையா?

13

ஓடை

1920களில் தென்னாப்பிரிக்காவில் துளிர்க்கத் தொடங்கிய இயந்திரப் புரட்சி அது வரை இல்லாத அளவுக்கு மண்ணுக்கடியில் உள்ள கனிம வளத்தைத் தேடியெடுத்துப் பயன்படுத்தும் அறிவையும் ஆற்றலையும் ஆங்கிலேயருக்கும் பிற ஐரோப்பியருக்கும் அளித்திருந்தது. தங்கள் சொந்த நிலத்தின் கனிம வளத்தைச் சுரண்டுவதைவிட, அடிமைப்படுத்தப்பட்ட நாடுகளில் சுரண்டுவது அவர்களுக்கு எளிதாக இருந்தது. காரணம் இங்கு கொட்டிக்கிடந்த மனித வளம்.

தென்னாப்பிரிக்காவின் துஃபா எனப்படும் சுண்ணாம்புப்பாறைப் பகுதிகளில் சுறுசுறுப்பாக சுண்ணாம்புக் கற்கள் வெட்டி எடுக்கப்பட்டு வந்த காலம் அது. இந்த துஃபாக்களை வெடிகள் வைத்துத் தகர்க்கும் போது, அவற்றுக்குள் பதை படிவங்கள் இருந்தது கண்டு பிடிக்கப்பட்டது. இந்தப் பதைப் படிவங்கள் (ஃபாசில்) பெரும்பாலும் இறந்துபட்ட பபூன், குரங்குகள், சிம்பன்சிகள் மற்றும் ஆப்பிரிக்க விலங்குகளுடைய உடல் பாகங்களாக; அவற்றின் பதை படிவங்களாக இருந்தன. பாறை வெட்டும் பணியாள்கள் அவற்றைப் பத்திரப்படுத்தி தங்கள் ஐரோப்பிய துரைகளுக்கு அவற்றைப் பரிசளித்து வந்தது வாடிக்கையாக இருந்தது.

*1924*ஆம் ஆண்டு பக்ஸ்டன் லைம்வர்க்ஸ் என்ற சுண்ணாம்புக் கனிம நிறுவனத்தில் பணிகள் நடைபெற்றுக் கொண்டிருந்தன. அதை நிர்வகித்து வந்த நார்தன் லைம் கம்பெனியின் நிர்வாக இயக்குநரான இசாத் என்பவரிடம், பாறைகள் வெட்டுகையில் கிடைத்த 'பிரைமேட்' எனப்படும் குரங்கின் மண்டையோட்டுப் பதை

படிவத்தை வழங்கினர் ஊழியர்கள். அதைத் தன் மகன் பாட் இசாத்திடம் அவர் தர, அவனோ தன் வீட்டு வரவேற்பறையில் அதைப் பார்வைக்கு வைத்தான். பாட்டின் தோழியான ஜோஸஃபின் சால்மன்ஸ் என்பவர் இந்தப் பழம் பதை படிவம் தனிச் சிறப்புமிக்கது என்று கண்டுகொண்டு, தன் ஆசிரியரான ஆய்வாளர் ரேமண்ட் டார்ட் என்பவரிடம் கொண்டு சேர்க்க, விட்வாட்டர்ஸ்ராண்ட் பல்கலைக் கழகத்தில் உடற்கூறியல் விரிவுரையாளரான ரேமண்ட், அந்தப் பகுதியில் வேறு என்ன பதை படிவங்கள் கிடைத்தாலும் அதைத் தன்னிடம் ஆய்வுக்குத் தரும்படிக் கேட்டுக்கொண்டார்.

ரேமண்டின் வேண்டுகோளுக்கு இணங்க ராபர்ட் யங் என்பவர் பதை படிவங்களைப் பெற பக்ஸ்டன் லைம்வர்க்ஸ் சென்றார். அங்கு மேலாளரான ஏ.ஈ. ஸ்பெயர்ஸ் என்பவர் அதுவரை அங்கு கிடைத்த, பத்திரப்படுத்தப்பட்ட மண்டையோட்டுப் பதை படிவங்களை வழங்கினார். அவற்றைப் பெற்றுக்கொண்டு கிளம்ப எத்தனிக்கையில் யங்கின் பார்வை ஸ்பெயர்ஸின் மேஜை மீது டேபிள் வெயிட்டாக வைக்கப்பட்டிருந்த உருண்டை வடிவின் மீது படிகிறது. அதுவும் ஒரு மண்டையோடுதான், ஆனால் அளவில் சிறியது என்று சிரித்தபடி எடுத்து யங்கின் கையில் தந்தார் ஸ்பெயர்ஸ்.

அளவில் சிறிய அந்த மண்டையோட்டுப் பதை படிவத்தைக் கண்டதும் குழப்பத்துடன் ஆய்வு மேற்கொண்டார் ரேமண்ட் டார்ட். மண்டையோட்டின் எண்டோகாஸ்ட் (மண்டையோட்டின் உள்பக்கம் பிளாஸ்டர் போன்ற பொருள் கொண்டு அச்சு எடுத்து, அதன் மூலம் மூளையின் அளவு மற்றும் வடிவை ஆராய்வது) ஒன்றைத் தயாரித்து ஆராயத் தொடங்கினார். அவருக்குப் பெரும் அதிர்ச்சி காத்திருந்தது. அவர் நினைத்தபடி பபூன் அல்லது சிம்பன்சி குரங்கின் சிறிய அளவு அதிக வளர்ச்சியற்ற மூளை போல இல்லாமல், இந்த மூளை அதிக வளர்ச்சி கண்டிருந்தது. நிச்சயம் அது குரங்கு அல்ல என்ற முடிவுக்கு வந்தார் டார்ட். டாங் என்ற பகுதியில் இந்த மண்டையோடு பதை படிவம் கிடைத்தது என்பதால் அதற்கு 'டாங் குழந்தை' என்று பெயரிட்டார்.

இந்த வினோத மண்டையோடு கிடைத்த 40 நாள்களில் 'நேச்சர்' இதழுக்கு 'ஆஸ்ட்ரலோபிதகஸ் ஆஃப்ரிகானஸ்' என்ற ஆய்வுக் கட்டுரையை எழுதியனுப்பினார். 'ஆப்பிரிக்காவின் தென் பகுதி குரங்கு' என்ற பொருள்படும் ஆய்வுக்கட்டுரையில், மனிதனுக்கும் அவனது மூதாதையர் என்று டார்வின் குறிப்பிட்ட குரங்குகளுக்கும் இடையேயான தொடர்பின் முக்கியக் கண்ணி இந்த 'ஹோமினிட்' என்ற ஆஸ்ட்ரலோபிதகஸ் என்று எழுதினார். இதைப்

பக்கெட் ஆகர்

ஆற்றுப் படுகை போன்ற இடங்களில் அகழாய்வு செய்வது மிகவும் கடினம். காரணம், நாம் வழக்கமாக அகழாய்வில் செய்வது போல மண்ணைக் கொத்தி, அள்ளி வீசி, சலித்துச் செய்ய முடியாது. எப்போது வேண்டுமானாலும் சரிந்து விழக்கூடிய மணற்பாங்கான பகுதிகளில் அகழாய்வு செய்யும்போது ஆய்வாளர்களுக்குக் கை கொடுப்பது பக்கெட் ஆகர் கருவி. 20 அடி ஆழம் வரை குழாயை நீட்டி, அடிப்பக்கம் உள்ள வாளி போன்ற அமைப்பின் மூலம் அகழ்ந்துகொள்ளலாம்.

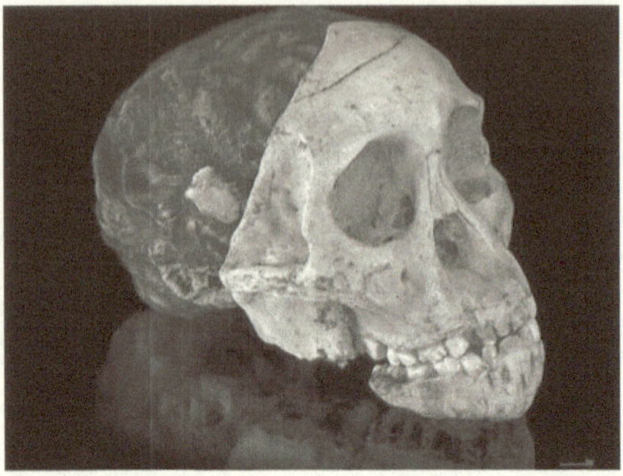

டாங் குழந்தை, விட்ஸ் பல்கலைக்கழக அருங்காட்சியகம்

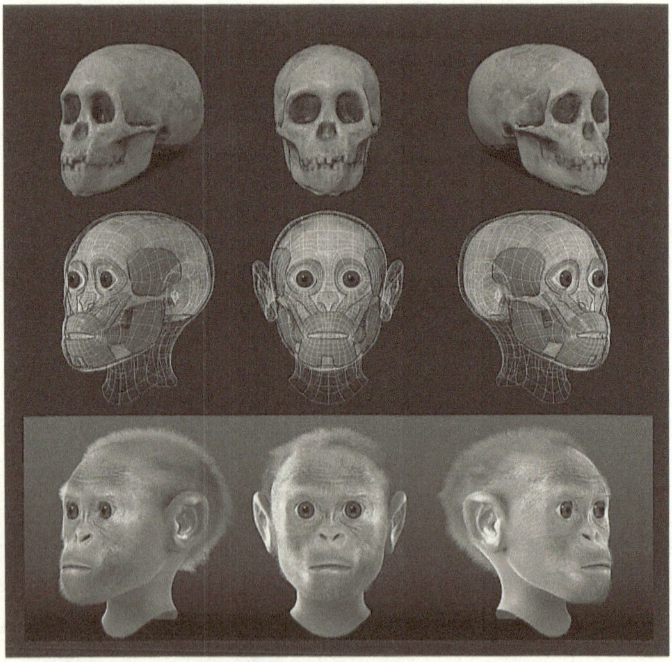

ஃபாரன்சிக் ரீகன்ஸ்ட்ரக்ஷன் முறைப்படி வரையப்பட்ட, 2 மில்லியன் ஆண்டுகளுக்கு முன்பு வாழ்ந்த டாங் குழந்தை முகம்

பெரும்பான்மையான ஆய்வாளர்கள் ஒப்புக்கொள்ளவில்லை. காரணம் அன்றைய காலகட்டத்தில் மனித நாகரிகம் தோன்றிய இடம் என்று ஆசியாவையே சுட்டிக் கொண்டிருந்தனர் ஆய்வாளர்கள்.

கொரில்லா அல்லது சிம்பன்சி குட்டியின் மண்டையோடுதான் இது என்று அவர்கள் தங்கள் கருத்தை முன்வைத்தார்கள். ஒற்றை சாம்பிளைக் கொண்டு அப்படி ஓரினம் இருந்தது என்பதை ஒப்புக் கொள்ள முடியாது என்றும் கூறிவந்தனர். 30 மில்லியன் ஆண்டு களுக்கு முன்பே மனிதன் குரங்கிலிருந்து தனித்த கிளைப் பிறவி எடுத்துவிட்டான் என்பது அவர்களது கருதுகோள். 2 மில்லியன் ஆண்டுகளுக்கு முன்புகூட மனிதன் ஹோமினிட் வடிவில் இருந்தான் என்பதை அவர்களால் ஏற்றுக்கொள்ளமுடியவில்லை. டார்ட்டின் உதவிக்கு வந்தவர் ராபர்ட் புரூம் என்ற ஆய்வாளர். 1930களில் புரூம் ஆஸ்டிரலோபிதகஸ் ஹோமினிட்டின் இன்னும் சில மண்டை யோட்டுப் பதை படிவங்களை அகழ்ந்து எடுக்க, டார்ட்டின் கூற்று மீது பிற ஆய்வாளர்களுக்கு நம்பிக்கை தோன்றியது.

நன்கு வளர்ந்த சிம்பன்சியின் மண்டையோட்டைவிடப் பெரிதாக இருந்ததால், 'டாங் குழந்தை' ஒரு ஹோமினிட் குழந்தை என்று 1940களில் ஒரு வழியாக முடிவுக்கு வந்தனர் ஆய்வாளர்கள். இந்த டாங் குழந்தை இறக்கும்போது அதன் வயது ஐந்து முதல் ஏழுக்குள் இருந்திருக்கவேண்டும் என்ற முடிவுக்கு அதன் பல் எனாமல் வளர்ச்சி கொண்டு முடிவு செய்தனர் ஆய்வாளர்கள். 3.5 அடி உயரமும், 9-11 கிலோ எடையும் கொண்டிருக்க வேண்டும் டாங் குழந்தை என்று மண்டையோட்டின் வளர்ச்சியை மனித மண்டையோட்டின் வளர்ச்சியுடன் ஒப்பிட்டுச் சொல்கிறார்கள் ஆய்வாளர்கள்.

எப்படி இறந்தது டாங் குழந்தை என்பதும் 2006ஆம் ஆண்டு வரை பெரும் குழப்பமாகவே இருந்தது. சிறுத்தை அல்லது அந்தக் காலகட்டத்தில் வாழ்ந்த கொடுவாள் பூனை தாக்கி குழந்தை இறந்திருக்கவேண்டும் என்று நம்பினார்கள் ஆய்வாளர்கள். ஆனால் 2006ஆம் ஆண்டு லீ பெர்கர் என்ற ஆய்வாளர் 'டாங் குழந்தை' இறந்தது ஆப்பிரிக்க மகுடப் பருந்து தாக்கியதால் என்று சந்தேகத்துக்கு இடமின்றி நிரூபித்தார்.

உண்மையில் இதை அவர் 1996ஆம் ஆண்டே அறிவித்திருந்தார். ஆனால், அதற்கான போதிய அறிவியல் பூர்வமான ஆதாரம் இல்லாத காரணத்தால் பிற ஆய்வாளர்கள் ஒப்புக்கொள்ளவில்லை. பத்து ஆண்டுகளுக்குப் பின் அமெரிக்காவின் ஒஹையோ பல்கலைக்கழகப் பேராசிரியர்கள் ஸ்காட் மேக்கிரா, கேத்தரின் குக் மற்றும் சூசன்

ஷல்ட்ஸ் ஆகியோர் ஆப்பிரிக்காவின் ஐவரி கோஸ்ட் பகுதியில் குரங்குகளைக் கொன்று குஞ்சுகளுக்கு ஊட்டும் ஆப்பிரிக்க மகுட பருந்து குறித்த ஆய்வுக்கட்டுரை ஒன்றை எழுதியிருந்தனர். இதைப் படித்த லீ, அப்படி இறக்கும் குரங்குகள் மேல் என்னென்ன காயங்கள் இருக்கின்றன என்பதையும் முழுக்க வாசித்தார். மண்டையோட்டின் மேற்பகுதியில் கூரிய நகங்களால் தூக்கி வந்த காரணத்தால் ஏற்படும் அழுத்தம், சாவித்துவார வடிவில் கழுகு கொத்துவதால் மண்டையோட்டின் பக்கவாட்டுப் பகுதியில் ஏற்படும் ஓட்டைகள், கண்களைத் தோண்டி கழுகு உண்ணும்போது கண்களுக்கு அடியிலுள்ள குழிவுகளில் ஏற்படும் கொத்துக் காயங்கள் போன்றவற்றை அறிந்துகொண்டார்.

இதைப் படித்ததும் லீ ஓடிச் சென்று நின்ற இடம், பல்கலைக்கழக அருங்காட்சியகத்தில் இருந்த டாங் குழந்தையின் மண்டையோடு பதைபடிவம் இருந்த மேஜை. பத்து ஆண்டுகளுக்கும் மேலாக நூற்றுக்கணக்கான முறை அவர் ஆராய்ந்த மண்டையோடு பதைபடிவம்தான் அது. ஆனால் இப்போது அவருக்கு குறிப்பாக எங்கெல்லாம் காயங்கள், குறிகள் தேடவேண்டும் என்று தெரிந்திருந்தது. முதலில் அவர் கண்ணில் பட்டது குழந்தையின் இடது கண் குழியில் இருந்த அலகால் கொத்திய ஓட்டை. அடுத்து இடது கண் குழியிலும் அதே ஓட்டை.

இப்போது சந்தேகத்துக்கு இடமின்றி 5-7 வயதான நம் மூதாதையரான ஹோமினிட் குழந்தை ஒன்றை ராட்சத பருந்து ஒன்று தூக்கிச் சென்று அதன் குஞ்சுகளுக்கு உணவாக அளித்திருக்கிறது என்பது புலனாகிறது. ஆப்பிரிக்க ஹோமினிடுகள் குகைகளில் மட்டுமே வாழ்ந்திருப்பார்கள் என்ற பொதுமையும் இதனால் உடைந்தது. வெட்டவெளிகளில் இருந்து மட்டுமே பருந்துகளால் இந்தத் தாக்குதலை நிகழ்த்தியிருக்கமுடியும். பருந்திடம் குழந்தையை இழந்த அந்த ஆதி ஹோமினிட் மனிதப் பெண் மனதில் என்ன ஓடியிருக்கும் என்று 2.8 மில்லியன் ஆண்டுகள் (28 லட்சம் ஆண்டுகள்) கழித்து நம்மால் உணர முடிகிறது இல்லையா? 'மனித நாகரிகத்தின் தொட்டில்' என்று யுனெஸ்கோவின் பாதுகாக்கப்பட்ட பகுதிகளில் ஒன்றாக இன்று இருக்கிறது டாங்.

இந்தியாவில் இது போன்ற ஹோமினிடுகளின் மண்டை ஓடுகள் அல்லது பதை படிவங்கள் கிடைத்துள்ளதா, அல்லது ஆப்பிரிக்கா தான் மனித இனத்தின் தொட்டிலா என்ற கேள்வி எழுகிறது இல்லையா? 1982ஆம் ஆண்டு நர்மதை ஆற்றங்கரையில் ஹத்னோரா என்ற பகுதியில் ஆய்வு மேற்கொண்டிருந்த இந்திய நிலவியல்

மனித இனம் தோன்றிய கதை

1. 28 லட்சம் ஆண்டுகளுக்கு முன்:

கிழக்கு ஆப்பிரிக்காவில் ஹோமோ பேரினம் தோன்றுகிறது. ஆஸ்டிரலோபிதசினஸ் இனமும் ஹோமோவும் சிம்பன்சிகள் மற்றும் போனபோக்களில் இருந்து பிரிந்த முதல் மனித பேரினங்களாகக் கருதப்படுகிறார்கள். ஹோமோ எரெக்டஸின் நேரடி மூதாதையர் என்று கருதப்படும் ஹோமோ ஹபிலிஸ் தோன்றிய காலமும் இதுவே.

2. 18 லட்சம் ஆண்டுகளுக்கு முன்:

ஹோமோ எரெக்டஸ் தொற்றம். இன்றைய மனிதனைப் போலவே பார்வைக்குத் தெரிந்தாலும், அதன் மூளை அளவு நம்மில் 3/4 பங்குதான்.

3. 6 லட்சம் ஆண்டுகளுக்கு முன்:

ஹோமோ ஹைடல்பெர்கன்சிஸ் இனத்தின் தடங்கள் கிடைக்கின்றன. ஹோமோ சேப்பியன்ஸான நமக்கும் நியாண்டர்தால் இனத்துக்கும் மூதாதையர் இவர்கள். ஹோமோ எரக்டஸ் போலவே இருந்தாலும் இதன் மூளை எரக்டஸைவிட பெரியது. அதாவது ஹோமோ சேப்பியன்ஸ் மூளை அளவில் 93 சதவிகிதத்தை எட்டி இருந்தது.

4. 5 லட்சம் ஆண்டுகளுக்கு முன்:

நியாண்டர்தால் மற்றும் டென்ஸோவன் இனங்கள் தம் மூதாதையரைவிட்டு பிரிகின்றன.

5. 4 லட்சம் ஆண்டுகளுக்கு முன்:

ஹோமோ சேப்பியன்ஸான நாம் தோன்றுகிறோம்.

6. 60000 ஆண்டுகளுக்கு முன்:

ஆப்ரிக்காவை விட்டு அலையாக வெளியேருகின்றனர் ஹோமோ சேப்பியன்ஸ்.

ஆய்வுக் கழகத்தின் அருண் சொனாக்கியாவின் கையில் சிக்கின பதை படிவ மண்டையோட்டுப் பகுதி மற்றும் மனித எலும்புகள். 1.5 மில்லியன் ஆண்டுகள் முதல் 3 மில்லியன் ஆண்டுகளுக்குள் இந்த ஹத்னோரா ஹோமினிட்டின் வயது இருந்திருக்கவேண்டும் என்று ஆய்வாளர்கள் கணித்தனர். இளம் பெண் ஒருவருடைய மண்டை யோடு என்று கண்டுபிடித்த ஆய்வாளர்கள், பிளீஸ்டோசீன் எனப்படும் காலகட்டத்தைச் சேர்ந்த தெற்கு ஆசியாவின் மிகப் பழமையான ஹோமினிட் இதுதான் என்றும் அது ஹோமோ எரக்டஸ் என்ற இன்றைய ஹோமோ சேப்பியன் மனிதனுக்கு முந்தைய ஹோமினிட் என்றும் அறிவித்தனர்.

தமிழகத்தில் இந்த ஹோமினிடுகள் இருந்தன என்பது அத்திரம் பாக்கம், குடியம் பகுதிகளில் கிடைத்த பழங்கற்கால கருவிகள் மூலம் நிரூபிக்கப்பட்டுள்ளன. அத்திரம்பாக்கத்தில் கிடைத்த கூர்மையான கற்கோடரிகளின் காலம் ஆய்வுக்குப் பின் 3,85,000 முதல் 1,72,000 ஆண்டுகள் வரை இருக்கலாம் என்று கணிக்கப்பட்டுள்ளன. ஆப்பிரிக்காவிலிருந்து 60000 ஆண்டுகளுக்கு முன்னர்தான் ஹோமோ சேப்பியன் என்ற நம் நேரடி முன்னோர் இங்கு வந்தனர் என்றால், குடியம் ஆயுதங்களை அதற்கு இரண்டு மில்லியன் ஆண்டுகளுக்கு முன்பே செய்த மனித இனம் வேறு என்பது புலனாகிறது, அல்லவா?

ஹத்னோரா நர்மதைப் பெண் போல தமிழகத்தில் கிடைத்த மிகப்பெரிய பொக்கிஷம், விழுப்புரம் மாவட்டம் பொம்மையார் பாளையத்தை அடுத்த ஓடை என்னும் இடத்தில் கிடைத்த 'ஓடை லேட்டரைட் குழந்தை!' (ஓடை குழந்தை). உலகிலேயே முதல் முறையாக இரும்பு ஆக்சைடு மண்ணை இறுக்கியதால் உருவான லேட்டரைட் பாறைகளில் (ஃபெர்ரிசெட்) கிடைத்த முழு மனித மண்டையோடு பதை படிவம் இந்த ஓடை லேட்டரைட் குழந்தைதான்.

விழுப்புரம் மாவட்டம் பொம்மயார்பாளையம் பகுதி தமிழக-புதுவை எல்லையில் அமைந்திருக்கிறது. இங்கு 2001ஆம் ஆண்டு அக்டோபர் 14ஆம் தேதியன்று மதியம் ஒரு மணிக்கு நடந்து கொண்டிருந்தது அகழாய்வு ஒன்று. கேரளப் பல்கலைக்கழகத்தின் வரலாற்றுத் துறை பேராசிரியரான பி. ராஜேந்திரன் தலைமையில் நடந்துகொண்டிருந்த அகழாய்வில் தரைப் பகுதியிலேயே சில விலங்கு எலும்பு பதை படிவங்கள் கிடைத்தன. பிளீஸ்டோசீன் காலத்திய அந்தப் பொருள்கள், தரையிலிருந்து சுமார் 8 மீட்டர் ஆழத்தில் கிடைத்தன. 2.5 மீட்டர் ஆழத்தில் ஏற்கெனவே கற்காலக்

கருவிகள் சில கிடைத்தன. 6 மீட்டர் ஆழம் முதல் ஃபெர்ரிகிரீட் எனப்படும் இரும்பு ஆக்சைடு இறுக்கிய பாறைகள் தென்பட ஆரம்பித்தன.

திடீரென ஃபெர்ரிசெட் பாறைகளின் நடுவே பதை படிவம் ஒன்று தென்பட்டது. மண்டையோடு பதைபடிவமாக அது இருக்கலாமென்ற ஐயத்தில், சிறு பிரஷ் கொண்டு துடைத்துப் பார்த்ததில், பதை படிவத்தில் குழி ஒன்று தெரிந்தது. கண் குழிப்பகுதி அது என்று சந்தேகித்த ஆய்வாளர்கள், அதைச் சுற்றி இருந்த ஃபெர்ரிகிரீட்டுடன் வெட்டி எடுத்தனர். மண்டையோட்டின் அளவு கொண்டு அது சிறு குழந்தையின் மண்டையோடு என்று கணித்தார் ராஜேந்திரன். அதற்கு லேட்டரைட் குழந்தை என்றும் பெயரிட்டார். லேட்டரைட் குழந்தை கொல்லம் உபாசனா மருத்துவமனைக்குக் கொண்டு செல்லப்பட்டு 3-டி ஸ்கேன் செய்யப்பட்டது. அதன் பின் எண்டோகாஸ்ட் (ப்ளாஸ்டர் கொண்டு மண்டையோட்டின் உள்புற அச்செடுத்து மூளையை ஆய்வு செய்தல்) எடுக்கப்பட்டு, முற்றும் பாதுகாக்கப் பட்ட மூளை பதைபடிவ அச்சும் ஆராயப்பட்டது.

312 கன செமீ அளவு கொண்ட மூளை, 1-2 மிமீ தடிமன் கொண்ட மண்டையோட்டு எலும்பு, மேல் மற்றும் கீழ்த் தாடைகளின் 10 பால் பற்கள் என்று ஒரு முழுமையான மண்டையோடாக ஆய்வுக்குக் கிடைத்துவிட்டது 'ஓடை குழந்தை'. பால் பற்களையும், மூளையின் அளவையும் கொண்டு இந்த குழந்தையின் வயது 5 மாதங்கள் மட்டுமே என்றும் நிறுவினர் ஆய்வாளர்கள். பெரும்பாலும் கரிமப் பொருள் எதுவும் லேட்டரைட் பாறைகளில் பாதுகாக்கப்படாது என்ற பொதுமையை உடைத்தது ஓடை குழந்தை. பல் அமைப்பு ஆய்வுகளில் கீழ் மற்றும் மேல் தாடைகள் வெளிப்புறம் நீண்டிருந்தன என்பது

ஓடை குழந்தை மண்டையோட்டுப் பதைபடிவம்

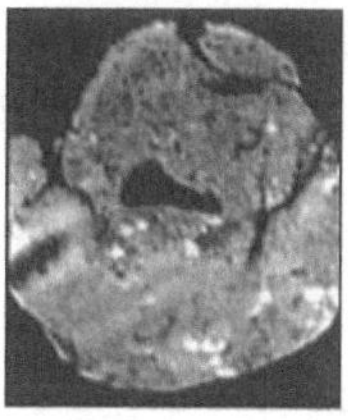

பால் பற்கள் தெரியும் ஓடை குழந்தை தாடையின் 3-டி ஸ்கேன் படம்

தெளிவாகியது. ஐந்து மாதக் குழந்தைக்கு இவ்வாறு தாடைகள் நீண்டிருந்தது, குழந்தை நிச்சயம் ஹோமோ சேப்பியன் வகையறா இல்லை என்றும் அதற்கு முந்தைய ஹோமினிட் என்பதையும் நிறுவ உதவியது.

அடுத்ததாக சரியான வயதைக் கணிக்க பாபா அடாமிக் ரிசர்ச் சென்டரின் டாக்டர் எம்.பி. சௌகங்கர் வசம் மண்டையோட்டின் பதைப்படிவம் ஒப்படைக்கப்பட்டது. மண்டையோட்டை சுற்றியிருந்த ஃபெர்ரிகிரீட் பாறைப் பகுதியிலிருந்து சிறிது குவார்ட்ஸை வெட்டியெடுத்து அதை தெர்மோலூமினசன்ஸ் டேட்டிங் செய்தார் சௌகங்கர். இதன் மூலம் ஃபெர்ரிகிரீட்டின் காலம் 0.166 மில்லியன் ஆண்டுகள் (கூடக்குறைய 30 ஆண்டுகள். அதாவது கிட்டத்தட்ட 2 லட்சம் ஆண்டுகள்) என்பது தெரிய வந்தது. ஆக பிளீஸ்டொசீன் காலத்தைச் சேர்ந்த மண்டையோடு இது என்பது நிரூபணமானது. இந்தக் காலத்தைக் கொண்டு ஹோமினிடான ஹோமோ எரக்டஸுக்கும் இன்றைய ஹோமோ சேப்பியனுக்கும் இடைப்பட்ட ஹோமோ சேப்பியன்ஸ் (ஆர்கயாக்) வகையைச் சார்ந்தது ஓடை குழந்தை என்று தீர்மானித்துள்ளனர் ஆய்வாளர்கள்.

ஓடை குழந்தை மீது டி.என்.ஏ. மற்றும் இன்ன பிற ஆய்வுகள் இன்னும் நடைபெற்றுக் கொண்டிருக்கின்றன! ஓடை பகுதியில் கிடைத்த ஒரே ஒரு மண்டையோடு பதைபடிவத்தைக் கொண்டு செய்யப்பட்ட ஆய்வுகளின் முடிவுகள் இவை. இன்னும் அங்கு ஆய்வுகள் தொடரப்படவில்லை. 8 மீட்டர் ஆழத்துக்குக் கீழ் அந்தப் பாறைகள் இன்னும் என்ன ஒளித்துவைத்திருக்கின்றன என்பது நமக்குத் தெரியவில்லை.

ஹோமோ சேப்பியனான நம் முன்னோர் யார்? ஹோமினிட் என்றால் என்ன என்று தெரிந்துகொள்ளும் ஆவல் வருகிறது இல்லையா? ஹோமினிட் குடும்பம் என்பது பிரைமேட்ஸ் எனப்படும் பரந்த குடும்பத்தைக் குறிக்கிறது. சுமார் 40 மில்லியன் ஆண்டுகளுக்கு முன் பொது மூதாதையரிடம் இருந்து குரங்குகள் குடும்பமும் மனிதக் குடும்பமும் பிரிந்தன. 35 மில்லியன் ஆண்டுகளில் மேம்பட்ட ஆஸ்டிரலோபெதிகஸ் ஹோமினிட் தோன்றியது. இரு கால்களால் நடக்கக்கூடிய இந்த மனிதன் 1.10 மீட்டர் உயரமே இருந்தான், 40 கிலோ எடை மட்டுமே கொண்டிருந்தான்.

அதிலிருந்து மேம்பட்டவனாக 25 மில்லியன் ஆண்டுகளுக்கு முன் தோன்றியவன் ஹோமினிட் ஹோமோ ஹாபிலிஸ். முதல் ஆயுதங்களைச் செய்த இவன், பேசும் சக்தி பெற்றிருந்தான். 50 கிலோ

எடை, 1.6 மீட்டர் உயரமும் கொண்டிருந்தான். இந்த மனிதனுக்கு அடுத்து பரிணாம வளர்ச்சியில் சுமார் 40-20 மில்லியன் ஆண்டுகளுக்கு முன் தோன்றியவன் ஹோமோ எரக்டஸ். குழு அமைத்து வேட்டையாடவும், நெருப்பு உண்டாக்கவும் தெரிந்தவன் இவன். ஹோமோ நியாண்டர்தாலென்சிஸ் என்ற மனிதன் 1.5 லட்சம் முதல் 35000 ஆண்டுகள் வரை வாழ்ந்தவன், நீத்தார் புதைப்பு, சிறப்பு கருவிகள் செய்ய இவன் கற்றுக்கொண்டான்.

1.5 லட்சம் ஆண்டுகளுக்கு முன் தோன்றிய மற்றொரு மனிதனே ஹோமோ சேப்பியன். இவன் பாறை ஓவியங்கள் வரையவும் கொம்பு மற்றும் எலும்புகள் கொண்டு ஆயுதங்கள் செய்யவும் கற்றிருந்தான். இந்த ஹோமோ சேப்பியன்களின் நேரடி வாரிசுகளாக பரிணாம வளர்ச்சியில் வேறு எந்த வேற்றுமையும் இல்லாமல் இருக்கிறோம் நாம்.

14

பொருந்தல்

மனிதன் உயிர் வாழ உணவு மிக அவசியம். ஆதியில் வாழ்ந்த குகை வாசிகள் காடுகளில் கிடைத்ததை உண்டார்கள், பருகினார்கள், வேட்டையாடினார்கள். நீர் வாழ்க்கைக்கு அத்தியாவசியமானது என்பதைக் கண்டுகொண்ட பிறகு அவர்கள் ஆற்றுப் படுகைகளை ஒட்டிய வளமான பகுதிகளில் வாழத் தொடங்கினார்கள். அப்போது நிகழ்ந்த பேரதிசயம்தான் இயற்கையை மனிதன் அடக்கி ஆள வழிவகை செய்தது.

வேளாண்மை என்ற ஒற்றை அஸ்திரத்தைக் கைக்கொண்டுவிட்ட மனிதன், ஆற்று நீரைப் பாசனத்துக்குப் பயன்படுத்தி அதுவரை காடு களில்தான் உண்டு கொண்டிருந்த கனிகளை, தானியங்களை தானே காலம் நேரம் தட்பவெப்பம் சரிபார்த்து, உழுது, விதைத்து, நீரூற்றி, வளர்த்து, அறுவடை செய்து நிறைய கற்றுக்கொண்டான்.

இப்படிக் கொஞ்சம் கொஞ்சமாகக் கற்றுக்கொண்டு தானியங்களைப் பெருக்கிக் கொண்டது எப்படி என்று அறிய வேண்டும் என்றால் நீங்கள் 10,000 ஆண்டுகள் முன்பும், 4000 மைல் தொலைவும் பயணித்து சீனாவின் வற்றாத சீவநதியான மஞ்சளாறு என்ற யாங்சி ஆற்றுப் படுகைக்குச் செல்லவேண்டும். ஆசியாவின் மிக நீளமான ஆறு என்று அறியப்படும் யாங்சி ஆற்றங்கரையிலுள்ள செய்ஜியாங் மாகாணத்தின் குனான் என்ற சிற்றூரில் இருக்கிறது ஷாங்ஷான் என்ற அகழாய்வுக் களம். சீனாவில் இதுவரை அகழப்பட்ட புதிய கற்கால அகழாய்வுத் தளங்களில் மிகவும் பழமையானது ஷாங்ஷான். 10,000 ஆண்டு

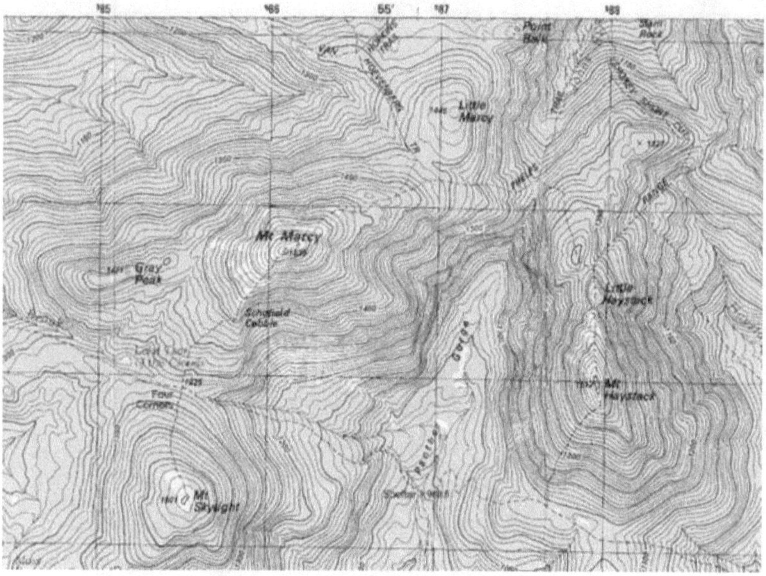

டோப்போகிராஃபி மேப்: (இடவமைப்பு வரைபடம்)

தொல்லியல் எச்சங்கள் இருப்பதாகக் கணிக்கும் களம் ஒன்றுக்கு ஆய்வுக்கு செல்வதற்கு முன் தேவையான தளவாடங்களில் முக்கியமானவை, வரைபடங்கள். இயற்கையாக அமைந்த மலைகள், பள்ளத்தாக்குகள், நீர்நிலைகள் போன்றவை மட்டுமல்லாமல், மனிதன் அமைத்த கட்டடங்கள் போன்றவைகூட இடவமைப்பு வரைபடங்களில் தெளிவுறக் காட்டப்படுகின்றன. இதன் மூலம் அகழாய்வு தொடங்கும் இடம் குறித்த தெளிவான புரிதல் ஆய்வாளர்களுக்கு ஏற்படுகிறது. 17ஆம் நூற்றாண்டில் பிரான்சில் வாழ்ந்த வரைபட நிபுணரான ஜீன் டாமினிக் காசினி என்பவர்தான் முதன்முதலில் இந்த வகை டோப்போகிராஃபி வரைபடங்களை உலகுக்கு அறிமுகப்படுத்தியவர். மொத்த நிலப்பரப்பையும் அப்படி இடவமைப்பு வரைபடங்களாக முதன்முதலில் வடித்துக் கொண்ட நாடு பிரான்ஸ்.

நெற்கதிர்கள் கலந்த மண் கொண்டு வனையப்பட்ட
ஷாங்க்ஷான் மண் பாண்டங்கள்

ஷாங்க்ஷான் அருங்காட்சியகத்தில் உள்ள மண் பாண்டங்கள்

களுக்கு முன்னர் இங்குதான் முதன்முதலில் அரிசி விளைவிக்கப் பட்டது என்பதற்குச் சான்றுகள் கிடைத்துள்ளன.

2001ஆம் ஆண்டு முதல் 2004ஆம் ஆண்டு வரை இங்கு 700 சதுர மீட்டர் நிலப்பரப்பில் நடத்தப்பட்ட அகழாய்வுகளில் புதிய கற்கால ஆயுதங்களான கற்கோடரிகளுடன் ஆச்சரியப்பட வைக்கும் உரல் போன்ற கல்லும், கல்லால் ஆன உலக்கை ஒன்றும் கிடைத்தன. இவை தவிர சிவப்புநிற மண்பாண்டங்கள் சிலவும் கிடைத்தன. இந்த மண் பாண்டங்களின் வடிவமைப்புதான் மனிதன் முதன்முதலில் எங்கே அரிசி விளைவித்தான் என்ற வினாவுக்கு விடை தந்தது.

இந்த மண் பாண்டங்களின் வாய்ப் பகுதிகளில் அரிசி, நெல், நெற்கதிர், இலைகள் போன்றவை மண்ணுடன் கலந்து வனையப் பட்டிருந்தன. சிவப்பு மண் பாண்டங்களை அழகாக்க இவை சுட்டு எடுக்கப்பட்டிருக்கலாமா? உண்மையில் களிமண் அல்லாத பிற மண் கொண்டு செய்யப்பட்ட இந்த மண் பாண்டங்கள் காயவைக்கும்போதோ தீயில் சுடப்படும்போதோ அவற்றில் விரிசல் ஏற்பட்டுவிடாமல் இருக்கவே மண்ணுடன் இலைகள், கதிர் போன்றவை கலந்து வனையப்பட்டன.

பெட்ரோலாஜிக் ஆய்வுகளின்படி இந்த மண் பண்டங்களில் இருந்த ஃபைட்டோலித்துகள் (தாவர திசுக்களின் பதை படிவம், ஃபாசில்) விசிறி வடிவில் நெற்கதிரில் உள்ளவை போலவே இருப்பதாகக் கண்டறியப்பட்டது. இதன்மூலம் அங்கு அரிசி தினசரி உணவில் ஒன்றாகவும், நிறைய விளைவிக்கப்பட்டதாகவும் இருந்திருக்க வேண்டும் என்று கணிக்கிறார்கள் ஆய்வாளர்கள். காடுகளில் விளைந்த அரிசிக்கும் பானகளில் வனையப்பட்டிருந்த இந்த இனத்துக்கும் வேறுபாடு இருந்ததை அதன் அளவு கொண்டு சுட்டிக்காட்டுகிறார்கள்.

ஷாங்ஷானில் அரிசி கொண்ட மண் பாண்டங்களுக்கு அருகிலேயே இரும்பால் செய்யப்பட்ட கதிர் அறுக்கும் சிறு அரிவாள்களும் கிடைத்துள்ளன. இதைக் கொண்டு அந்தக் காலத்தில் கதிர் அறுத்து அறுவடை செய்ய யாங்சி ஆற்றங்கரை மக்கள் தெரிந்து கொண்டிருக்க வேண்டும் என்று கூறுகிறார்கள் அறிஞர்கள்.

இங்கு கிடைத்த நெல்மணிகளில் ஒன்று முழுமையாக இருக்கவே, அதை அளந்து நெல் சாகுபடி செய்யப்பட்டதா அல்லது இயற்கையாக விளைந்ததா என்று கண்டுபிடிக்க முனைந்தார்கள் ஆய்வாளர்கள். ஒரைசா சாடைவா என்ற நெல் வகைதான் இன்று நாம் உண்ணும் பயிர் செய்யப்படும் நெல் வகை. பெரும்பாலும்

ஆசியாவில் அதிகம் பயன்படுத்தப்படுகிறது. அது போலவே ஓரைசா ஜபானிகா என்பது ஜப்பானில் பண்படுத்தப்பட்ட நெல் வகை. சீனாவில் 'காட்டு நெல்' (ஓரைசா பெரென்னிஸ்) 10,000 ஆண்டுகளுக்கு முன் எப்படி, எங்கு இருந்தது? யாங்சி ஆற்றங்கரையின் கோரைப் புல்லுக்கும் புதர்களுக்கும் நடுவே, தானாக முளைத்து நின்றிருந்தது காட்டு நெல். அதைப் பறித்து, உண்டு, சுவை உணர்ந்த சீனப் பூர்வ குடியினர், அதைப் பறித்து, சமைத்து உண்டிருக்கவேண்டும். ஒரு பொருள் மனிதனுக்கு அத்தியாவசியமானது என்றால் மட்டுமே அவன் அதைத் தலையைக் கொடுத்தாவது கைக்கொள்கிறான். வெறும் வேட்டை சமூகமாக இருந்தவன் இன்று ஒரு பண்பட்ட நாகரிகமாக வாழ்கிறான் என்றால் அதற்குக் காரணம் அந்த உழைப்பே.

கொஞ்சம் கொஞ்சமாக இந்தக் காட்டு நெல் பயிரை விதைத்து, அறுவடை செய்யும் யுக்தியைக் கண்டறிந்திருக்கிறான். நிச்சயம் இது ஒரு சில ஆண்டுகளில் நிகழ்ந்துவிடக்கூடிய அதிசயம் இல்லை. ஒரு சில நூற்றாண்டுகளாவது பிடித்திருக்கும்.

காட்டு நெல்லுக்கும் மனிதன் விளைவித்த நெல்லுக்கும் எப்படி வேறுபாடு அறிந்து கொள்கிறார்கள் தொல்தாவரவியல் (ஆர்கியோ பாட்டனி) விஞ்ஞானிகள்? நெல்மணியின் நீள அகலத்துக்கு இடையேயான விகிதத்தைக் கொண்டு. தொல்தாவரவியல் ஆய்வாளர்கள் ஆய்வுக்கு எடுத்துக் கொண்ட ஓரைசா சாடைவா (விளை நெல்) நெல்மணியின் நீளம் 7.73 மி.மீ., அகலம் 2.86 மி.மீ. இரண்டுக்குமான விகிதம் 2.70. விளைவிக்கக்கூடிய நெல்லின் நீள அகல விகிதம் பெரும்பாலும் 3.50க்குள் அமைகிறது. இதைக் கொண்டே இந்த நெல் மணி மனிதன் விளைவித்த நெல் என்று அறுதியிட்டுச் சொல்கின்றனர்.

ஷாங்ஷான் தவிரவும் சீனாவில் பல்வேறு இடங்களில் நெல் விளைவித்த தடங்கள் கிடைத்துள்ளன. சியஹூ ஷாங்ஷான் பகுதியில் இதைப் போலவே மண் பாண்டங்களில் வனையப்பட்ட நெல் மணிகள் கிடைத்துள்ளன. ஷாங்ஷான் பகுதியில் அங்கே அகழப்பட்ட பாண்டங்கள் மற்றும் பிற பொருள்கள் நெல் அருங்காட்சியகம் ஒன்றில் பத்திரப்படுத்தப்பட்டுள்ளன.

சீனாவில் 10,000 ஆண்டுகளுக்கு முன் நெல் மணியை விதைத்து அறுவடை செய்துவிட்டார்கள். சீனாவில் நெல் விளைவித்த அதே காலத்தில் கிட்டத்தட்ட இந்தியாவிலும் நெல் சாகுபடி நடந்தது என்று ஆய்வாளர்கள் கருதுகிறார்கள். 5,000 ஆண்டுகளுக்கு முந்தைய சிந்து சமவெளி நாகரிகத்தில் நெல் பயன்பாட்டில் இருந்திருப்பதைக்

கண்டுபிடித்துள்ளார்கள். இங்கிலாந்தின் கேம்பிரிட்ஜ் பல்கலைக் கழக மாணவர்கள் நடத்திய ஆய்வில், ராக்கிகடிக்கு அருகே நெல் மற்றும் கோதுமை, பார்லி போன்றவற்றை செப்புக் காலத்தில் சிந்துச் சமவெளி மக்கள் விளைவித்ததாகத் தெரிய வந்துள்ளது. கால மாற்றத்துக்கு ஏற்றாற்போல கோடையில் நெல்லும், குளிர் காலத்தில் கோதுமை, பார்லியும் விளைவித்திருக்கிறார்கள்.

தமிழகத்தில் நெல் சாகுபடி முதலில் நடைபெற்ற இடம் எது என்பது ஆதிச்சநல்லூரில் இருந்து அகழப்பட்ட முதுமக்கள் தாழிகளுள் கிடைத்த நெல்மணிகளை ஆர்கியோ-பாட்டனி ஆய்வுகளுக்கு உட்படுத்தினால் தெரியவரலாம். கீழடியில் கிடைத்த நெல்மணி களையும் ஆய்வு செய்தால் சிந்துவெளி நாகரிகத்துக்கு அடுத்து சங்ககால கீழடி நாகரிகத்திலும் நெல் விளைவித்தார்கள் என்று பெருமை கொள்ளலாம். அதுவரை, நாம் பொருந்தலை நினைத்து பெருமை கொள்வோம்.

பழனிக்கு தென்மேற்கு திசையில், 12 கிலோ மீட்டர் தொலைவில் உள்ள சிறு கிராமம் பொருந்தல். அங்கே 2006ஆம் ஆண்டு சில பெருங்கற்கால எச்சங்கள் இருப்பதாகக் கண்டறியப்பட்டது. 2009ஆம் ஆண்டு புதுவை பல்கலைக்கழகத்தின் வரலாற்றுத் துறைப் பேராசிரியர் திரு. கே. ராஜன் தலைமையில் 80 மாணவர்கள், இந்தியத் தொல்லியல் துறை மற்றும் செம்மொழி ஆய்வு நிறுவனத்தின் நிதி உதவியுடன் பொருந்தலில் அகழாய்வுப் பணியை மேற்கொள் கிறார்கள். அகழாய்வில் குடியிருப்புப் பகுதி தனியாகவும், கல்வட்டங்கள் கொண்ட அடக்கப் பகுதி தன்னாசியப்பன் மலைப் பகுதியில் தனியாகவும் பிரிக்கப்பட்டு அகழப்பட்டது. கிட்டத்தட்ட 100 கல் திட்டைகள் இருந்திருக்கக்கூடும் என்று கணித்த பகுதியில் 30 மட்டுமே எந்தப் பாதிப்பும் இல்லாமல் முழுமையாக இருந்தன.

இறந்தவர்களை அடக்கம் செய்த தாழிகள், அவர்களுக்குப் படைக்கப் பட்ட தானியங்கள், விதர்பா பகுதியில் அதிகம் உற்பத்தியான கண்ணாடி மணிகள், கண்ணாடி மற்றும் சங்கு வளையல்கள், தோடு, மண் பாண்டங்கள், எடைக்கற்கள், தங்கப் பதக்கங்கள், தந்தத்தாலான பொருள்கள் போன்றவை இங்கு கிடைத்தன. கண்ணாடி தயாரிக்கும் உலை ஒன்றும் இங்கு கண்டறியப்பட்டது. இங்கிருந்த ஒரு திட்டையில் உள்ள இரு அறைகளில் மட்டும் கார்னேலியன், குவார்ட்ஸ், அகேட் முதலிய 8000 மணிகள் கிடைத்துள்ளன.

மண்டையோடுகள், எலும்புகளுடன் மூன்று ஜோடி இரும்பு குதிரை சேண வளையங்களும், இரும்பு வாள்கள், கத்திகள், சில

பொருந்தல் அகழாய்வில் கிடைத்த புரிமனை, அதில் தமிழி எழுத்து,
விதர்பா பகுதி கார்னேலியன் மணிகள்

வ-ய-ர என்ற தமிழி எழுத்துகள்
கீறப்பட்ட புரிமனை

பொருந்தல்
நெல்மணிகள்

சென்டிமீட்டர்கள் முதல் ஒரு மீட்டர் உயரம் கொண்ட மண் பாண்டங்கள், தட்டுகள், கிண்ணங்கள் போன்றவை இங்கு கிடைத்தன. இங்கு கிடைத்த நான்கு கால்கள் கொண்ட மண் பாண்டம் ஒன்றும் இரு புரிமனைகளும் முக்கியமானவை. இந்தப் பாண்டத்தில் இரண்டு கிலோ நெல் பாதுகாப்பாக இறுக்க மூடி வைக்கப்பட்டிருந்தது. அதனுடன் இருந்த இரண்டு புரிமனைகளிலும் தமிழி எழுத்துகள் (தமிழ் பிராமி) வ-ய-ர என்று எழுதப்பட்டுள்ளது கண்டுபிடிக்கப்பட்டது. அதனுடன் என்னவென்று கண்டறியப்படாத குறியீடு ஒன்றும் உள்ளது. இந்தக் குறியீட்டை நெல்மணி என்று கருதுகிறார்கள் ஆய்வாளர்கள்.

புரிமனைகளுடன் சேர்ந்தே மண் பாண்டம் இருந்ததால், அதிலுள்ள நெல்லின் காலமும், அதில் எழுதப்பட்ட காலமும் ஒன்றாக இருக்கும் என்று கணிக்கிறார் ராஜன். பீட்டா ஆய்வு மையத்துக்கு அந்த நெல்லை டேட்டிங் ஆய்வுக்கு அனுப்பி சோதனைக்கு உட்படுத்தியதில், அந்த ஒரைசா சாடைவா (விளைவிக்கப்பட்ட நெல்) நெல்லின் காலம் பொஆமு 790 முதல் 490 வரை என்று கணக்கிடப்பட்டுள்ளது. அதாவது குறைந்தது 2500 ஆண்டுகளுக்கு முன்பிலிருந்து 2800 ஆண்டுகள் வரை. நெல்லின் காலம் தெரிந்ததால், நெல் இருந்த கலனுக்கு புரிமனையாக இருந்தவற்றில் உள்ள எழுத்தும் அதே காலத்தைச் சேர்ந்ததாக இருக்கவேண்டும் என்று கணிக்கிறார் ராஜன்.

ஏ.எம்.எஸ். டேட்டிங் (ஆக்சிலரேட்டர் மாஸ் ஸ்பெக்டோமெட்ரி) முறையில் இதன் காலம் பொஆமு 490 என்று கணக்கிடப்பட்டால், அசோகர் காலத்துக்கு முன்பு- மகாஜனபதா அரசுகளான கோசலை, அவந்தி, மகத நாடுகள் செல்வாக்குடன் இருந்த பொஆமு ஐந்தாம் நூற்றாண்டில் தமிழகத்திலும் பண்பட்ட எழுத்து அறிந்த நாகரிகம் இருந்திருக்கக்கூடும் என்று கருதுகிறார் ராஜன். இதில் கூடுதல் சிறப்பு நமக்குக் கிடைத்துள்ள தமிழி எழுத்துகள்.

ஆனால் பெரும்பான்மையான அறிஞர்கள் எழுத்து முறை இங்கு பண்பட அசோகரின் காலம் முக்கியமானதாக இருந்ததாகக் கருதுகின்றனர். அசோகர் கால பிராமி மொழியில் இருந்தே தமிழ் எழுத்துரு பெற்றது என்று பரவலாக சொல்லப்படுவதுண்டு. ஆனால், ஒன்றிரண்டு சாம்பிள்களை மட்டும் கொண்டு தமிழி அசோகர் பிராமியை விட தொன்மையானது என்று உறுதியாகக் கூறமுடியாது என்று சில அறிஞர்கள் கூறிவந்தனர்.

பொருந்தல் தமிழி எழுத்துகள் கிடைக்கும்வரை, இலங்கை திஸ்ஸமகரம பகுதியில் கிடைத்த பொஆமு இரண்டாம் நூற்றாண்டைச் சேர்ந்த தமிழி எழுத்துகளே தொன்மையானவையாக கருதப்பட்டன.

பொருந்தலின் நெல் மணிகள் மூலம், அசோக பிராமியை விடவும் தமிழி தொன்மையானது என்று நிறுவ முடிகிறது என்று கூறுகிறார்கள்.

ஆனால் ஐராவதம் மகாதேவன், சுப்பராயலு போன்ற அறிஞர்கள் இந்தத் தமிழி எழுத்துகள் படிம நிலையில் இரண்டாம் அடுக்கில் உள்ள மேம்பட்ட தமிழி எழுத்துகள் போல உள்ளதால் இதன் காலம் முதலாம் நூற்றாண்டாய் இருக்கவே வாய்ப்புகள் அதிகம் என்கிறார்கள். வ-ய-ர என்பது 'வஜ்ர' என்ற சமஸ்கிருத/பிராகிருத சொல் என்பதும் அவர்கள் வாதம். மீண்டும் ஒருமுறை அதே பாண்டத்திலிருந்த வேறு சாம்பிளை டேட்டிங் செய்ததில், அதன் காலமும் பொஆமு 490 என்பது உறுதிப்படுத்தப்பட்டிருக்கிறது. இந்த வ-ய-ர என்பது பொருந்தல் பகுதியில் கடந்த நூற்றாண்டு வரை புழக்கத்தில் இருந்த வயிரவ சம்பா நெல்லைக் குறிக்கலாம் என்றும் கருதுவோர் உண்டு. நெல் தமிழரின் திட உணவாக மாறி நிச்சயம் சில ஆயிரம் ஆண்டுகள் இருக்கலாம்.

மழையை நம்பி வேளாண்மை செய்த காரணத்தால்தான் தமிழகத்தில் மழைக்கான 'இந்திர விழா' பெரும் சிறப்புடன் கொண்டாடப் படுகிறது. கோவையை அடுத்த பேரூரின் பட்டீசுரம் கோயிலில் நடவு விழா வெகு பிரசித்தம். நடவுப் பாட்டு பாடி பெண்கள் நாற்றங்காலில் நடவு செய்வதும், அவர்கள் அதை வயலில் நடுகையில் கோயிலின் பச்சையம்மன் பெண்களோடு நின்று நடவு செய்வதாகவும் நம்புபவர்கள் உண்டு. பட்டீசுவரர் வெள்ளி மண்வெட்டி கொண்டு வயலை நிரவ, பச்சையம்மன் நடவு நடத் தயாராக, பெண்களின் குலவையோடு தொடங்குகிறது நடவு விழா.

தமிழர் திருநாளான தைப் பொங்கலும், அவன் நிலம் உழப் பயன்படும் உற்ற தோழனான மாட்டுக்கு எடுக்கும் மாட்டுப் பொங்கல் விழாக்களும் நெல்லை ஒட்டியே கொண்டாடப்படுகின்றன. சங்க இலக்கியங்களில் நெல் குறித்த குறிப்புகள் ஏராளம் உண்டு. பண்டைக்காலத்தில் பசித்தோருக்கு சோறு பொங்கி கஞ்சி அளிக்கும் அறவுணவுச்சாலைகள் இருந்தன என்று குறிப்பிடுகிறது பட்டினப் பாலை.

> 'சோறு வாக்கிய கொழுங்கஞ்சி
> யாறு போலப் பரந்து ஒழுகி'

அதே போல இறைவனை வணங்கவும் நெல்லே வீடுகளில் பயன்படுத்தப்பட்டுள்ளது. வீடுகளில் உள்ள தெய்வங்களுக்கு அந்தி சாயும் மாலை நேரங்களில் மலருடன் நெல் தூவி வணங்கும் வழக்கம் இருந்ததை நெடுநல்வாடை தெளிவாகச் சொல்கிறது.

'நெல்லும் மலரும் தூஉய்க் கைதொழுது
மல்லல் ஆவண மாலை அயர'

இது போன்ற தொல்லியல் ஆய்வுகள், அவற்றின் அறிக்கைகள், அதில் கூறப்படும் கருத்துக்கு ஆற்றப்படும் எதிர்வினைகள் மிகவும் சிக்கலாக இருப்பதை நாம் காண்கிறோம். இரு தொல்லியல் மற்றும் மொழி அறிஞர்கள் கூட ஒரு விஷயத்தை ஒப்புவதில்லை எனில், தமிழ் குறித்த ஆய்வுகள், அதன் முடிவுகள் எப்படி வெளிவரும் என்ற ஐயம் ஏற்படுகிறது. எதுவாகிலும், மேற்கொண்டு ஆய்வுகள், தரவுகள் வைத்தே நிரூபணம் செய்யமுடியும். சிந்துச் சமவெளி நாகரிகம்தான் இந்தியாவின் தொன்மையான நாகரிகம் என்று நிறுவ முற்படும் அறிஞர்களும், சிந்துச் சமவெளி நாகரிகமே தமிழியின் புரோடோ-டைப் எழுத்துதான் கொண்டிருந்தது என்போரும், தமிழே தொன்மையானது என்று நிறுவ முற்படுவோரும் என அறிஞர்கள் ஆளுக்கு ஒருபுறமாய் இழுப்பதால்தான், தொல்லியல் எனும் காளை வண்டியை இழுக்காமல், சண்டித்தனம் செய்கிறது போலும்.

15

பொரிவரை

இரண்டு நபர்களும் அந்தக் குகைக்குள் நுழைகிறார்கள். இருவருக்கும் தனித்தனி பணியிடங்கள் உள்ளன. கொண்டு வந்திருக்கும் இரும்புத் தாது நிறைந்த மென்மையான மணல் பொடியை அபலோன் என்ற காது வடிவ கடல் பூச்சியின் சிப்பி ஓட்டில் நிரப்பி, பொடிக்கப்பட்டு சுடப்பட்ட எலும்புத் தூளில் கலந்து, தண்ணீர்/விலங்கு கொழுப்பு சேர்த்து, காவி (சிவப்பு ஓக்கர்) நிற வண்ணத்தை உருவாக்குகிறார்கள். மெல்லிய எலும்புத் துண்டு கொண்டு இந்த வண்ணக் கலவையை வேறொரு சிப்பிக்கு மாற்று கிறார்கள். உலகில் மனிதன் முதன்முதலில் பயன்படுத்திய 'பாத்திரம்' இந்த அபலோன் ஓடுதான்.

இந்த இரு ஓவியர்களும் கேப்டவுன் நகருக்கு 185 மைல்கள் கிழக்கே இந்தியப் பெருங்கடற்கரையில் உள்ள செங்குத்தான மலை ஒன்றில் உள்ள பிளாம்போஸ் குகையில் உள்ள தங்கள் 'ஸ்டுடியோ'வில் புதுமையான வண்ணக் கலவையைக் கலந்து வைத்தவர்கள்; என்ன காரணத்தாலோ, அந்த இடத்துக்கு மீண்டும் செல்லவில்லை. கடல் காற்று கொஞ்சம் கொஞ்சமாக குகையின் துவாரத்தை கடற்கரை மணல் கொண்டு மூடிவிடுகிறது.

கொஞ்சமே கொஞ்ச காலத்துக்குப் பின், அதாவது கிட்டத்தட்ட 1,00,000 ஆண்டுகளுக்குப் பிறகு அந்த இடத்தில் ஏதாவது இருக்கக் கூடும் என்ற ஊகத்தில் உள்ளே நுழைகிறது, கிறிஸ்டோஃபர் ஹென்ஷில்வுட் என்ற தொல்லியல் அறிஞரும் அவர் நண்பர்களும் கொண்ட குழு. ஒரு லட்சம் ஆண்டுகளுக்கு முன்னர் வாழ்ந்த ஆதி மனிதனுக்குத் தெரிந்திருந்த வேதியியல், அவர்களை ஆச்சரியத்தில்

ஜி.பி.எஸ். ரிசீவர்

தொல்லியல் ஆய்வாளர்களுக்குக் கிடைத்திருக்கும் மிகப்பெரும் வரம் கையடக்க ஜி.பி.எஸ். கருவிகள். செயற்கைக் கொள்களிலிருந்து வரும் சிமிக்ஞைகளைக் கொண்டு ஒளியின் வேகம், தூரம் போன்றவற்றைக் கணக்கிட்டு அதை வைத்து இடங்களை அடையாளம் காண ஜிபிஎஸ் கருவிகள் உதவுகின்றன. செயற்கைக்கோள்கள் அனுப்பும் எல்-பேண்டு ரேடியோ சிமிக்ஞைகளை கையடக்க ஜிபிஎஸ் ரிசீவர் கருவிகள் பிடித்துக் கொள்கின்றன. மூன்று முதல் நான்கு செயற்கைக் கோள்கள் அனுப்பும் சிமிக்ஞைகள் மூலம் ஒரு இடத்தின் அட்ச ரேகை மற்றும் தீர்க்கரேகையை துல்லியமாகக் கணக்கிடலாம். முப்பரிமாண அளவீடாக அட்சரேகை, தீர்க்கரேகை மற்றும் உயர்நிலையைக் கணிக்க நான்குக்கும் மேற்பட்ட செயற்கைக் கோள்களின் சிமிக்ஞைகள் தேவைப்படுகின்றன.

அபலோன் சிப்பியும், ஓக்கர் அரைக்க பயன்படுத்தப்பட்ட குவார்ட்சைட் கல் மற்றும் அதில் ஒட்டிக்கொண்டிருக்கும் சிவப்பு வண்ணம்

ஆழ்த்துகிறது. இந்த சிப்பிகளின் அருகே, சிவப்பு ஓக்கரை உடைத்துப் பொடிக்கப் பயன்படுத்தப்பட்ட குவார்ட்சைட் கற்கள், கலவையை ஒன்றாகச் சேர்க்க பயன்படுத்தப்பட்ட எலும்பு மஜ்ஜை, கரித்தூள் போன்றவையும் இருந்தன. கலவையைக் கலக்க பயன்படுத்தப்பட்ட கூர்மையான எலும்புத்துண்டின் முனையில் ஒட்டிக் கொண்டிருந்தது 1,00,000 ஆண்டுகளுக்கு முன்னர் அந்த ஓவியர்கள் கலக்கிய சிவப்பு வண்ணக் கலவை. உலகின் முதல் ஓவியக் கூடம் இந்த பிளோம்போஸ் குகைதான்.

இந்த மனிதர்கள் பயன்படுத்திய சிவப்பு ஓக்கர் மண், அங்கிருந்து 20 மைல் தொலைவில்தான் கிடைத்தது. ஒரு லட்சம் ஆண்டுகளுக்கு முன்பே இத்தனை தொலைவில் இருந்து ஓக்கரைக் கொண்டு செங்குத்தான மலையில் ஏறி கலவையை ஏன் செய்தார்கள் என்பதுதான் புதிர். இந்த வண்ணக் கலவையைக் கொண்டு அவர்கள் அந்தக் குகையில் ஓவியங்கள் எதுவும் தீட்டவில்லை. ஒருவேளை அவர்கள் சிவப்பு வண்ணத்தை தங்கள் முகங்கள் அல்லது உடல்களில் பூசியிருக்கலாம், அல்லது வழிபாட்டு சடங்கிற்குப் பயன்படுத்தி இருக்கலாம் என்று கருதுகிறார்கள் அறிஞர்கள்.

இந்தியாவில் சிவப்பு ஓக்கர் மண் பயன்படுத்தப்பட்ட இடங்களில் தொன்மையானது - பிம்பேத்கா. 30,000 ஆண்டுகளுக்கு முன்பே மத்தியப் பிரதேசத்தின் இந்த குகைத் தொகுப்பில் தன் கைவிரல்களால் கோடு போடத் தொடங்கிவிட்டான் மனிதன். கற்காலம் தொடங்கி தொடர்ச்சியாக இங்கே ஓவியங்கள் தீட்டப்பட்டுள்ளன. யுனெஸ்கோவின் பாரம்பரியச் சின்னங்கள் பட்டியலில் இடம்பிடித்திருக்கும் பிம்பேத்கா, இந்தியாவின்

தொன்மையான மற்றும் மிகப் பெரிய குகை ஓவியங்களின் தொகுப்பு. 1892 ஹெக்டேர்கள் பரப்பளவில், 754 குகைத் தளங்கள், அவற்றில் கிட்டத்தட்ட 500 இடங்களில் ஓவியங்கள் என்று ஒரு பிரம்மாண்டம் பிம்பேத்கா. 1800களில் ஆங்கிலேயர் ஒருவர் இங்கு சென்று ஆவணப் படுத்தினார் என்று சொல்லப்பட்டாலும், இந்தக் குகைத் தொகுப்பை உலகுக்கு அறிமுகப்படுத்தியவர் என்ற பெருமையைத் தட்டிச் செல்பவர் விஷ்ணு ஸ்ரீதர் வகாங்கர். 1956ஆம் ஆண்டு போபால் நகரில் இருந்து இடார்சி நகருக்கு ரயிலில் சென்று கொண்டிருந்த வகாங்கரை ஜன்னல் வழியே தெரிந்த பரந்த மலைத் தொடர் கவர்ந்திருக்கிறது.

அடுத்த ரயில் நிலையத்தில் இறங்கி மலையைப் பார்வையிடச் சென்றார் வகாங்கர். அதில் முதல் குகையிலேயே ஓவியங்கள் அவரை வரவேற்றன. அருகில் பௌத்த ஸ்தூபிகளும் இருக்க, ஒரு பொக்கிஷத்தின் நுனியைத்தான் தாம் கண்டிருக்கிறோம் என்று அப்போது அவருக்குத் தெரியவில்லை. மீண்டும் அடுத்த ஆண்டு ஆய்வாளர்கள், உதவியாளர்களுடன் சென்று மலையைச் சோதனையிட, மைல் கணக்கில் குகைச் சுவர்களில் ஓவியங்கள் குவிந்து கிடந்தன. அதன் அருகிலேயே மன்னன் போஜராஜன் கட்டிய அணை ஒன்றும் இருந்ததைக் கண்டுபிடித்தது குழு.

பிம்பேத்கா என்ற ஆளரவமற்ற மலைப் பகுதி விழித்துக் கொண்டது. தடை செய்யப்பட்டப் பகுதியாக அதை மாற்றத் தொடர்ந்து அரசுக்கு வலியுறுத்தி வந்தார் வகாங்கர். அணையைச் சீரமைத்து, மலைப் பகுதியை பாதுகாக்கப்பட்ட பகுதியாக அரசு அறிவிக்கவேண்டும், நிறைய மரங்கள் நடவேண்டும் என்ற வகாங்கரின் கனவு நனவாக கிட்டத்தட்ட 20 ஆண்டுகள் போராட வேண்டியிருந்தது. இந்தக் கண்டுபிடிப்பு தந்த உந்துதலில், அதன்பின் கிட்டத்தட்ட 4000 குகைகள் மற்றும் ஓவியங்களைத் தேடிப் பார்த்து ஆவணப்படுத்தி இருக்கிறார் வகாங்கர். அப்படி என்னதான் இருக்கிறது பிம்பேத்காவில்? காவிக்கும் இதற்கும் என்ன சம்பந்தம்?

பிம்பேத்காவில் எண்ணற்ற ஓவியங்கள் இருந்தாலும், அவற்றில் மிக முக்கியமானதாகக் கருதப்படுவது, ஆடல்வல்லான். கையில் சூலம் ஏந்தி நடனமிடும் உருவத்தை 'நடராசரின்' ஆதி வடிவம் என்றே கருதினார் வகாங்கர். இந்தியாவில் கிடைத்த ஆடல்வல்லானின் வடிவங்களில் மிகத் தொன்மையானது இந்த ஆடல்வல்லான். இந்த ஆடல்வல்லான் தீட்டப்பட்டிருப்பது சிவப்பு ஓக்கர் வண்ணம் கொண்டு. அது போல, இங்குள்ள தாய்ப்பால் சொரியும் தாய் தெய்வமும் மிக முக்கியமானது என்று கருதுகின்றனர் அறிஞர்கள். அதைப் போலவே, ஆயிரக்கணக்கான ஓவியங்களில் பெண்களின்

சித்தரிப்பு மிகவும் குறைவு என்று கருதும் அறிஞர்கள், கருவுற்றிருக்கும் மான், அதன் வயிற்றினுள் உள்ள குட்டி, அந்த மானின் முன் நின்று கைகளை நீட்டியபடி நிற்கும் பெண் உருவம் ஆகியவற்றைப் பார்க்கும்போது தாய்மையை மிகவும் மதித்த மக்களாக இவர்கள் இருக்கலாம் என்று கருதுகிறார்கள்.

இந்தத் தொகுப்பில் உள்ள 'மிருகக் காட்சிசாலைப் பாறை'யில் அந்தப் பகுதியில் வாழ்ந்த அத்தனை விலங்குகளின் ஓவியங்களும் இருக்கின்றன.

யானைகள், மான்கள், எருதுகள், மனிதனைத் தாக்க வரும் பன்றி, கையில் வில் அம்புடன் வேட்டையாடும் மனிதர்கள், மனிதன் ஒருவனைத் துரத்தும் எருது, அதைக் கையாலாகாமல் பார்த்துக் கொண்டிருக்கும் இருவர், குதிரைகள் என்று எக்கச்சக்கமான ஓவியங்கள் இருக்கின்றன. இவற்றுள் வேட்டைக்குச் செல்லும் மனிதர்கள் ஓவியம் ஒரு கதை சொல்வது போல இருக்கிறது.

கோட்டோவியங்களாக உள்ள இந்த ஓவியத் தொகுப்பில், வெள்ளை மற்றும் காவி வண்ணங்களில் குதிரைகளும் (அவற்றில் ஒன்று மாலைகள் கொண்டு அலங்கரிக்கப்பட்டது போல உள்ளது), அவற்றின் மேல் வேட்டைக்குச் செல்லும் மனிதர்களும்

குதிரைகள் மேல் கைகளில் தடி, வேல் கொண்டு
வேட்டைக்குச் செல்லும் மனிதர்கள், சிவப்பு ஓக்கர் வண்ணம்.
காலம் 20,000-30,000 ஆண்டுகளுக்கு முந்தையது, பிம்பேத்கா.

காணக்கிடைக்கிறார்கள். இவர்கள் முன் பெண் ஒருவர் கையில் கூர் ஆயுதம் ஒன்றுடன் வழிநடத்திச் செல்வது போலவும், வனப்பகுதி என்பதைக் குறிக்க, அவர்கள் அருகிலேயே நீண்ட கூந்தல் கொண்ட பெண் ஒருவர் கைகளில் இலைகளை ஏந்தியபடி நடப்பது போலவும், அவள் பின் இரண்டு மயில்கள் ஆடிக்கொண்டு செல்வது போலவும் வரையப்பட்டிருக்கிறது.

இவர்களுக்குப் பின் இன்னும் சில குதிரை வீரர்கள் கையில் ஆயுதங்களுடன் உள்ளனர். மனிதனைத் தாக்க வரும் பன்றி ஓவியமும் சிவப்பு ஓக்கர் என்ற காவி வண்ணத்தில் இருக்கிறது. தென்னாப் பிரிக்காவில் ஸ்டூடியோ இருந்தது, பிம்பேத்காவில் கேன்வாஸ் இருந்தது, தமிழகத்தில் என்ன இருந்தது, அல்லது இருக்கிறது?

ஆய்வாளர் வகாங்கர் போன்று தமிழகத்தின் பாறை ஓவியங்களை ஆர்வத்துடன் ஆய்வு செய்து வருபவர் கலை வரலாற்றாளர் கே.டி. காந்திராஜன். இவரும், சென்னை அரசு கலைக் கல்லூரியைச் சேர்ந்த இவரது மாணவர்கள் சிலரும் 2004ஆம் ஆண்டு கோத்தகிரியில் ஒரு ஓவியப் பயிற்சி வகுப்பை நடத்தச் செல்கையில், தற்செயலாக, அந்தப் பகுதிகளில் பாறைகளில் வரையப்பட்ட ஓவியங்கள் எதையும் கண்டார்களா என்று வினவ, எழுந்து நின்றான் மாணவன் ஒருவன். தான் கரிக்கையூர் என்ற ஊரில் மலைத்தொடர் ஒன்றின் மேல் அது போன்ற ஓவியங்களைப் பார்த்ததாகச் சொல்லவும், ஆர்வத்துடன் அந்த மாணவனுடன் பயணமானது காந்திராஜன் குழு.

ஓவியங்கள் இருந்த இடம் இருளர் இன மக்கள் அதிகம் வசிக்கும் பகுதி. ஓவியங்கள் உள்ள பகுதியைப் 'பொரிவரை' என்று அழைக்கிறார்கள். தேன் எடுக்கும் தொழில் செய்து வரும் இருளர் இன மக்கள், தேனீக்களை விரட்டப் பயன்படுத்தும் தீப்பொறியை வைக்கும் அறை என்றே இந்த இடத்தைக் குறிப்பிடுகிறார்கள்.

கோத்தகிரியில் இருந்து 34 கிலோமீட்டர்கள் தொலைவில் உள்ள கரிக்கையூரில் இருந்து கிட்டத்தட்ட 4 கிலோமீட்டர் தொலைவில், மலையுச்சி ஒன்றில் இயற்கையாக அமைந்த சுமார் 100 பேர் அமரக் கூடிய பாறைத் தங்கிடம் ஒன்றில் பரந்து விரிந்து வரவேற்றன நூற்றுக் கணக்கான ஓவியங்கள். சுண்ணம், காவி, மஞ்சள் வண்ணங்களில் கிட்டத்தட்ட 500 ஓவியங்களைப் பார்த்து வியந்தது குழு. 300 மீட்டர் உயரம், 500 அடி நீளம் கொண்ட செங்குத்தான பாறை, அதில் 3 அடி முதல் 15 அடி உயரம் வரை ஓவியங்கள். தென்னிந்தியாவில் இதுவரை கண்டுபிடிக்கப்பட்ட பாறை ஓவியங்களிலேயே அளவில் பெரியதும், பிரம்மாண்டமானதும் இந்தப் பொரிவரை பாறை ஓவியங்கள்தான்.

அவற்றில் பல ஓவியங்கள் சிவப்பு ஓக்கர் என்ற காவி வண்ணத்தில் மிளிர்கின்றன. பொரிவரை ஓவியங்களில், குதிரை மீது போரிடும் வீரர்கள், இசைக் கருவிகளை இசைத்தபடி ஆடும் மனிதர்கள், கீழ் பாதி உடல் குதிரையும், மேல் பாதி உடல் மனிதன் போலவும் உள்ள சென்டார் என்ற விநோத கற்பனை விலங்கும் இங்கு உண்டு. இவை தவிர, இடையை, தோள்களைப் பற்றியபடி குழு நடனம் ஆடும் மனிதர்களது ஓவியமும் உண்டு. வாழ்க்கையில் போர், வேட்டை, கொண்டாட்டம் என்று தாங்கள் கண்ட நிகழ்ச்சிகளை மனதில் இருத்தி ஓவியங்களாகத் தீட்டியிருக்கிறார்கள் இந்த மக்கள். இவர்கள் வாழ்ந்த காலம் பொஆமு 8000 முதல் 3000 வரை இருக்கலாம் என்று கருதுகிறார்கள் ஆய்வாளர்கள்.

மேய்ச்சல் காட்டில் நடந்து செல்லும் எருதுக் கூட்டம், வெண்மையும் காவியுமாக இரு வண்ணத்தில் தீட்டப்பட்ட வில்லேந்திய போர் வீரர்கள், பசுவும், கன்றும், மான்கள், எருதுகள், வேட்டையாடும் மனிதர்கள் என்று பல ஓவியங்களில் காவி வண்ணம்தான். இந்த ஓவியத் தொகுப்பின் சிறந்த காவி ஓவியங்கள், எலும்புகள் தெரியும் படி வரையப்பட்டுள்ள எருதுகள் இரண்டு. தத்ரூபமான ஓவியம் என்று சொல்லப்பட்டாலும், கடும் பஞ்சமும், அதனால் எலும்புகள் தெரியும்படி இருந்த எருதுகளை அந்த ஓவியங்கள் பிரதிபலிப்பதாகக் கருதும் ஆய்வாளர்கள் உண்டு. இந்த ஓவியங்களைக் காலம் அறியும் சோதனைக்கு உட்படுத்தினால், இந்தக் கடும் பஞ்சம் எந்த ஆண்டுவாக்கில் நிகழ்ந்தது என்று கூட நாம் அறிந்துகொள்ளலாம் என்கிறார்கள். ஆனால் இந்தக் கோடுகள் எலும்புகளைக் குறிப்பவை அல்ல என்று தெளிவாக விளக்குகிறார் காந்திராஜன். ''இந்த மக்களின் கலைநயம், கற்பனைத் திறன் பற்றி அறிந்து கொள்வது அவசியம். புராதனம், தொன்மை என்பது தவிர, இந்த பாறை ஓவியங்களை வரைந்தவர்களில் சிறந்த ஓவியர் யார், அமெச்சூராகப் புதிதாக வரையக் கற்றுக் கொண்டவர் யார் என்பதை ஓவியங்களின் வடிவம், கோடுகளின் நேர்த்தி கொண்டு தெரிந்து கொள்ளலாம்.''

'பிம்பேத்காவில் உள்ள 'சர்க்குலர் அரேஞ்ச்மென்ட்'- வட்ட வடிவில் விலங்குகள் மற்றும் பொருள்களை உருவமைத்து வரைவது தேர்ந்த ஓவியர்களால் மட்டுமே முடிவது. பொரிவரையிலும் ஒன்றிரண்டு இடங்களில் இதை நீங்கள் காணலாம். அந்த நேர்த்தி தேர்ந்த ஓவியனுக்கு மட்டுமே வரும். புலி துரத்தினால் ஓடும் மான் ஒரு விதமாகவும், தானே துள்ளி ஓடினால் வேறு விதமாகவும் சித்தரிக்கப்பட்டிருக்கும். அதே போல ஒரு தேர்ந்த ஓவியனால் தன் ஓவியத்துக்கான சரியான 'மீடியம்'- வெளி என்ன என்று தேர்ந்தெடுக்க முடியும். அந்த மீடியத்துக்குத் தக்கவாறே பாறை

எருது, பொரிவரை

துடும்பு இசைக்கும் மனிதன், பொரிவரை

ஓவியங்களில் வண்ணங்கள் தேர்ந்தெடுக்கப்பட்டுள்ளன. கரும் பாறைகளில் வெள்ளை வண்ணமும், வெண்மையான பாறைகளில் சிவப்பு ஓக்கர் வண்ணமும் தெளிவான புரிதலுடனே தேர்ந்தெடுத்து வரையப்பட்டுள்ளன. இந்த ஓவியங்களை வரைந்தவர்களின் கலை நேர்த்தியைப் பாருங்கள்', என்று கூறுகிறார்.

2004ஆம் ஆண்டு கண்டுபிடிக்கப்பட்டு, இந்தியத் தொல்லியல் துறை, மற்றும் மாநில தொல்லியல் துறைக்கு பொரிவரை ஓவியங்களின் அறிக்கை அனுப்பப்பட்டுவிட்டது. ஆனாலும், இன்றுவரை மத்திய அரசோ, மாநில அரசோ இந்த ஓவியங்களைப் பாதுகாக்க எந்தவித நடவடிக்கையும் எடுக்கவில்லை என்பதுதான் சோகம். வந்து சென்றதுக்கு அடையாளமாகத் தங்கள் பெயரை ஆயிரக்கணக்கான ஆண்டுகள் பழமைவாய்ந்த ஓவியங்களின் மேல் கிறுக்கிச் சென்றிருக்கிறார்கள் நம் மக்கள்.

தமிழகத்தில் பாறை ஓவியங்கள் குறித்த புத்தகங்களும் தரவுகளும் மிகக் குறைவே. இப்போது முகநூல் போன்ற சமூக வலைதளங்கள் பெருகிய பின்பு இவற்றை இளைஞர்கள் சொந்த முயற்சியில் ஆவணப்படுத்தி வருவது பாராட்டுக்குரியது. ஒரு லட்சம் ஆண்டுகளுக்கு முந்தைய ஓவியக் கூடம் பாதுகாப்பாக இருக்கிறது, 40,000 ஆண்டுகளுக்கு முந்தைய பிம்பேத்காவும் பத்திரமாக இருக்கிறது. எல்லாம் தெரிந்த தமிழன், தமிழுணர்வை மூச்சாய் சுவாசிக்கும் தமிழன் 8,000 ஆண்டுகளுக்கு முந்தைய தன் பொக்கிஷத்தைப் பாதுகாக்க எந்த முயற்சியும் எடுக்கவில்லை.

தொல்லியல் ஆய்வுகளில் காலம் எப்படி குறிப்பிடப்படுகிறது? பழங்கற்காலம், இடைக்கற்காலம், புதிய கற்காலம், செம்புக் காலம்/ வெண்கலக் காலம் (தமிழகத்தில் இந்தக் காலம் தனியே காணப்பட வில்லை என்பது ஆச்சரியம்), இரும்புக் காலம் என்று வரலாற்றுக்கு முந்தைய காலத்தைப் பிரிக்கிறார்கள் தொல்லியல் அறிஞர்கள். 30,000 ஆண்டுகள் முதல் 10000 ஆண்டு வரை பழங்கற்காலம் என்று கருதப்படுகிறது. இந்தக் காலத்தில்தான் மனிதன் முதல் கற்கருவி களைச் செய்யக் கற்றுக் கொண்டான். அதற்குப் பின் அளவில் நுணுக்க மான கற்கருவிகள், கற்கோடரிகளை செய்த காலம் இடைக்கற்காலம் என்று கொள்ளலாம், இந்தக் காலத்தைச் சார்ந்த பண்பட்ட கற்கருவிகள் நெல்லை மாவட்டம் சாயர்புரத்தில் கிடைத்துள்ளதாக எழுதியிருக்கிறார் கால்டுவெல். இந்த இடைப்பட்ட காலத்தில்தான் பிணங்களைப் புதைக்கும் பழக்கம் தொடங்கியிருக்க வேண்டும். (ஆய்வாளர்களுக்கிடையே இதில் எதிர்மறைக் கருத்துகள் உள்ளன).

இதற்குப் பின் வழுவழுப்பான கல் ஆயுதங்களைச் செய்யக் கற்றுக் கொண்ட புதிய கற்காலம் தொடங்கியது. குகைகளில் வாழ்ந்தது போய், இவர்கள் நிரந்தரமான இடங்களில் நிலைத்து வாழத் தொடங்கினர். இவர்களது ஆயுதங்கள் படிக்கட்டுக் கல் என்ற ஒருவித கல் கொண்டு செதுக்கப்பட்டன. நெல்லை, செங்கல்பட்டு, சேலம் போன்ற பகுதிகளில் இந்தக் காலத்தைச் சார்ந்த கல் உளிகள், சம்மட்டிகள் கிடைத்துள்ளன. நெருப்பு மூட்டுவது, வேளாண்மை, ஆடு மாடுகள் பழக்குதல், எலும்பு மற்றும் சிப்பியினால் செய்த அணிகலன் அணிவது, சக்கரம் கண்டுபிடித்தது, பானை வனையக் கற்றுக் கொண்டது, பஞ்சு, மயிரால் செய்யப்பட்ட ஆடைகளை அணிந்தது என்று சற்றே பண்பட்ட மக்கள் இவர்கள். 10,000 முதல் 3000 வரை இடைக்கற்காலம் மற்றும் புதிய கற்காலம் என்று கணிக்கப்படுகிறது.

வரலாற்றுக்கு முற்பட்ட காலத்தைச் சேர்ந்த மக்கள் பெரும் குழிகளில் பிணங்களைப் புதைக்கும் வழக்கம் கொண்டிருந்ததால், இந்தக் காலம் பெருங்கற்புதைவு காலம் (மெகாலித்திக்) என்று வழங்கப்படுகிறது. பெரும்பாலும் மலைச் சரிவுகள், மேடுகளில் இந்த வகைக் குழிகள் அமைந்தன. வட மற்றும் தென்னார்க்காடு மாவட்டங்களில் இவற்றைக் காணலாம். ஆந்திராவின் பிரம்மகிரி பெருங்கற்புதை குழிகளின் காலம் பொஆமு 1000 ஆண்டைச் சேர்ந்தது என்று கார்பன் டேட்டிங் மூலம் கண்டறியப்பட்டுள்ளதால், அதைப் போன்ற தமிழக பெருங்கற்புதைவு காலமும் அதே காலம் என ஊகிக்கிறார்கள் அறிஞர்கள்.

இவை குகை வட்டங்கள் மற்றும் குழி வட்டங்கள் என்று இரு வகைப்படும். குழியின் அடியிலும், மேல்புறத்திலும் கற்பலகைகள் அமைத்து, அறையைப் போல அமைக்கப்பட்டு, அதைச் சுற்றி ஒன்றோ மேற்பட்டோ செங்குத்தாக நடப்பட்ட கல்வட்டங்கள் அமைப்பது ‘குகை வட்டங்கள்’. குழி வட்டங்களில் ஒன்றோ அதற்கு மேற்பட்ட தாழிகளோ புதைக்கப்படுகின்றன. குழி வட்டங்களைச் சுற்றி ஒற்றை கல் வட்டம் ஒன்று அமைக்கப்பட்டுள்ளது.

கல் பதுக்கை, கல் திட்டை, கல் வட்டம், கற்குவை என்று நான்கு வகை நினைவுச் சின்னங்கள் எழுப்பப்படுவதுண்டு என்றும் கருதுகின்றனர். தமிழகத்தில் மட்டும், புதிய கற்காலத்தைத் தொடர்ந்து இரும்புக் காலம் வந்துவிட்டதாக அறிஞர்கள் கூறுகிறார்கள். ஆதிச்சநல்லூர் போன்ற இடங்களில் புதிய கற்காலக் கருவிகளைப் பயன்படுத்தும் போதே, இரும்பையும் கண்டெடுத்து பயன்படுத்தத் தொடங்கிவிட்டார்கள் மக்கள்.

ஆனால், வெண்கலத்தாலான விளக்குகள், அணிகலன்கள், சிற்பங்கள் என்று அகழாய்வில் பொருள்கள் கிடைத்திருப்பதால், குழப்பமே நிலவுகிறது. இந்த பொஆமு 1000 முதல் 3ஆம் நூற்றாண்டு (சங்க காலத் தொடக்கம் என்று கருதப்படும் காலம் இது) வரை தென்னிந்தியாவில் நிகழ்ந்த மாற்றங்கள் என்ன என்பதை அறிவதுதான் நம் அறிவுக்கு விடப்பட்டிருக்கும் மிகப் பெரிய சவால். தமிழக முந்து வரலாற்று காலத்துக்கும் சங்க காலத்துக்கும் இடையே வாழ்ந்த மக்கள் யார், என்ன செய்தார்கள் என்பதற்கான விடையைத் தான் கீழடியில் தேடத் தொடங்கியிருக்கிறோம்.

16

புலிமான் கோம்பை

வீரன் என்ற சொல்லுக்கு ஒரு தனி ஆற்றல் உண்டு. உலகின் தொல் நாகரிகங்கள் எல்லாவற்றிலும் வீரர்கள் உண்டு. அவர்களது ஆற்றல் ஆயிரக்கணக்கான ஆண்டுகள் சென்றபின்னும் கதைகளாகவும் கல்வெட்டுகளாகவும் நம்மிடையே இன்றும் உலவிக்கொண்டுள்ளன. அப்படி மெசபடோமிய நாகரிகத்தின் முதல் பெரும் வீரன் என்று பெயர் பெற்றவன் கில்கமேஷ். இவன் வாழ்ந்த காலத்தை நிறுவ இயலவில்லை. ஆனால் பொஆமு 2800 முதல் 2500 முன் இவன் வாழ்ந்திருக்கக்கூடும் என்று கருதுகின்றனர் அறிஞர்கள். கில்கமேஷின் கதையை உலகிற்கு வெளிப்படுத்திய அதிசய மனிதர் ஜார்ஜ் ஸ்மித்.

இன்றைய ஈராக்கின் நினிவே நகர்ப் பகுதியில் அகழப்பட்ட அக்காடிய மொழியில் எழுதப்பட்ட சுடுமண் வரைப் பட்டிகைகள் ஆயிரக்கணக்கில் இங்கிலாந்தின் பிரிட்டிஷ் அருங்காட்சியகத்தில் கவனிப்பாரின்றி கிடந்தன. அவற்றைப் படித்து பொருள் கொள்ள வந்தவர் ஜார்ஜ். 1840ஆம் ஆண்டு மிகச் சாதாரண ஆங்கிலேயக் குடும்பத்தில் பிறந்த ஜார்ஜ், தன் 14ஆவது வயதில் பிரிட்டிஷ் அருங்காட்சியகம் அமைந்த புளூம்ஸ்பரி பகுதியில் வங்கிக்கு நோட்டுகள் வடிவமைத்துத் தரும் நிறுவனம் ஒன்றில் வேலைக்குச் சேர்ந்தார். பணி நிமித்தம் அந்தப் பகுதிக்கு வந்த ஜார்ஜ் மதிய உணவு இடைவேளைகளில் பிரிட்டிஷ் அருங்காட்சியகத்தின் மெசபடோமிய காட்சிப் பொருள்கள் வைக்கப்பட்டிருந்த அறைகளில் சுற்றித் திரிந்தார். மெசபடோமிய அக்காடிய எழுத்துப் பொறிப்புகள் பெரும் பாலும் கோட்டு ஓவியங்கள் போல வரையப்படுபவை.

அப்படித்தான் ஈராக்கின் மொசுல் நகரை அடுத்த நினிவே நகரில் கண்டெடுக்கப்பட்ட ஆயிரக்கணக்கான வரைப்பட்டிகைகள் கொட்டிக்கிடந்த பகுதியில் படங்களைப் பார்த்து கதையைப் புரிந்து கொள்ள முயன்றுகொண்டிருந்தார் ஜார்ஜ்.

'க்யூனிஃபார்ம்' என்று பெயர் சூட்டப்பட்ட எழுத்துப்பொறிப்புகளை அனாயாசமாக வாசித்து பொருள் சொல்லும் ஜார்ஜ் ஸ்மித் கொஞ்சம் கொஞ்சமாக அருங்காட்சியக அலுவலர்களின் கவனத்தை ஈர்த்தார். அன்றைய க்யூனிஃபார்ம் எழுத்துகளைப் படிக்கத் தெரிந்த ராலின்சன் என்ற தொல்லியல் அறிஞர், ஜார்ஜின் திறமையைக் கண்டு வாயடைத்துப் போனார். இந்தத் திறமை வீணாகக்கூடாது என்று எண்ணியவர், அருங்காட்சியகத்தில் ஜார்ஜுக்கு வேலை கிடைக்க ஏற்பாடு செய்தார்.

1861ஆம் ஆண்டு அருங்காட்சியகத்தின் அக்காடிய சுடுமண் வரைப் பட்டிகைகளின் துண்டுகளை ஒன்றிணைத்து அவற்றை வாசித்துப் பொருள் சொல்லும் பணியிலமர்த்தப்பட்டார் ஜார்ஜ். பொஆமு ஏழாம் நூற்றாண்டில் அசிரிய மன்னன் அஷுர்பனிபாலால் கட்டப் பட்டு ஒருங்கிணைக்கப்பட்ட நினிவேயின் பிரம்மாண்ட நூலகத்தில் ஆயிரக்கணக்கான வரைப்பட்டிகைகள் வைக்கப்பட்டிருந்தன. அந்தக் காலத்தில் புத்தகங்கள் இல்லை; இந்த வரைப்பட்டிகைகள் மட்டுமே பொறிப்புகளுடன் கதைகள் சொல்லின. புதிர் விடுவிப்பது போல இந்த வரைப்பட்டிகைகளின் துண்டுகளை ஒருங்கிணைத்து விடுகதைக்கு விடை சொல்வது போல கண்டுபிடித்து கதைகள் சொல்லத் தொடங்கினார் ஜார்ஜ்.

1850களில் இந்த வரைப்பட்டிகைகளை நினிவே நகரில் கண்டெடுத்தவர் ஹோர்முட்ஸ் ராசம். இந்தப் பொறிப்புகளை வாசிக்க சரியான ஆள்கள் இல்லாத காரணத்தால் அருங்காட்சியகத்தில் தூசு படிந்து கிடந்தன. கிட்டத்தட்ட 10 ஆண்டுகள் இவற்றை வாசித்துப் பொருள் கொள்ள முயன்றுகொண்டிருந்தார் ஜார்ஜ் ஸ்மித். 1872ஆம் ஆண்டு, அருங்காட்சியகத்தில் கிட்டத்தட்ட 10 ஆண்டுகள் பணியாற்றிய பின் ஜார்ஜ் தன் முதல் கண்டுபிடிப்பை அறிவித்தார். இஸ்ரேல் மக்களின் கதைகள், விவிலியத்தில் சொல்லப்பட்டிருந்த கதைகளின் எச்சங்கள் நினிவே வரைப்பட்டிகைகளில் இருந்ததை ஆரம்பம் முதலே சொல்லிவந்தார் ஸ்மித். ஆனால் ஐயத்துக்கு இடமின்றி பைபிள் கதைகளில் சொல்லப்பட்டுள்ள 'பெருவெள்ளம்' பற்றிய குறிப்புகள் கொண்ட கே. 3375 என்ற சிறு சுடுமண் பலகைத் துண்டுதான் மிகப்பெரிய புரட்சியை ஏற்படுத்தியது.

இந்தப் பலகையில்தான் பைபிளில் சொல்லப்பட்ட பெருவெள்ளம் பற்றிய குறிப்புகள் கிடைத்தன. கில்கமேஷ் என்ற மிகப்பெரிய

அக்காடிய மொழியில் கில்கமேஷ் காலத்து பெருவெள்ளக் கதை

ஆய்வாளர் ஜார்ஜ் ஸ்மித்

மாக்னெடோமீட்டர்

அகழ்வாய்வு செய்ய முடிவெடுக்கும் முன் குறிப்பிட்ட இடத்தில் செய்யப்படும் ஆய்வுகளில் முதன்மையானது ஜியோஃபிசிக்கல் சர்வே எனப்படும் புவியமைப்பு ஆய்வுகள். காந்த அளவீட்டுக் கருவி (மாக்னெடோமீட்டர்), மின் எதிர்ப்பு மீட்டர் (Electrical Resistance Meter), ரடார் போன்றவை இதற்கு பயன்படுத்தப்படுகின்றன. ஒன்று அல்லது இரண்டு சென்சார்கள் பொருத்தப்பட்ட மாக்னெடோமீட்டர் கருவி பூமியின் காந்தப் பரப்பின் மேல் பொருள்களின் அழுத்தத்தை அளவிடுவதன் மூலம் மண்ணுக்கு அடியில் எங்கெங்கே அது போன்ற பொருள்கள் உள்ளன என்று கண்டறிகிறது. இரும்பு. எஃகு, செங்கல், மண் பாண்டம் போன்றவற்றை இதைக் கொண்டு கண்டறியமுடியும்.

காவியத்தின் மீட்டுருவாக்கத்தின் கதை இங்கிருந்துதான் தொடங்குகிறது. தனது கண்டுபிடிப்புக்குப் பிறகு ஆர்க்கிமெடீஸ் நகர வீதிகளில் ஓடியது போல நினிவே பலகைகள் இருந்த அறையில் ஆடைகளைக் கழற்றி எறிந்துவிட்டு ஓடிக்கொண்டிருந்தார் ஜார்ஜ். அந்த அறையில் வெள்ளமாக ஓடியது அவரது மகிழ்ச்சி. விவிலிய நோவாவின் கதை கண் முன் விரிவதைக் கண்டார்கள் அங்கு குழுமியிருந்தவர்கள்.

சுத்தப்படுத்தப்பட்ட பலகையின் மூன்றாவது வரியில் நிஜிர் மலையின் மேல் நோவாவின் கப்பல் தங்கியதையும், அதிலிருந்து புறா அனுப்பப்பட்டு அது திரும்பி வரவில்லை என்பதையும் விளக்கும் எழுத்துப் பொறிப்புகள் இருந்தன. ஆக, பைபிளின் காலத்துக்கு கிட்டத்தட்ட 1000 ஆண்டுகளுக்கு முன்பே மெசபடோமியக் கதைகளில் நோவாவின் பெருவெள்ளம் சொல்லப்பட்டிருக்கிறது. அன்றைய இங்கிலாந்தில் பெரும் பரபரப்பை உண்டாக்கியது ஜார்ஜ் ஸ்மித்தின் கண்டுபிடிப்பு. சாதாரணர்களும் தொல்லியல் ஆர்வம் மேலிட தெருக்களில் நினிவே பலகைகள் குறித்து பேசத்தொடங்கினர். லண்டனின் டெய்லி டெலிகிராஃப் இதழ் மத்திய கிழக்காசியப் பகுதியில் ஜார்ஜ் ஸ்மித் நேரில் சென்று மேலும் ஆய்வுகள் செய்ய நிதி தர முன்வந்தது. நினிவே என்ற தன் கனவு நகரத்துக்குப் பயணமானார் ஜார்ஜ் ஸ்மித்.

தீவிரத் தேடலில் ஈடுபட்ட ஜார்ஜின் முன் கொஞ்சம் கொஞ்சமாக அஷுர்பனிபாலின் நூலகம் உருப்பெற்றது. பெருவெள்ளத்தைக் குறிக்கும் மற்ற பலகைத் துண்டுகள் கிடைக்கத் தொடங்கின. சிறு துளி பெருவெள்ளமானது. பெருவெள்ளம் தாண்டியும் குறிப்புகள் புதுப் பலகைகள் மூலம் கிடைக்கத்தொடங்கின. அகழாய்வு ஆழம் செல்லச் செல்ல, ஒரு அழகிய காவியம் உருப்பெற ஆரம்பித்தது. ‘கில்கமேஷின் காவியம்’ உலகுக்குக் கிடைக்கத் தொடங்கியது. இதுவரை யாரும் கேட்டிராத புதிய கதையாக இருந்தது கில்கமேஷ். பொஆமு 1800ல் வாழ்ந்த கில்கமேஷ் மாபெரும் வீரன். எதையோ தேடி கில்கமேஷ் ஓடிக் கொண்டே இருந்ததைப் பதிவு செய்தன நினிவேப் பலகைகள்.

இங்கிலாந்தின் மென் குளிருக்குப் பழகியிருந்த ஜார்ஜ் ஸ்மித்தால் மத்திய வளைகுடாப் பகுதியின் கடும் வெயிலை சமாளிக்க முடியவில்லை. அவ்வப்போது உடல்நலம் பாதிக்க, இங்கிலாந்து செல்வதும், மீண்டும் சிரியா, ஈராக் வருவதுமாக இருந்தார். கில்கமேஷின் பயணத்தைப் பலகைகள் வழி படித்து பதிவு செய்துகொண்டே வந்தார். 1936ஆம் ஆண்டு ஆகஸ்ட் மாதம். மோசமான வானிலை காரணமாக மிகவும் உடல் நலிந்த ஸ்மித், துரதிர்ஷ்டவசமாக மரணமடைந்தார். கில்கமேஷ் எதைத் தேடி ஓடிக்கொண்டே

இருந்தான் என்ற புதிரை விடுவித்துவிட்டே மரணமடைந்தார் ஸ்மித். அது, மரணமில்லா வாழ்வு.

மரணமில்லா வாழ்வைத் தேடி ஓடும் பாதையில்தான் நோவாவின் பெருவெள்ளத்தையும் தாண்டிச் சென்றிருக்கிறான் கில்கமேஷ். சுமேரிய நகர நாடான உருக்கின் மன்னனான கில்கமேஷ் சுமேரியக் காவியங்களிலும் கதைகளிலும் இன்றும் பாடப்படுகிறான். ஒற்றைக் கதைகளாக அங்கங்கே சுற்றித் திரிந்த நாட்டார் கதைகள் முழு காவிய உருவமாக கிட்டத்தட்ட பொஆமு 1600 முதல் 1200க்குள் வடிவம் பெற்றிருக்கலாம் என்று அறிஞர்கள் கருதுகிறார்கள். எங்கிடு என்ற மாபெரும் வீரனுடன் இணைந்து சாகசப் பயணம் செய்யும் கில்கமேஷ், ஒரு கட்டத்தில் எங்கிடுவின் மரணத்தைக் கண்முன் காண நேர்கிறது.

மனம் ஒடிந்து போகும் கில்கமேஷ் பெருவெள்ளத்திலிருந்து தப்பிய உத்னபிஷ்திம் என்ற முனிவரைச் சந்தித்து மரணமில்லா வாழ்க்கையை எப்படி வாழ்வது என்று கேட்க, அதைத் தேடிச் செல்லும் பயணத்தில் இன்னும் அதிர்ச்சிகளை சந்திக்கிறான். முழு காவியமும் இன்னும் கிடைக்கவில்லை எனினும், வெவ்வேறு முடிவுகளுடன் கில்கமேஷின் கதை சொல்லப்படுகிறது.

ஹம்பாபா என்ற ராட்சத விலங்குடன் கில்கமேஷ் போரிட நேர்கிறது. கொடும் காட்டுக்குள் வசிக்கும் ஹம்பாபாவுடன் போரிட வேண்டாம் என்று உருக் நகர மக்கள் கில்கமேஷிடம் வேண்டுகோள் வைக்கிறார் கள். கில்கமேஷ் செவி சாய்க்கவில்லை. நேரடியாகப் போரிட்டு ஹம்பாபாவைத் தோற்கடிக்க இயலாது என்பதைத் தெரிந்து கொண்ட கில்கமேஷ், தன் தங்கைகளை விலங்கிற்கு மனைவியராகத் தருவதாக வாக்களிக்கிறான். அதை நம்பி தன் பாதுகாப்பைத் தளர்த்தும் ஹம்பாபாவைச் சிறைப்பிடித்துச் செல்லும் கில்கமேஷ், அதன் தலையைக் கொய்கிறான். வீரம் மட்டுமன்றி அறிவுடனும் செயலாற்றக் கூடியவனாக இருந்தான் கில்கமேஷ். இத்தனை ஆயிரம் ஆண்டுகள் கழிந்தும் இன்றும் நாம் பேசும் உலகின் சிறந்த வீரனாகவே உயர்ந்து நிற்கிறான் கில்கமேஷ்.

சுமேரியாவுக்கு ஒரு கில்கமேஷ். அப்படியான பெரும் வீரன் தமிழகத்தில் உண்டா? அவன் பெயர் என்ன என்று அறிந்துகொள்ளும் ஆவல் எழுகிறது இல்லையா? புலிமான்கோம்பை. தேனி மாவட்டம் ஆண்டிப்பட்டியை அடுத்த புலிமான் கோம்பை (புளியம்கொம்பை, புள்ளிமான் கோம்பை) என்ற சிற்றூரில்தான் வசித்து வந்திருக்கிறான் வீரனான அந்தவன். அந்துவன் என இவனைச் சொல்வோரும் உண்டு. பண்டைத் தமிழகத்தின் நாமறிந்த வீரர்களில் ஒருவன். புலிமான்

கோம்பையில் 2006ஆம் ஆண்டு தமிழ்ப் பல்கலைக்கழக கல்வெட்டியல் மற்றும் தொல்லியல் துறையைச் சேர்ந்த ஆய்வாளர்கள் சிலர் மூன்று நடுகற்களை அடையாளம் கண்டனர். வீரர்களின் மரணத்துக்குப் பின் அவர்கள் நினைவாக எடுக்கப்படும் கற்களே நடுகற்கள். பெரும்பாலும் இந்த நடுகற்களில் பெயர்ப் பொறிப்பு, சிற்பங்கள் இருப்பதுண்டு. பிற்கால வீரர் கற்கள் மூன்று முதல் பல அடுக்குகள் கொண்டவையாக உள்ளன.

இதில் மேல் அடுக்கில் பெரும்பாலும் உடையார் மற்றும் அதன் இரு புறமும் நிலவும் கதிரும் செதுக்கப்பட்டிருக்கும். நடுவே உள்ள அடுக்கில் மரணமடைந்த பின் ஒருவனை விண்ணகத்துக்குக் கூட்டிச் செல்லும் தேவர்களும் அவர்தம் வாகனங்களும் தோரணங்களும் இருக்கும். பிற அடுக்குகளில் போர்க்காட்சிகள், குறிப்பாக வீரனின் சிறப்பை எடுத்தியம்பும் அமைப்புகள் செதுக்கப்பட்டிருக்கும். சிலவற்றில் வீரன் பற்றிய குறிப்பும் கல்வெட்டாக இடம் பெறுவதுண்டு. ஆனால் புலிமான் கோம்பையில் கண்டெடுக்கப் பட்ட நடுகல் கல்வெட்டு பிற வீரர்கற்களை விட தொன்மையானது; வேறுபட்ட அமைப்பைக் கொண்டது.

மாங்குளம் என்ற இடத்தில் உள்ள தமிழி கல்வெட்டே தமிழின் மூத்த முதன்மைக் கல்வெட்டு என்று ஆய்வாளர்கள் கருதிவந்தனர். ஆனால் புலிமான் கோம்பை கல்வெட்டில் அமைந்துள்ள எழுத்துகள் அதற்கும் முந்தையவை என்பது பெரும் ஆச்சரியத்தை ஏற்படுத்தியது. தமிழி எழுத்துகள் 20ஆம் நூற்றாண்டின் முற்பகுதியில்தான் அறிமுகமாயின. வினோதமாக முதலில் தோன்றிய இந்தக் கல்வெட்டு மொழியை வெங்கையா என்பவர் அசோகர் பிராமி கல்வெட்டுகள் போல இருக்கிறது என்ற எண்ணத்தில் பிராமி கல்வெட்டுகள் என்றார். ஆனால், தமிழின் சிறப்பு எழுத்துகளான ழ, ள, ற, ன ஆகிய எழுத்துகளைக் கொண்டு இது அசோக பிராமி அல்ல என்று நிறுவினார் கே.வி.சுப்பிரமணிய ஐயர்.

இந்தியாவில் முதல் தெளிவான எழுத்துரு அசோகர் காலத்தில்தான் வலுப்பெற்றது என்பதே அதுவரை பரவலாக நம்பப்பட்டது. ஆனால் அதே காலகட்டத்தில் அதைவிட வேறுபட்ட தமிழி என்ற தமிழின் தொன்மையான எழுத்துமுறை அசோகன் பிராமியைச் சாராமல் இருந்ததை ஐராவதம் மகாதேவன் உள்பட பல அறிஞர்கள் ஐயத்துக்கு இடமின்றி நிரூபணம் செய்துள்ளனர். ஆனால் அசோகன் பிராமியே தொன்மை வாய்ந்தது என்ற கருதுகோளை உடைத்தது பொருந்தலில் செய்யப்பட்ட அகழாய்வு. ‘வயர’ என்ற தமிழி எழுத்துகள் பொறிக்கப்பட்ட பானையில் இருந்த நெல்மணிகள் பொஆமு 490ஆம் ஆண்டைச் சேர்ந்தது என கரிம பகுப்பாய்வு முடிவுகள் வந்த நிலையில்,

புலிமான் கோம்பை அந்துவன் நடுகல்

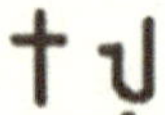

கல்

kal

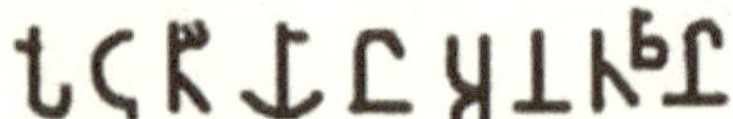

பேடுதீயன் அந்தவன்

pēṭutīyaṉ antavaṉ

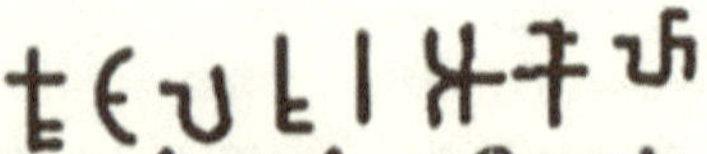

கூடல் ஊர் ஆகோள்

kūṭal ūr ā kōḷ

கல்வெட்டின் பார்வைப்படி

அதைவிடத் தொன்மையான தமிழி எழுத்துகள் அங்கு கிடைத்த பானை ஓடுகளில் பெயர்ச் சொற்களாக காணக் கிடைக்கின்றன. 'குவிரன்', 'ஆதன்', 'திஸ்ஸன்', 'உதிரன்', 'இயனன்', 'சுரமா' போன்ற பெயர்கள் கீறப்பட்ட பானை ஓடுகள் கிடைத்துள்ளன.

இவற்றின் காலம் கரிமப் பகுப்பாய்வு மூலம் பொஆமு 6ஆம் நூற்றாண்டு முதல் பொஆமு 3ஆம் நூற்றாண்டு வரை இருக்கலாம் எனக் கணிக்கப்படுகிறது. அவற்றைக் கீறியவர்கள் வெவ்வேறு ஆட்களாக இருக்கவேண்டும் என்பது எழுத்தமைப்பைக் கொண்டு நிறுவப்பட்டுள்ளது. ஆக பொஆமு 6ஆம் நூற்றாண்டு முதலே எழுதப் படிக்கத் தெரிந்த பண்பட்ட சமூகமாக தமிழ்ச் சமூகம் இருந்திருக்கிறது என்பது இதன் மூலம் தெளிவாகிறது. அப்படிப்பட்ட சமூகம் போர் மரபிலும் பெரும் வீரர்களாக இருந்திருக்கிறார்கள் என்பதை சண்டையில் இறந்த போர் வீரர்களுக்கு எடுப்பித்த நடுகற்கள் காட்டுகின்றன.

புலிமான் கோம்பை நடுகல் ஆவணப்படுத்தப்படுவதற்கு முன்பு வரை தமிழினத்தின் மிகப் பெரும் வீரன் என்று சங்க இலக்கியம் காட்டும் கதாபாத்திரங்களையே சொல்லி வந்தோம். ஆனால், சங்க இலக்கியம் பேசும் ஆகோள் என்ற ஆநிறை கவர்தலில் மரணமடைந்த 'பேடு தீயன் அந்தவன்' என்பவனே பெயர் குறிப்பிடப்பட்டு சொல்லப்படும் முதல் தமிழ் வீரனாகலாம்.

அந்தவன் என்ற பெயர் கருவூரைத் தலைநகரமாகக் கொண்டு ஆட்சி புரிந்த சேர மன்னரைக் குறிக்கலாம். 'அந்துவன்' என்ற சொல் திருப்பரங்குன்றம் மலையில் பொறிக்கப்பட்டுள்ள பொஆமு 1ஆம் நூற்றாண்டைச் சேர்ந்த தமிழி கல்வெட்டில் குறிப்பிடப்படுகிறது. சங்க இலக்கியமான பதிற்றுப்பத்தின் 7ஆம் பத்து பாட்டுடைத் தலைவனான செல்வக்கடுங்கோ வாழியாதனின் தந்தையின் பெயர் 'அந்துவன் பொறையன்' என்று குறிப்பிடப்படுகிறது. இவை தவிர அதே பதிற்றுப்பத்தில் உள்ள ஒன்பதாம் பத்தின் பதிகப்பாடல் பாட்டுடைத் தலைவன் இளஞ்சேரல் இரும்பொறையின் தந்தை குட்டுவன் இரும்பொறை, தாய் 'அந்துவன் செள்ளை' என்று கூறுகிறது.

> 'குட்டுவன் இரும்பொறைக்கு மையூர் கிழாஅன்
> வேண்மாள் அந்துவனை செள்ளை ஈன்ற மகன்',

'பேடு தீயன்' என்ற சொல் எதைக் குறிக்கிறது? தீயன் என்ற சொல் குலத்தைக் குறிக்கலாம் என அறிஞர்கள் கருதுகின்றனர். போர்க்கலை யில் சிறந்த அறம் செறிந்தவர்கள் இந்தக் குலத்தவர். மதுரை மாவட்டம் உசிலம்பட்டி வட்டம் விக்கிரமங்கலம் ஊரின் மலைக்குன்றின்

பெரிய குகைத்தளத்தின் நெற்றியில் வெட்டப்பட்டு உள்ள தமிழி கல்வெட்டு-

'எம்ஊர் சிழிவன் அதன்தியன்'

எம்மூரினது சிழிவன் ஆதன் திய்யனால் இக்கொடை நல்கப்பட்டது என்பதே இதன் பொருள். நெடிலுக்குக் குறிலைத் தவறாகப் பொறித்து ஆதன் அதன் எனப்பட்டுள்ளது. தியன்- யகர ஒற்று சேர்த்து திய்யன் என படிக்கவேண்டும் என்கிறார்கள் அறிஞர்கள். இந்தத் திய்யனே புலிமான் கோம்பை தீயன் குலத்தவன் ஆகலாம். கூடலூர் என்பது மக்கள் கூடல் நடக்கும் ஊர் என்று பொருள்படும். ஆக கூடலூர் ஆகோளில் மரணமடைந்த பேடு தீய குலம் சார்ந்த அந்துவனுக்கு எடுக்கப்பட்ட கல் என்பதுதான் புலிமான் கோம்பை நடுகல்லின் பொருள். இந்தியாவின் மிகத் தொன்மையான கல்வெட்டு இந்தத் தமிழி கல்வெட்டுதான். நாட்டின் முதல் கல்வெட்டே அந்துவன் என்ற தமிழ் வீரனை நினைவுகூர்கிறது. இக்கல்வெட்டின் காலம் பொஆமு 3ஆம் நூற்றாண்டாக இருக்கக்கூடும் என்று முனைவர் ராஜன் தெரிவிக்கிறார்.

ஆகோள் என்ற சொல் இந்தக் கல்வெட்டில் தெளிவாக இடம் பெற்றிருக்கிறது. சங்க இலக்கியங்கள் தமிழர் மாடுகளை பெரும் செல்வமாகப் போற்றியவர்கள் என்று சுட்டுகின்றன. இந்த மாடுகளை கள்வர் கவர்ந்து செல்வதை 'வெட்சிப் போர் முறை' என்றும், கள்வர்களிடமிருந்து மாடுகளைப் பாதுகாப்பாக மீட்டுச் செல்வதை 'கரந்தைப் போர் முறை' என்றும் குறிப்பிடுகின்றன. இவற்றை முறையே ஆநிறை கவர்தல் என்றும் ஆநிறை மீட்டல் என்றும் சொல்வதுண்டு. ஆநிறை கவர்தலை 'ஆகோள்' என்ற சொல்லால் குறிக்கிறது தொல்காப்பியம்.

'ஊர் கொலை ஆகோள் பூசன் மாற்றே' *(தொல், 20:3)*

போரில் மரணமடையும் வீரர்களுக்கு நடுகல் எடுக்கப்படும் வழக்கத்தை 'பீடும் பெயரும் எழுதி'; 'எழுத்துடை நடுகல்' என்று குறிக்கின்றன சங்க இலக்கியங்கள். 'எழுத்து' என்று இவற்றில் குறிப்பிடப்படுபவை ஓவியங்களாகவே இருந்தன என்ற கருதுகோள் 2006ஆம் ஆண்டு புலிமான் கோம்பை கல்வெட்டு சான்று கிடைக்கும் வரை அறிஞரிடையே இருந்தது. இங்கு கிடைத்த மூன்று நடுகற்களும் அந்த எண்ணத்தை மாற்றித் தகவமைத்தன. தமிழகத்தின், இந்தியாவின் முதல் போரில் மரித்த 'பெயர் சொல்லக்கூடிய' வீரன் தமிழன்; அவன் பெயர் அந்துவன்.

17

செம்பியன் கண்டியூர்

நாகை மாவட்டம் குத்தாலம் அருகே உள்ள சிற்றூர், செம்பியன் கண்டியூர். வளமான காவிரியாற்றின் கழிமுகப் பகுதியை ஒட்டிய இந்த ஊரில் 2006ஆம் ஆண்டு வி.சண்முகநாதன் என்ற ஆசிரியர் தன் வீட்டுக்குப் பின்புறமிருந்த சிறிய தோட்டத்தில் வாழை, தென்னை மரக்கன்றுகளை நடுவதற்கு மண்ணைத் தோண்டினார். அப்போது தோட்டத்தில் இரண்டு கற்கோடரிகளைக் கண்டெடுத்தார். ஆசிரியரான அவருக்கு அது கற்காலக் கோடரி என்பதைக் கண்டுபிடிக்க வெகுநேரம் ஆகவில்லை.

உடனடியாகத் தன் நண்பரான தரங்கம்பாடி டேனிஷ் கோட்டை அருங்காட்சியகப் பொறுப்பாளரான ஜி.முத்துசாமி என்பவருக்கு அவர் தகவல் தர, தமிழ்நாடு தொல்லியல் துறையின் சிறப்பு கமிஷனராக அப்போது பணியாற்றிக் கொண்டிருந்த டி.எஸ்.ஸ்ரீதர் அவர்களிடம் இரு கற்கோடரிகளும் ஒப்படைக்கப்பட்டன. சண்முகநாதன் கண்டெடுத்த கற்கோடரி புதிய கற்காலக் கருவிகள் என்று கண்டுபிடித்துவிட்டனர் அதிகாரிகள். புதிய கற்கால செல்ட் எனப்படும் அந்தக் கருவிகளில் ஒன்று அளவிற் சிறியது. 6.5X2.5 செ.மீ மற்றும் 3.6 x 4.0 செமீ அளவைக் கொண்டது இந்தக் கற்கோடரி. இதன் எடை வெறும் 125 கிராம் மட்டுமே.

கைக்கோடரி என்றும் வழங்கப்படும் இவ்வகைக் கருவிகள் இருமுகங்கள் கொண்டவை. இருமுகக் கற்சீவலாக வேல் முனை வடிவில் இருக்கும் இவை பழங்கற்காலம் தொட்டே வேட்டைக்கும் பிற வேலைகளுக்கும் பயன்பட்டிருக்கின்றன. அகழ்தல், துளைத்தல்,

தியோடலைட்

மிகக் கனமான இந்தக் கருவி கொண்டு கிடைமட்டம் மற்றும் செங்குத்தான கோணங்கள் கண்டறியப்படுகின்றன. டிரைபாட் எனப்படும் மூன்று கால்கள் கொண்ட அமைப்பின் மேல் ஏற்றி வைக்கப்படும் சிறு டெலஸ்கோப்தான் தியோடலைட். இதில் மூன்று வகை உண்டு. 'ரிபீட்டிங் தியோடலைட்' என்பது பலமுறை கணக்கிட்டு அதன் சராசரியைக் கண்டடைகிறது. பிற கருவிகள் பயன்படுத்த இயலாத இடங்களில் இந்த ரிப்பீட்டிங் தியோடலைட் பயன்படுத்தப்படுகிறது. மற்ற இரு கருவிகள், வெர்னியர் டிரான்சிட் தியோடலைட் மற்றும் டைரக்ஷன் தியோடலைட்.

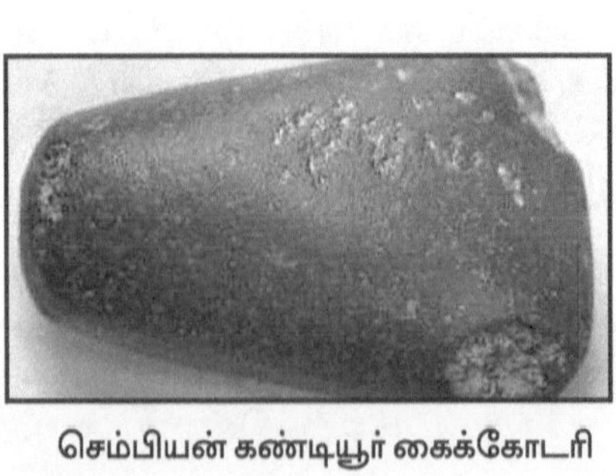

செம்பியன் கண்டியூர் கைக்கோடரி

வெட்டுதல் என பல பணிகளுக்கு இவை பயன்பட்டிருக்கலாம் என்று கருதுகிறார்கள் ஆய்வாளர்கள்.

இவ்வகைக் கற்களைக் கற்கள் கொண்டே சீவி சமன்செய்து பயன்பாட்டுக்குக் கொண்டு வந்துள்ளனர் கற்கால மனிதர்கள். இந்தியாவில் இந்த புதிய கற்காலத்தை மெஹர்கர் வேளாண் நாகரிகம் தொடங்கிய காலம் என்றே குறிக்கிறார்கள். பொஆமு 7000 முதல் புதிய கற்காலம் இங்கே தொடங்கிற்று. இந்தக் காலத்தில்தான் மனிதன் விலங்குகளை வளர்க்கவும், வேளாண்மையைப் பெருக்கவும், கற்காலக் கருவிகளைப் பளபளப்பாகக் கூர்தீட்டிப் பயன்படுத்தவும் தொடங்கினான். சிந்துச் சமவெளி நாகரிகத்தின் முன்னோடி என்றே மெஹர்கரைக் கவனிக்கத் தொடங்கினார்கள் அறிஞர்கள். அதே காலகட்டத்தைச் சேர்ந்த புதிய கற்காலக் கோடரி செம்பியன் கண்டியூரில் கிடைத்தது அறிஞர்களைப் பரவசத்தில் ஆழ்த்தியது.

காண்போரைக் கவர்ந்த இந்த கைக்கோடரியில் வியக்கத்தக்க வகையில் இருந்தன நான்கு குறியீடுகள். இந்தக் குறியீடுகளை அடையாளம் கண்டனர் தொல்லியல் துறையின் சிறப்பு கமிஷனரான டி.எஸ்.ஸ்ரீதர் தலைமையில் பணியாற்றிய கல்வெட்டு ஆய்வாளர்கள். நான்கு குறியீடுகள் கைக்கோடரியின் ஒரு முகத்தில் பொறிக்கப் பட்டிருந்தன. இந்தக் குறியீடுகள் சிந்துசமவெளி குறியீடுகளை ஒத்திருந்தன என்று அறிவித்தார் தொல்லியல் ஆய்வாளர் மற்றும் மொழியிலாளர் ஐராவதம் மகாதேவன். ஃபின்லாந்து நாட்டின் சிந்துசமவெளி ஆய்வாளரான அஸ்கா பர்போலா, ஃபுல்லர், பாய்வின் ஆகியோர் 2007ஆம் ஆண்டே இந்த கோடரியின் எழுத்துகள் சிந்துவெளி எழுத்துகளே என்று நிறுவினர்.

இதைத் தொடர்ந்து ஆய்வாளர் ஐராவதம் மகாதேவன், கற்கோடரி களில் பொறிக்கப்பட்ட சிந்துசமவெளி குறியீடுகள் தமிழகத்தில் கிடைத்திருப்பது அதுவே முதல்முறை என்று அறிவித்தார். இதுவரை யாரும் சரிவர வாசித்துப் பொருள் கொள்ள இயலாத புதிர்கள் இந்த சிந்துசமவெளி குறியீடுகள் எனக் கருதுகிறார்கள் ஆய்வாளர்கள். அஸ்கா பர்போலா, ஐராவதம் போன்ற அறிஞர்கள் இந்தக் குறியீடுகளை படித்ததாகச் சொன்னாலும், உலக அறிஞர்கள் இடையே ஒருமித்த கருத்தை ஏற்படுத்த முடியவில்லை.

ஐராவதம் மகாதேவன் இந்த கோடரி குறித்து, ‘தமிழகத்தில் காலக்கணக்கீடு செய்யக்கூடிய புதியகற்காலக் கோடரியில் சிந்துச் சமவெளி பொறிப்புகள் கிடைத்துள்ளது இதுவே முதல்முறை! இதன் மூலம் ஹரப்பாவில் வசித்த மக்கள் பேசிய அதே திராவிட மொழியை

தமிழகத்திலும் பேசியிருக்கிறார்கள் என்பது தெளிவாகிறது. புதிய கற்கால மனிதர்கள் தமிழகத்தில் திராவிட மொழி பேசினார்கள் என்பதற்கு முதல் ஆதாரம் இந்த கற்கோடரி', என்று எழுதியிருக்கிறார்.

47 48†

முருகு

இந்தக் கற்கோடரியில் நான்கு குறியீடுகள் மட்டுமே உள்ளன. சிந்து சமவெளி எழுத்துப் பொறிப்புகள் மற்றும் விளக்கப் பட்டியல் குறித்து 1977ஆம் ஆண்டு தில்லியிலுள்ள இந்தியத் தொல்லியல் துறை வெளியிட்ட புத்தகத்தில் 'முருகு' மற்றும் 'அன்' ஆகிய பொருள் தரும் குறியீடுகள் சிந்து சமவெளி பொறிப்புகளில் நூற்றுக்கணக்கான முறை பயன்படுத்தப்பட்டுள்ளன என்று எழுதியிருக்கிறார்.

இதில் முதல் குறியீடான 'முருகு', கால்களை மடித்து, முதுகு வளைத்து, உடலை முறுக்கி அமர்ந்த நிலையில் உள்ள ஒரு மனிதனைப் போல தோற்றமளிக்கிறது. சிந்து சமவெளி குறியீடான எண் 47 மற்றும் 48 இரண்டையும் ஒத்திருப்பது இந்த முதல் குறியீடு. இதற்கு முன் தமிழகத்தில் திண்டிவனத்தை அடுத்த சானூரில் கிடைத்த பானை ஓடு ஒன்றில் இந்தக் குறியீடு இருந்ததை சரியாக அடையாளம் கண்டு சொன்னார் அன்றைய இந்தியத் தொல்லியல் துறை நிர்வாக இயக்குனர் பி.பி.லால். அதன் பின் மாங்குடியிலும், முசிறித் துறைமுகப் பகுதியிலும் இதே குறியீடு கிடைத்துள்ளது. 48ஆம் எண் குறியீடு, 47இல் உள்ளது போல அதே முறுக்கிய உடலில் முதுகுப் பகுதியில் தண்டுவட எலும்புகளைக் காட்டுவது போன்ற அமைப்பு பெற்றது.

இரண்டாவது குறியீட்டை 'அன்' என்று படிக்கவேண்டும் என்று சொல்கிறார் மகாதேவன். பார்ப்பதற்கு 'சாடி' போன்ற அமைப்பைக் கொண்ட குறியீடு இது. முருகன் என்ற கடவுளின் பெயரை இது குறிக்கலாம் என்று கருதினார் மகாதேவன். ஆனால் சூலம் போன்ற மூன்றாம் குறியீடும், நான்காம் குறியீடும் (எண் 367 மற்றும் 301) இதுவரை புரிந்துகொள்ளப்படவில்லை.

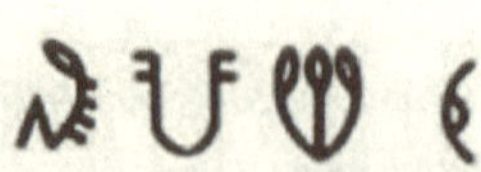

சிந்துவெளி நாகரிகத்தின் காலம் பொஆமு 3300 முதல் 1300 வரை என்று கருதப்படுகிறது. இந்தக் குறியீடுகளின் காலம் பொஆமு 2000 முதல் 1500 வரை இருக்கலாம் என்று எழுதியிருக்கிறார் மகாதேவன். ஆனால் புதிய கற்காலம் பொஆமு 7000 முதல் 3500 வரை என்று கணிக்கிறார்கள். ஆக புதிய கற்கால சமயத்தில் செய்யப்பட்ட கருவியில், பிற்காலத்தில் சிந்து சமவெளி குறியீடுகள் போன்ற குறியீடுகள் செதுக்கப்பட்டிருக்கலாம் என்று கருதுவோர் உளர். வணக்கத்துக்குரிய பொருளாக கைக்கோடரி பாதுகாக்கப்பட்டு இறந்தவருடன் புதைக்கப்பட்டிருக்கலாம் என்றும் சொல்லப்படுகிறது. சிந்து சமவெளி நாகரிகத்துக்கு முந்தைய கால கல் என்பதால், ஹரப்பாவில் சிந்துவெளி நாகரிகம் உச்சமடையும் முன்பே திராவிட மொழி பேசிய மக்கள் வாழ்ந்தார்கள் என்று குறிப்பிடுகிறார் மகாதேவன். இதை மறுப்போரும் உண்டு.

இந்தக் கற்களில் உள்ள குறியீடுகள் மீண்டும் மீண்டும் சிந்து சமவெளியில் பயன்படுத்தப்பட்டிருப்பதால், இதை வணக்கத்துக்குரிய ஒரு கல் எனவும், அதில் உள்ள குறியீடுகள் வழிபாட்டைக் குறிப்பதாக இருக்கலாம் எனவும் ஆய்வாளர்கள் தெரிவிக்கின்றனர். அதையே நடுகல்லாக இருக்கலாம் எனவும், குறியீடுகள் தேதிகளாக இருக்கலாம் என்றும் ஒரு சாரார் சொல்கிறார்கள். எது எப்படியோ, சிந்து சமவெளிக்கு முன்பாகவே தமிழகத்தில் குறியீடுகள் பயன்பாட்டில் இருந்தன என்பதை இந்த கைக்கோடரி நிறுவுகிறது.

தமிழன் மட்டுமே இது போன்ற கோடரிகளில் குறியீடு பொறித்துப் பயன்படுத்தினானா? இல்லை! கிரேக்கர்கள் புதிய கற்கால கருவிகளில் எழுத்துகளைப் பொறித்து பயன்படுத்தினார்கள். இவற்றை இடிக்கற்கள் என்றே பெயரிட்டு அழைத்தனர். பிரிட்டிஷ் அருங்காட்சியகத்தில் எண் 1 மற்றும் 504 என இரண்டு சிறு கற்கோடரிகள் உள்ளன. ரோமானியர் காலத்தில் பயன்பாட்டில் இருந்த புதிய கற்காலக் கருவிகளை உடலில் அணிந்து கொண்டால் இடிமுழக்கத்திலிருந்து தப்பிக்கலாம் என்ற நம்பிக்கை மக்களிடம் இருந்திருக்கிறது. இந்த 'தண்டர்போல்ட்' கற்களைத் துளையிட்டு தங்கள் கழுத்துகளில் மாட்டியிருக்கிறார்கள்; வீடுகளில் தொங்க விட்டிருக்கிறார்கள். வழிபாட்டுக்குரிய கல்லாக மாறிவிட்ட புதிய கற்காலக் கருவியில் தங்களைக் காக்கும் மத சூத்திரங்கள் என்று நம்பியவற்றை செதுக்கியும் வைத்திருக்கிறார்கள்.

இந்த மத சூத்திரங்களை ரோமானியரும் கிரேக்கரும் ஒருசேர பயன்படுத்தியிருக்கிறார்கள் என்பதுதான் ருசிகர தகவல். கிரேக்க

நாட்டைச் சேர்ந்த காசாவின் தீமோத்தேயு என்பவர் பொஆ 5ஆம் நூற்றாண்டில் இந்த இடிக்கற்களைக் குறித்து தெளிவாக எழுதியிருக்கிறார். 'இடியில் இருந்து உன்னைக் காப்பாற்றிக் கொள்ள உதவும் இடிக்கல்லாக மாற, அந்தக் கல்லில் 'என் உடைமைகள் எரியாதிருக்கட்டும்' என்று எழுதி, உங்கள் வீடுகளில் வைத்துக் கொள்ளுங்கள்', என்று அறிவுரை சொல்லியிருக்கிறார்.

αφια αφρυξ

(என் உடைமைகள் எரியாதிருக்கட்டும்)

பண்டைய கிரேக்கர்கள் இந்தக் கற்காலக்கருவிகள் விண்ணிலிருந்து விழுந்த இடிக்கல் என்றும் இதை வீடுகளில் வைப்பது இடி மின்னலில் இருந்து வீட்டையும் தன்னையும் காப்பாற்றும் என்றும் நம்பினார்கள். பண்டைய ஐரோப்பா முழுவதும் இந்த நம்பிக்கை இருந்தது என்பதை பொஆ 7ஆம் நூற்றாண்டில் செவில் பகுதியின் ஆயர் எழுதிய குறிப்பு உணர்த்துகிறது. தன் 'எடிமாலஜீஸ் இசிடோர்' புத்தகத்தில் பிரான்டி, செரானியா என்று பெயரிடப்பட்ட இந்த இடிக்கற்கள் மூலம் இடி மின்னலால் உருவாகும் தீங்கிலிருந்து தப்பலாம் என்று தெளிவாக எழுதியிருக்கிறார்.

கிரேக்க நாட்டில் இன்றும் 'ஆஸ்திரோபெலகியா' (மின்னல் கோடரி) என்று பெயரிட்டு இந்தக் கற்களை வீடுகளில் பாதுகாப்பது வழக்கம். அடிக்கடி இடி விழும் பகுதிகளில் வீடுகள் வைத்திருப்போர் இவ்வகைக் கற்கோடரிகளை ஆசையுடன் வாங்கிச் செல்வதும் வாடிக்கை. இங்கிலாந்தில் அகழப்பட்ட ரோம் நாட்டைச் சேர்ந்த புதிய கற்காலக் கோடரிகளில் 29 பொது இடங்களிலும் 10 வீடுகளிலும் கிடைத்தன. ஆக, இந்தக் கோடரிகள் காணிக்கையாகவோ, வேறு என்ன காரணத்துக்காகவோ வீடுகளிலும், பெரிய கட்டடங்களிலும் இருந்தன என்பது புலனாகிறது. பெரும்பாலும் 9 முதல் 13 செமீ நீளமும், 4-6 செமீ அகலமும் கொண்ட கற்கள் வீடுகளில் பாதுகாப்பு அரணாக வைக்கப்பட்டவை. அதைவிட சிறிய அளவுடையவை உடலில் அணியப்பட்டவை. பெரும்பாலும் புதிய கற்காலக் கருவிகளான இவை, பிற்கால (பெரும்பாலும் செம்புக்காலம்) கல்லறைகள் மற்றும் அடக்க அமைவிடங்களில்தான் கிடைத்துள்ளன. இதைக் கொண்டு இந்தக் கருவிகள் காலம் காலமாக மக்களது நம்பிக்கையால் வீடுகளிலும் உடலிலும் அணியப்பட்டு வந்தன என்பது தெளிவாகிறது.

கிரேக்க இடிக்கல்லின் முன்புறப் பகுதி

லாரல் செடியின் கிளை

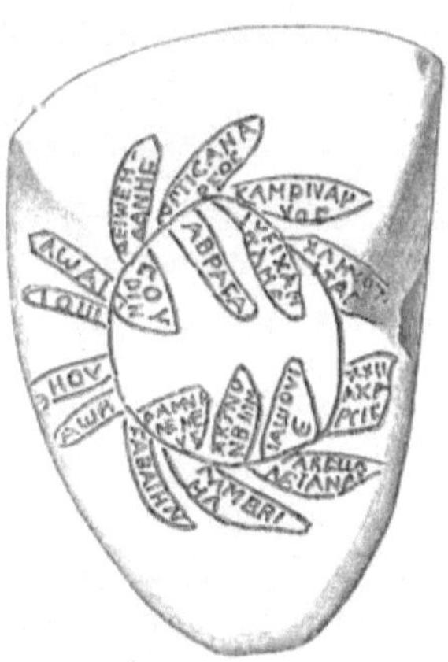

கிரேக்க இடிக்கல்லின் பின்புறப் பகுதி

இதில் ஆச்சரியப்படும் விதமாக இவ்வகைக் கற்களில் குறியீடுகள் எழுத்துகள் பொறிக்கப்பட்டால், அவை மத்தியத் தரைக்கடல் பகுதியின் கிழக்குக் கரைகளில் மட்டுமே கிடைத்துள்ளன. இங்கிலாந்து, இத்தாலி போன்ற நாடுகளில் கிடைத்த இடிக்கற்களில் எந்த பொறிப்பும் இல்லை. 'லாபிடேரியா' அல்லது இயற்கை வரலாறு என்ற பெயரில் எழுதப்பட்ட கிரேக்க, ரோம நூல்களில் இந்தக் கற்கள் பற்றிய குறிப்புகள் உள்ளதால் இவை உண்மையில் விண்ணில் இருந்து இயற்கையாகக் கிடைத்ததாகவே பண்டை ஐரோப்பியர் நம்பினர் எனலாம். இவ்வகைக் கற்கள் கற்காலக் கருவிகள் என்ற எந்த எண்ணமும் அவர்களுக்கு இல்லை.

இங்கிலாந்தின் பிரிட்டிஷ் அருங்காட்சியகத்தில் இரண்டு கைக்கோடரிகள் உள்ளன. விலை மதிப்பற்ற கற்களுக்கு ஊடே இருக்கின்றன ஜேட் என்ற மரகதப்பச்சைக் கல்லில் செய்யப்பட்டுள்ள எழுத்து பொறிப்புகள். 4.7x3 செமீ அளவிலான சிறிய கல், எகிப்தில் 19ஆம் நூற்றாண்டில் அகழப்பட்டது. இந்தக் கல்லில் உள்ள கிரேக்க எழுத்துகள் அனைத்தும் அம்மொழியின் உயிரெழுத்துகள்.

இந்த கற்கோடரியின் மறுபுறம் 18 இலைகளைக் கொண்ட மாலை போன்ற அமைப்பு உள்ளது. இந்த அமைப்பு மின்னலில் இருந்து வீடுகளைக் காக்கும் என்று எழுதியிருக்கிறார் பிளினி என்ற தத்துவஞானி. ரோம் அரசர்களது வீட்டு வாயில் கதவுகளில் லாரல் என்ற செடியின் இலைக்கொத்துகளை மாலைகளைப் போல போட்டு வைப்பது வழக்கம் என்று அழுத்திச் சொல்கிறார் பிளினி. இந்த லாரல் என்ற செடியை ரோம் மக்கள் மின்னல் தாக்காத செடி என்று வீடுகளுக்குள் வளர்த்து வந்தார்கள் என்றும் சொல்கிறார் பிளினி. கோடரியின் பின்புறமுள்ள இலைகளில் செதுக்கப்பட்டுள்ள 18 பெயர்களும் பெரும்பாலும் ஆண் தெய்வங்களின் பெயர்கள்; இவர்கள் சூரியக் கடவுளர்கள். இதைச் சொல்லும் பிளினி, ரோம மன்னன் தைபீரியஸ் இடி சத்தத்தைக் கேட்டதும் தன் தலையில் இந்த லாரல் செடிக் கொத்தை கிரீடம் போல அணிந்துகொள்வான் என்றும் குறிப்பிடுகிறார்.

இருபுறமும் உள்ள எழுத்தமைப்பைக் கொண்டு இந்த இடிக்கல்லின் பின்புறம் பிற்காலச் சேர்க்கையாக இருக்கலாம் என்றும், முன்பகுதி எழுத்துப் பொறிப்பு மட்டுமே முதலில் கல்லில் செதுக்கப் பட்டிருந்தது என்றும் கருதுகிறார்கள் ஆய்வாளர்கள். செம்பியன் கண்டியூர் கோடரியிலும், கிரேக்க இடிக்கல்லிலும் எழுதப்பட்டவை தொன்மையான சூத்திரங்களாக இருக்கலாம். அவை தன்னையும் தன்

வீட்டையும் காப்பாற்றும் என்று அந்த மக்கள் நம்பியிருக்கலாம். மத்தியத் தரைக்கடல் பகுதியின் கிழக்கேதான் இத்தகைய இடிக்கற்கள் பயன்பாட்டில் இருந்தன என்பதைக் கொண்டும், அளவு ஒப்பீடு கொண்டும், தமிழரிடமும் இந்த வழிபாட்டுமுறை இருந்திருக்கலாமோ என்று எண்ணத் தோன்றுகிறது, இல்லையா?

அப்படி என்றால், ஐராவதம் மகாதேவன் கூற்றுப்படி, முருகனின் தொடக்க கால வழிபாட்டு சூத்திரம் இந்த செம்பியன் கண்டியூர்க் கோடரியில் பொறிக்கப்பட்டிருக்கலாம் அல்லவா?

18

பட்டணம்

பெண்ணை வழிபாட்டுப் பொருளாகவே ஆண் ஆராதித்து வந்திருக்கிறான் என்பதை நாம் ஏற்கெனவே பார்த்திருக்கிறோம். பெரும்பான்மையான பழங்குடி இனக்குழுக்கள் தாய்-வழிச் சமூகமாக இன்றும் நீடித்திருக்கக் காரணமும் அதுதான். பெண் சார்ந்த சமூகமாகத்தான் உலகின் பண்டைய நாகரிகங்கள் பலவும் இருந்திருக்கின்றன. கிரேக்கரும் ரோமானியரும் வழிபடும் பெண் தெய்வம் ஒன்றின் சூதுபவளச் செதுக்கம் (கார்னேலியன் இன்டாக்லியோ) பண்டைய தமிழக நகரமான முசிறியில் கிடைத்துள்ளது.

சங்க இலக்கியக் குறிப்புகளில் இருந்து தமிழகத்தின் மேற்குக் கடற்கரைப் பகுதியில் (அன்றைய சேர நாடு) பெரியாற்றங்கரையில் முசிறி அமைந்திருந்ததாக அறியமுடிகிறது. தாய் வழிச் சமூகம் அங்கு செழித்திருந்ததைக் கூறும் பாடல் உண்டு. தலைமகன் தலை மகளுக்கு முலைவிலை கொடுத்துப் பரிசமாகத் தலைமகளைக் கொள்வது பேசப்படுகிறது. மகளிரை மணந்துகொள்ள ஆடவர் மகளிர் அணிகலனுக்கென பெரும்பொருள் பரிசாகத் தந்தார்கள். ஆனால் அதற்குத் தகுதியற்றவன் பெரும் பொருள் தந்தாலும், பெண்ணை அவனுக்கு மணம் முடித்துத் தர குடும்பங்கள் தயாராக இல்லை என்று சொல்கிறது இந்தப் பாடல். பெண் ஆணுக்கு இன்று தருவது போன்ற வரதட்சிணை சங்கக் காலத்தில் முசிறியில் இல்லை.

> 'முழங்கு கடன் முழவின் முசிறி யன்ன
> நலஞ்சால் விழுப்பொருள் பணிந்துவந்து கொடுப்பினும்
> புரையர் அல்லோர் வரையலன் இலனெனத்
> தந்தையும் கொடாஅன்' *(புறநானூறு)*

கோல் ஸ்கூப்

கரி அள்ளப் பயன்படும் கரண்டி இது. சதுரமான முனையைக் கொண்ட இந்தக் கரண்டி பெரும்பாலும் சதுரமாக வெட்டப்பட்டிருக்கும் அகழாய்வுக் களங்களில் பயன்படுத்தப்படுகிறது. இதன் வடிவம் காரணமாக இறுகிய மண்ணைக் கொத்தி அள்ளுவது எளிதாகிறது.

யவனர் கலங்கள் முசிறித் துறைமுகத்திற்கு வந்து சென்ற குறிப்புகள் கொண்டு, பெரியாறு கடலில் கலக்கும் துறைமுகப் பகுதிதான் முசிறி என்றும் கிரேக்க, ரோமானிய தொடர்பு அவ்விடத்தில் அகழாய்வுகள் மூலம் கிடைக்கின்றனவா என்றும் ஆய்வுகள் மேற்கொள்ளப் பட்டன. கொடுங்கல்லூர் பகுதி இதற்கெனத் தேர்ந்தெடுக்கப்பட்டது. ஆனால் அங்கு பானை ஓடுகள் போன்றவை கிடைத்தாலும், ரோமானிய கிரேக்க எச்சங்கள் எதுவும் கிடைக்கவில்லை. கொற்கை, அழகன்குளம் போன்ற கடற்கரை நகரங்களில் கிடைத்தது போல கொடுங்கல்லூரில் வேற்று நாகரிக சின்னங்கள் கிடைக்காததால், 2007ஆம் ஆண்டு பட்டணம் என்ற சிற்றூரில் அகழாய்வு செய்ய கேரள வரலாற்று ஆய்வு கவுன்சில் முடிவெடுத்தது. பெரிப்ளஸ் ஆஃப் எரித்ரியன் ஸீ எனப்படும் கிரேக்கப் பயணக்குறிப்புப் புத்தகத்தில் முசிறித் துறைமுகம் செழிப்பான பகுதி என்று குறிக்கப்பட்டுள்ளது.

பரவூர் தாலுகா வடக்கெகரா கிராமம் பட்டணம்தான் என்று அகழாய்வு முடிவுகள் தெரிவிக்கின்றன. சுடுசெங்கற்கள் கொண்ட கட்டட அமைப்புகள், வட்டக் கிணறுகள், கழிப்பிடங்கள் கொண்ட பிரம்மாண்ட நகரம் மண்ணுக்குள்ளிருந்து வெளிப்பட்டது. பெரும் பாலும் பொஆமு 3ஆம் நூற்றாண்டு முதல் பொஆ 5 ஆம் நூற்றாண்டு வரை இங்கு பயன்படுத்தப்பட்ட ஒரு லட்சத்துக்கும் மேற்பட்ட

பொருள்கள் அகழப்பட்டன. 60 குழிகள் வெட்டப்பட்டு ஆய்வுகள் செய்யப்பட்டாலும், 'பட்டணம் மௌண்ட்' எனப்படும் மேட்டுப் பகுதியின் மொத்த பரப்பளவான 70 ஹெக்டேரில் 1% பகுதி மட்டுமே அகழப்பட்டுள்ளது.

அகழாய்வில் கிடைத்த பொருள்களில் மத்தியத் தரைக்கடல் பகுதி, செங்கடல் பகுதி, கிழக்கு ஆப்பிரிக்கா முதல் சீனா வரையிலான உலகின் பல பகுதிகளில் பயன்படுத்தப்பட்ட பொருள்கள் இங்கு கிடைத்திருக்கின்றன. தூபப் பொடி, நீல நிற பானை ஓடுகள், அரபு நாட்டின் டோர்பிடோ பானை ஓடுகள், மெசபொடோமியாவின் ஒவாய்டு குடுவைகள் போன்றவை பட்டணத்தின் ரோமானியத் தொடர்பை உறுதிப்படுத்துகின்றன. நீல மற்றும் வெள்ளை நிற பீங்கான் துண்டுகள் சீனாவுடனான பட்டணத்தின் தொடர்பைப் பறைசாற்றுகின்றன.

பட்டணம் அகழாய்வில் கிடைத்த அழகிய பொருள்களில் ஒன்று, கார்னேலியன் எனப்படும் சூதுபவளத்தில் செதுக்கப்பட்ட பெண் வடிவம். தொடக்க வரலாற்று காலம் என்ற பொஆ 1-5ஆம் நூற்றாண்டு காலத்தைச் சேர்ந்தது இந்த வடிவம். 1x1.5 செமீ அளவே இருக்கும் முட்டை வடிவிலான அந்தப் பவளம் கையில் மோதிரமாகவோ கழுத்து மணியில் பதக்கமாகவோ அணியப்பட்டிருக்கவேண்டும். இந்தப் பெண் தெய்வம் யார் என்று ஆராய்ந்த ஆய்வாளர்களுக்கு, ஆச்சரியம் காத்திருந்தது.

ஃபார்ச்சுனா/டைகி
செதுக்கப்பட்ட சூதுபவளம்,
பட்டணம்

பிரிட்டிஷ் அருங்காட்சியகத்திலுள்ள
ஃபார்ச்சுனா செதுக்கிய சூதுபவளம்,
காலம் அறியப்படவில்லை

அந்த வடிவம் கிரேக்க பெண் தெய்வமான டைகி போலவும், ரோமானியப் பெண் தெய்வமான ஃபார்ச்சுனா போலவும் தோன்றியது. டைகி என்ற கிரேக்க பெண் தெய்வம் கிரேக்கக் கடவுளர்களான ஆஃப்ரோடைட் மற்றும் சீயஸின் மகள். ஒரு நகரத்தின் தலையெழுத்தை நிர்ணயிக்கும் கடவுளாக பார்க்கப் பட்டாள் டைகி. எந்தக் காரணமும் இல்லாமல், பேய் மழை, புயல், நிலநடுக்கம், எரிமலை வெடிப்பு என இயற்கைப் பேரிடர்கள் தோன்றி நகரங்களை அழிக்க முற்பட்டால், அதற்கு டைகியின் கோபமே காரணமாக இருக்கலாம் என்று கிரேக்க ஞானி பாலிபயஸ் எழுதியிருக்கிறார்.

பண்டைய கிரேக்க நாகரிகத்தில் ஒவ்வொரு நகரத்துக்கும் ஒரு டைகி காவல் இருந்தாள். அவளது தோற்றம் அர்த்தம் பொதிந்தது. தலையில் நகரைச் சித்தரிக்கும் கிரீடம், கையில் வளத்தைக் குறிக்கும் பழங்கள், பூக்கள் நிறைந்த கொம்பு ஒன்று, மற்றொரு கையில் சுக்கான், மற்றும் அதிர்ஷ்ட சக்கரம் கொண்டிருப்பாள் டைகி. சில நேரம் அதிர்ஷ்ட சக்கரத்தின் மீது அவள் நிற்பதும் உண்டு. டைகிக்கும் ஃபார்ச்சுனாவுக்கும் கிரேக்கம் மற்றும் ரோமாபுரியில் கோயில்கள் இருந்திருக்கின்றன. தங்கள் அதிர்ஷ்டத்தை நிர்ணயிக்கும் தேவதைகளாக அவர்களைப் பார்த்தார்கள் மக்கள். டைகி/ஃபார்ச்சுனா வழிபாட்டு மரபு முதலாம் நூற்றாண்டு முதல் இடைக்காலமான 15ஆம் நூற்றாண்டு வரை ஐரோப்பா மற்றும் கிரேக்கத்தில் இருந்திருக்கிறது.

பட்டணம் டைகி/ஃபார்ச்சுனா சூதுபவளத்தை அணிந்த நபர் யார் என்பது நமக்குத் தெரியவில்லை. பட்டணத்தைப் பாதுகாக்கும் காவல் தெய்வமாக எண்ணி தமிழர் அவளை வழிபட்டு அணிந்திருக் கலாம், அல்லது இங்கு பயணியாக வந்த யாரோ ஒருவர் கொணர்ந்து வழிபட்டிருக்கலாம் அல்லது வணங்கியிருக்கலாம்.

எது எப்படியோ, கிரேக்கத்தில், ரோமானியத்தில் இருந்த வழிபாட்டு மரபு ஒன்றாம் நூற்றாண்டில் நம்மிடம் இருந்திருக்கிறது. கான்ஸ்டான்டினோபிளையும் ரோமாபுரியையும் காத்து வந்த பெண் தெய்வம் முசிறிப் பட்டணத்தையும் காத்திருந்து 2000 ஆண்டுகளுக்குப் பின் நம்மிடம் பத்திரமாக ஒப்படைத்திருக்கிறாள். வந்தாரை எப்போதோ வாழவைத்திருக்கிறது தமிழகம்.

ரோமாபுரி, கிரேக்க வழிபாட்டு மரபு இங்கே இருந்தது, அல்லது கிரேக்க ரோமானிய பொருள் இங்கே இருந்தது, அல்லது அந்த வழிபாட்டு மரபைக் கடைபிடித்தவர்கள் இங்கே வாழ்ந்திருக்கலாம் என்று இதன் மூலம் அறியமுடிகிறது. நம் தமிழ் பெண் தெய்வ

வழிபாட்டு மரபு உலகில் வேறு எங்காவது இருந்திருக்கிறதா என்ற கேள்வி உங்களுக்குள் எழுகிறது இல்லையா? அதற்கான விடை தென் கிழக்காசிய நாடான கம்போடியாவில் இருக்கிறது.

கெமர் மக்கள் என்று அழைக்கப்படுகிற கம்போடிய நாட்டு மக்கள் இன்றும் தமிழ் பண்பாடு, வழிபாட்டு முறைகளை கைக்கொண்டிருக் கின்றனர். கம்போடியாவின் சியாம் ரீப் நகரில் இருக்கிறது பந்தே ஸ்ரீ கோயில். இந்தக் கோயிலின் கிழக்கு கோபுரத்தில் இருக்கிறது நம் கேள்விக்கு விடை. ஆறாம் நூற்றாண்டில் தமிழகத்தில் வாழ்ந்துவந்த பெண் காரைக்கால் அம்மையார். சைவம் சற்றே தொய்வடைந்திருந்த காலகட்டத்தில் தோன்றியவர் அம்மை. பொஆ ஆறாம் நூற்றாண்டில் காரைக்கால் நகரில் தோன்றிய அம்மை, 63 நாயன்மாரில் முதன்மை யான பெண் ஆவார். புனிதவதியாகப் பிறந்த அம்மை, கணவர் பரமதத்தனுக்கு தர எடுத்து வைத்திருந்த மாங்கனியை சிவ யோகி ஒருவருக்கு ஈய, கணவன் பரமதத்தனுக்கு தரவேண்டி அம்மை வேண்ட, அவள் கைகளில் பெருஞ்சுவை பொருந்திய மாங்கனிகளை கேட்கக் கேட்க அருளினார் ஈசன்.

இத்தகைய தெய்வாம்சம் பொருந்திய மனைவியுடன் வாழ மனம் ஒப்பாத பரமதத்தன் வேறு மணம் செய்துகொண்டுவிட, அவனது சங்கடம் உணர்ந்தார் புனிதவதி. பிறர் மனம் அலைபாயாத வண்ணம் பூதத் தோற்றம் வேண்டும் என்று இறையிடம் மன்றாட, புனிதவதி யின் ஆசையை நிறைவேற்றினார் ஈசன். எலும்புகள் துருத்தியபடி, கலைந்த கேசமும் கொடூரமான தோற்றமும் கொண்ட பூதமாகிப் போனார் புனிதவதி.

கயிலாய மலை யாத்திரை செல்லும் அம்மை, தன் பாதம் புனித பூமியில் படவேண்டாம் என்று எண்ணி, தலையால் இறுதிப் பகுதியைக் கடந்து வர, ஈசன் தோன்றி அவரை ‘அம்மையே’ என்று அழைத்து ஆட்கொள்கிறார். பெருமை பொருந்திய அம்மையின் தோற்றம் தமிழகக் கோயில்களில் அவர் காலத்துக்கு மூன்று நூற்றாண்டுகள் பின்னரே சிற்பமாக காணக்கிடைக்கிறது. அம்மை வழிபாட்டு மரபை தமிழகத்தில் முன்னெடுத்தவர் என்று சோழப்பேரரசி செம்பியன் மாதேவியைச் சுட்டலாம்.

கணவர் சோழப் பேரரசர் கண்டராதித்தர் மறைவுக்குப் பின் சிறு வயது மகன் உத்தம சோழனை வளர்க்க வேண்டி அரியணையை கண்டராதித்தனது தனையன் அரிஞ்சய சோழன் வசம் ஒப்படைத்தார் மாதேவியார். ஆனால் சோழ நாட்டின் பக்தி மரபை முன்னெடுத்துச் சென்றார்.தான் புனரமைத்த, புதிதாக நிர்மாணித்த கோயில்களில் ஆடல்வல்லானின் காலடியில் பூத வடிவில் காரைக்கால் அம்மை

காரைக்கால் அம்மை,
கூகூர்

காரைக்கால் அம்மை,
பாந்தே ஸ்ரீ கோயில், கம்போடியா

சிற்பத்தை எடுப்பித்தார் மாதேவி. கூகூர், கருந்திட்டைக்குடி என்று தஞ்சை, திருச்சி பகுதிகளில் உள்ள கோயில்களில் ஆடல்வல்லான் சிற்பத்துடன் அமைந்த அம்மை சிற்பங்கள் இன்றும் காணக்கிடைக் கின்றன. மாதேவியை அடுத்து பேரன் ராசராசனும் அம்மைக்கு உரிய மாண்பைக் காத்தான். அம்மையை வல்லானின் காலடியிலேயே அமரச்செய்தான்.

சோழர் காலத்தில் கோலோச்சிய அம்மை வழிபாடு, கடல் கடந்து கம்போடியாவுக்கும் சென்றது. தொழில் நிமித்தம் அங்கு சென்ற ஐநூறுவர் மூலமோ, வேறு எப்படியோ சென்றிருக்கவேண்டும். கெமர் மக்களின் கோயில்களில், குறிப்பாக முதலாம் சூரியவர்மனின் காலத்தில் நிர்மாணிக்கப்பட்ட கோயில்களில் ஆடல்வல்லான் சிற்பங் களுக்கருகே கைகளில் தாளக்கருவியுடன் அம்மை அமர்ந்திருப்பது போல சிற்பங்கள் வடிவமைக்கப்பட்டன.

வாட் பாசெட், நோம் சிஷார், பிரிய விஹார் போன்ற கம்போடிய நகரங்களில் சிவன் கோயில்களில் அம்மை இடம்பெற்றிருந்தாலும், சிறப்புமிக்கதாகப் போற்றப்படுவது இன்றைய சியம் ரீப்பின் பாந்தே ஸ்ரீ கோயில்தான். பொஆ 10ஆம் நூற்றாண்டில் முதலாம் சூரியவர் மனால் கட்டப்பட்டது இந்தக் கோயில். ஆங்கோர்வாட் கோயிலைக் கட்டிய இரண்டாம் சூரியவர்மனும் இதே வம்சாவளியைச் சேர்ந்தவன். ஐந்து நூற்றாண்டுகளாக ஆங்கோர் நாட்டை தங்கள் கட்டுப்பாட்டில் வைத்திருந்தது இந்த வம்சம். முதலாம் சூரியவர்மன்

காலத்துக்குப் பின் அடுத்தடுத்து புனரமைப்பு பணிகள் செய்யப் பட்டதற்கும், கோயில் புதுப்பிக்கப்பட்டதற்கும் கல்வெட்டு குறிப்புகள் உள்ளன.

பொஆ 967ஆம் ஆண்டு ஏப்ரல் 22 அன்று கோயில் முதலாம் சூரியவர்மனால் அர்ப்பணிக்கப்பட்டதாக கல்வெட்டு செய்தி உள்ளது. ஆக, தென் தமிழகத்தில் செம்பியன் மாதேவியார் அம்மைச் சிற்பங்களை எடுப்பித்த அதே காலகட்டத்தில்தான் முதலாம் சூரியவர்மனும் அம்மையைப் போற்றி சிலை எடுத்துள்ளான். அவனுக்குப் பின் ஆண்ட இரண்டாம் ராஜேந்திரவர்மன், ஐந்தாம் ஜயராமன் போன்ற மன்னர்கள் கோயிலை விரிவுபடுத்தினர். பாந்தே ஸ்ரீ கோயிலின் கிழக்கு கோபுரத்தில் அமைந்திருக்கிறது ஆடல் வல்லானின் சிற்பம். அதன் அருகிலேயே பூத உருவில் அம்மை இருக்கிறார். மிரைல் பெனிஸ்டி என்ற ஃப்ரெஞ்சு ஆய்வாளர் பத்தாம் நூற்றாண்டின் பிற்பகுதியில் பாந்தே ஸ்ரீ கட்டப்பட்டிருக்க வேண்டும் என்று கூறுகிறார். இதன் மூலம் ராசராசர், ராசேந்திரருக்கு முன்பே சூரியவர்மன் அம்மைக்கு சிலை எடுத்து வணங்கிவிட்டான் என்று நிறுவுகிறார் பெனிஸ்டி. அந்த காலகட்டத்தில் வாழ்ந்த ஆய்வாளர் கள், சோழர் குளம் என்றே வங்காள விரிகுடாக் கடலைக் குறித்து சொல்கின்றனர்.

யக்ன வராகன் என்ற தங்கள் ஆன்மீக குரு மூலம் இந்த அம்மை பக்தி மரபு அழியாமல் பார்த்துக் கொண்டன கம்போடியாவின் கெமர் அரசுகள். சைவ மதம் எப்படி கம்போடியா வரை சென்றது? கம்போடியாவை ஒட்டியுள்ள சீன ஃபுனான் பகுதியில் ஐந்தாம் நூற்றாண்டைச் சேர்ந்த பல்லவ கிரந்த கல்வெட்டுகள் கிடைத்துள்ளன. இந்த ஃபுனான்தான் பண்டை இந்தியர்கள் சுவர்ணபூமி என்றழைத்த வளமை மிகு தேசம் என்று கருதும் அறிஞர் உண்டு. சீன 'லியாங் புத்தகம்' ஃபுனான் பகுதிக்கு வந்த தென்னிந்தியாவின் ஜியா பகுதியைச் சேர்ந்த 'ஹூந்தியா' என்ற நபர் அரசி லியூயீயை மணந்து ஃபுனானின் அரசன் ஆனான் என்று குறிப்பிடுகிறது. ஹூந்தியா என்று கூறப்படுபவர் அந்தணரான கௌண்டின்யர் என்று ஆய்வாளர்கள் கருதுகின்றனர். பல்லவ மன்னர்களுக்கு கம்போடிய 'தேவராஜர்கள்' என்று அழைத்துக் கொண்ட மன்னர்களுக்கும் நெருங்கிய தொடர்புகள் இருந்தது என்று கருதுகிறார்கள் ஆய்வாளர்கள்.

பிற்கால பல்லவ மன்னனான நந்திவர்ம பல்லவன் கம்போடியாவில் சில காலம் இருந்துவிட்டு, காஞ்சி திரும்பி அரியணை ஏறினான் என்றும் சொல்லப்படுவதுண்டு. தங்களை தேவராஜர்கள், அதாவது கடவுளால் மண்ணை ஆள அனுப்பப்பட்ட இறை பிறவிகள் என்றும், சிவன், விஷ்ணு என்றும் பாவித்துக்கொண்ட ஆங்கோர் மன்னர்கள், பண்டைத்

தமிழரின் நீர் மேலாண்மை, பணி சார்ந்த சாதிய கட்டமைப்பு போன்றவற்றை அப்படியே அடியொற்றி நடந்தனர். 'அஷ்டபுஜ விஷ்ணு' (எண்-கை திருமால்) வழிபாட்டு மரபை கம்போடியாவுக்கு பல்லவர்கள் கொண்டு சென்றார்கள் என்கிறார்கள் அறிஞர்கள்.

அதே போல சோழர் வழிபாட்டு மரபான காரைக்கால் அம்மையும் சோழர் மூலமோ, ஐந்நூறுவர் போன்ற வணிக குழுக்கள் மூலமோ கடல் கடந்து கம்போடியா சென்றடைந்துள்ளது. அங்கே அரச மதங்களில் ஒன்றாக விளங்கிய இந்து மதம், 12ஆம் நூற்றாண்டில் இலங்கையிலிருந்து வேகமாக தென் கிழக்கு ஆசியாவில் பரவத் தொடங்கிய தேராவாதா பௌத்தம் மூலமே அழிவைச் சந்தித்தது. இன்று 90% கம்போடியர்கள் பௌத்த மதத்தையே கடை பிடிக்கின்றனர். அழிந்துபட்ட இந்து மதம் அங்குள்ள சிதிலமடைந்த கோயில்களில் மட்டுமே ஒட்டிக் கொண்டிருக்கிறது. கம்போடியாவின் அழிவுற்றுக் கொண்டிருக்கும் கோயில்களில் உள்ள அம்மை சிற்பங்கள் கம்போடியா சென்ற அம்மை வழிபாட்டுக்கு ஆதாரங்களாக இன்றளவும் திகழ்கின்றன.

19

ஷேஹூர்

அக்டோபர் 2, 1972. ரேச்சோ மரினோவுக்கு அப்போது 22 வயது. இந்த நாளை மரினோ மறக்கப் போவதில்லை. வர்ணா என்ற கறுப்புக் கடலை ஒட்டிய ஊரில் மின்சாரக் கேபிள்களை தரைக்கு அடியில் பதிப்பது மரினோவின் வேலை. தரைக்குக் கீழே எக்ஸ்கவேட்டர் எனப்படும் வாளி போன்ற கருவியைக் கொண்டு மண்ணை வெட்டி எடுத்துக் கொண்டிருந்தார். வாளியின் மண்ணைக் கொட்டுகையில் தான் அவர் கண்ணில் படுகிறது ஒளிவீசிக் கொண்டிருக்கும் பிரேஸ்லெட் ஒன்று. மீண்டும் வாளியை குழிக்குள் அமிழ்த்த இன்னும் சில உலோகப் பொருள்கள் கிடைத்தன. குழம்பிப் போன மரினோ அவற்றை செப்பு நகைகள் என்று நினைத்து, தான் புதிதாக வாங்கிய ஷூ டப்பாவில் அவற்றை நிரப்பினார். பிறகு அதைத் தன் கட்டிலுக்கு அடியில் தள்ளியவர், மறந்தும் போனார்.

சில வாரங்கள் கழித்து அந்த ஷூ டப்பா மீண்டும் மரினோவின் கண்ணில் பட, தன் பள்ளி ஆசிரியரிடம் அதை எடுத்துச் சென்றார். இது போன்ற பல 'புதையல்கள்' அவ்வப்போது வர்ணா பகுதியில் கிடைப்பதுண்டு. பெரும்பான்மை செப்புக் காசுகள்தான். இந்த நகைகளும் அப்படித்தான் இருக்கவேண்டும் என்று நினைத்துக் கொண்டார் மரினோ. ஆசிரியரும் அது போல அந்தப் பகுதியில் கிடைத்த செப்புக்காசுகள் போன்றவைதான் இந்த நகைகள் என்று எண்ணி, அவற்றைத் தான் அமைத்திருந்த பள்ளியின் சிறு அருங்காட்சியகத்தில் சுத்தம் செய்து பார்வைக்கு வைத்தார்.

அலெக்சாண்டர் மின்செவ். 25 வயது. பளபள சான்றிதழில் இன்னமும் மை கூடக் காயாத முனைவர் பட்டம் பெற்ற தொல்லியல்

ட்ரோன்

ட்ரோன் எனப்படும் மோட்டார் பொருத்தப்பட்டு மேலே பறந்து சென்று நிகழ்வுகளைப் படம்பிடிக்கும் ஆளில்லா சிறு விமானங்களை நாம் அறிவோம். மண்ணில் புதைந்திருக்கும் தொல்லியல் எச்சங்களை ஊடுருவிச் சென்று காண சிறு விமானங்கள் உதவுகின்றன. செழித்து வளர்ந்திருக்கும் மரக் கிளைகளைக் கடந்து இவற்றால் தெளிவாகப் புகைப்படம் எடுக்கமுடியும்.

ஆய்வாளர். அரசு அருங்காட்சியகத்தில் அப்போதுதான் பணிக்குச் சேர்ந்திருந்தார். அயற்சியாய் அவர் உணர்ந்த ஒரு காலைப் பொழுதில் சிணுங்கியது தொலைபேசி. பக்கத்து ஊரிலிருந்து ஒரு ஓய்வு பெற்ற ஆசிரியர், சமீபத்தில் புதையல் ஒன்றை அவரது முன்னாள் மாணவன் கண்டெடுத்ததாகவும், அதை வந்து ஆய்வு செய்து விளக்க முடியுமா என்றும் கேட்டார். மின்செவுடன் பணியாற்றிய மூத்த அதிகாரிகளுக்கு இது வாடிக்கை. புதையல் இருப்பதாகத் தகவல் வருவதும் அவர்கள் சென்று 100-200 ஆண்டுகள் தொன்மையான செப்புக்காசுகளை அள்ளிக்கொண்டு வந்து அருங்காட்சியகத்தில் கொட்டி வைப்பதும் என வழக்கமாக நடைபெறுவதுதான். எனவே அனைவரும் சலிப்போடு ஒதுங்கிக்கொள்ள, மின்செவ் மட்டும் நண்பர் ஒருவரை அழைத்துக் கொண்டு ஜீப்பில் ஏறினார்.

அந்தச் சிறிய அருங்காட்சியகத்தில் நுழைந்ததுமே இருவருக்கும் தெரிந்து போனது, இது வழக்கமான செப்புக்காசுப் புதையல் அல்ல. மேஜையில் பரப்பி வைக்கப்பட்டிருந்த காப்புகள், கவசம் ஆகியவற்றைப் பார்த்ததும் இருவருக்கும் தலை சுற்றிப்போனது.

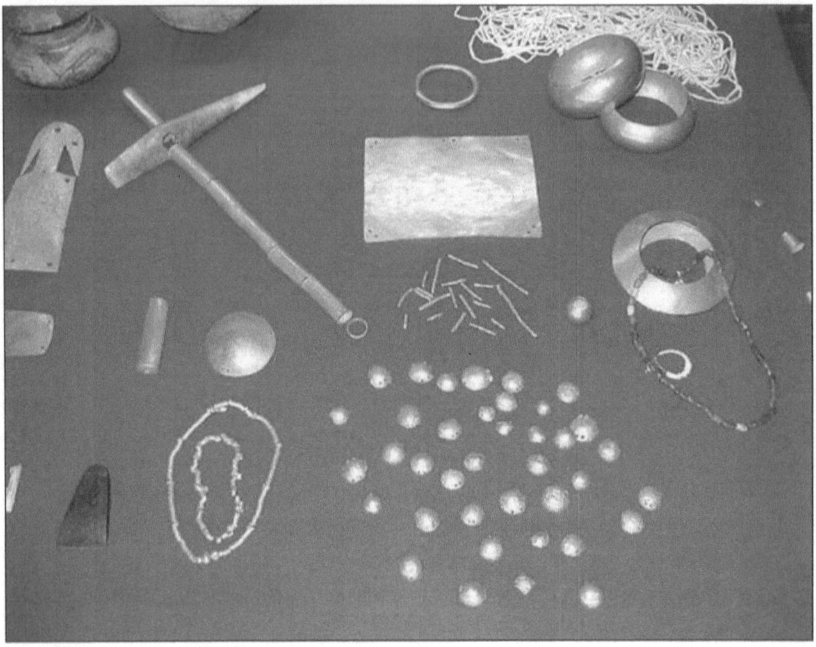

வர்ணாவில் கிடைத்த தங்கம்

அத்தனையும் சொக்கத் தங்கம். அது வரை பல்கேரியாவில் கிடைத்த அகழாய்வு தங்கத்தின் அளவு மிகக்குறைவு. ஆனால் அந்த அறையில் மட்டுமே சுமார் 2.2 பவுண்டுகள் தங்கம் இருந்தது. பிரேஸ்லெட்டுகள், வளையங்கள், மோதிரங்கள், கழுத்து மணியில் அணியக்கூடிய தங்க உருளைகள் என்று ஒரு நடமாடும் நகைக்கடையே கிடைத்தது. மின்செவுக்கு தன் வாழ்க்கையின் மிகச்சிறந்த கண்டுபிடிப்பை நிகழ்த்திவிட்ட மகிழ்ச்சி.

ஒரு வாரம் கழித்து வர்ணா ஏரிக்கரையில் காவல் துறை அதிகாரி, இரண்டு தொல்லியல் ஆய்வாளர்கள், ஓய்வு பெற்ற ஆசிரியர் என்று ஒரு சிறு குழுவை வழிநடத்தி, தான் பள்ளம் வெட்டிய பகுதிக்கு அழைத்துச் சென்றார் மரினோ. அங்கும் இங்குமாக தேடிய அவர்களின் நேரடிப் பார்வைக்கே தங்கம் மின்னிக் கொண்டிருந்தது. அது நிச்சயம் ஒரு ஈமக்காடுதான் என்ற முடிவுக்கு வந்தார் மின்செவ். மின்செவின் கணிப்பு சரியாக இருந்தது.

ஏக்கர் கணக்கில் பரந்து விரிந்திருந்தது அந்த ஈமக்காடு. பணியாற்ற ஆள்கள் இல்லாமல், வர்ணாவின் சிறைச்சாலையில் இருந்து கைதி களை அழைத்துக்கொண்டு வந்து அகழாய்வைத் தொடர்ந்தார்கள்.

ஒன்றிரண்டு மாதங்கள் அல்ல, கிட்டத்தட்ட 15 ஆண்டுகள். தொடர்ச்சியாக அகழாய்வு செய்ததன் பலன் - 312 அடக்கக் குழிகளில் மனித எச்சங்களும் தங்கம், செம்பு என கனிமப் பொருள்களும் அகழப்பட்டன அந்த ஈமக்காட்டில். காலக் கணிப்புக்கு அங்கு கிடைத்த பொருள்களை உட்படுத்தியதில் அவற்றின் காலம் பொஆமு 4600 முதல் 4200 வரை என்று கணிக்கப்பட்டது. அதாவது இன்றிலிருந்து கிட்டத்தட்ட 6800 ஆண்டுகளுக்கு முன்.

7000 ஆண்டுகளுக்கு முன் பொன்னை மண்ணிலிருந்து அகழ்ந்ததோடு மட்டுமல்லாமல், அதைப் பண்படுத்தி அணிகலன் செய்யும் அளவுக்கு கனிமங்கள் பற்றிய அறிவு பல்கேரிய தொல் குடிகளுக்கு இருந்திருந்தது. இந்த ஈமக்காட்டில் தோண்டத் தோண்ட வேறொரு மானுடவியல் கண்டுபிடிப்பையும் அறிஞர்கள் நிகழ்த்தினார்கள். அது, பல்கேரிய தொல்குடிகளிடம் இருந்த வர்க்க பேதம். 312 கல்லறைகளில் எல்லாவற்றிலும் தங்கம் கிலோ கணக்கில் இல்லை. பல கல்லறைகளில் ஒன்று அல்லது அதிகபட்சமாக இரண்டு மணிகள், சிறு கத்தி அல்லது எலும்பாலான கைவளை போன்றவையே இருந்தன. சிலவற்றில் அதுகூட இல்லை. ஆனால் நான்கே நான்கு கல்லறைகளில் வர்ணாவின் முக்கால்வாசி தங்கம் கிடைத்தது. அந்த நால்வரும் வர்க்கப் படி நிலையில் மிகவும் உயர்ந்த நிலையில் இருந்தவர்களாக இருக்கக்கூடும். வர்ணா என்ற பெயர் சரியாகத்தான் அமைந்தது போல.

பல்கேரிய கம்யூனிஸ்ட் ஆட்சி கிலோக்கணக்கில் தங்கம் இருந்ததைக் கண்டுபிடித்த மரினோவுக்கு 500 பல்கேரிய லேவ்கள் பரிசாக வழங்கியது. ஒரு லேவின் இந்திய மதிப்பு இன்று 40 ரூபாய். கிட்டத்தட்ட 20,000 ரூபாய் அளவே ஒரு சிறு பரிசுத்தொகையாக மரினோவுக்கு வழங்கிய அரசு, கிட்டத்தட்ட பத்து ஆண்டுகள் அவரை ரகசியமாகப் பின் தொடர்ந்தது. மொத்தத் தங்கத்தையும் அவர் அரசிடம் ஒப்படைத்துவிட்டாரா அல்லது பதுக்கிக் கொண்டாரா என்பதை அறிவதற்குத்தான். அவரால் இதற்குமேல் எந்தப் பலனும் இல்லை என்பதை அரசு உணர்ந்த பின்னர்தான் இந்த ரகசியப் பின்தொடர்தல் நின்றது.

இத்தனைக்குப் பின் வர்ணாவின் அருங்காட்சியகத்தில் வைக்கப் பட்டது இந்தத் தங்கப் புதையல். ஆனால் இதுவரை அகழ்ந்தது இரண்டில் மூன்று பங்கு ஈமக்காடு மட்டுமே. இன்னும் மூன்றில் ஒரு பங்கு அகழப்படாமல் குழிகள் 1991ஆம் ஆண்டு மூடப்பட்டன. காரணம்? என்றாவது தொழில்நுட்பம் இன்னும் வளர்ந்தால் அகழாய்வு எளிதாக, அதிக தகவல்கள் தரக்கூடியதாக மாறும்.

அப்போது அகழ்ந்து இன்னும் தகவல்களை வெளிக்கொணரலாம் என்று எண்ணியது பல்கேரிய அரசு.

ஆனால் அதன் பின்னான அரசியல் சூழல் ஐரோப்பாவின் மிக ஏழ்மையான நாடாக பல்கேரியாவை மாற்றிவிட்டது. அகழ்வாராய்ச்சிக்குப் பணம் செலவழிக்கும் நிலையில் இல்லாத கிட்டத்தட்ட தோல்வியடைந்து விட்ட அரசு இயந்திரம், வர்ணாவின் தங்கத்தை நாடு நாடாக எடுத்துச் சென்று அருங்காட்சியகங்களில் கண்காட்சி வைத்து பணம் சம்பாதித்து வருகிறது. 'இந்த மக்கள் போதிய உணவு உட்கொண்டு நல்ல உடல் நலத்துடன் இருந்தவர் கள். வாழ்க்கையின் அன்றாட தேவைகளான உணவு, உடை, தங்க இடம் ஆகியவை இவர்களுக்கு மிகுதியாகவே இருந்தன. அதனால் தான் இவர்கள் வர்க்க நிலையைக் கடைப்பிடித்தும், கனிமங்களை பண்படுத்தும் அறிவியல் தெரிந்து கொள்ளவும் முடிந்தது' என்கிறார் ஸ்லாவ்செவ். கடந்த 25 ஆண்டுகளாக மூடப்பட்டுக் கிடக்கும் வர்ணாவின் குழிகளை என்றாவது திறந்து மீண்டும் ஆய்வுகளைத் தொடரும் ஆர்வம் மூத்த தொல்லியல் ஆய்வாளரான இவருக்கு இருக்கிறது.

மனிதனின் மாபெரும் கண்டுபிடிப்பு நெருப்பு. உணவைச் சமைத்து உண்ணத் தொடங்கியது நெருப்பின் பயன்பாட்டை அவன் கண்டுபிடித்த பிறகே. என்றோ ஒரு இரவில் நெருப்பில் குளிர்காய்ந்து கொண்டிருந்த ஆதி மனிதன் நெருப்பில் மாலசைட் அல்லது அசுரைட் பாறைகள் தகிக்க, பச்சை அல்லது நீல நிறத்தில் அவை உருகி செம்பாக மாறுவதைக் கண்டிருக்கக்கூடும். அதற்கு முன்பு வரை கல், மரம், எலும்பு, மண் என்று இயற்கையாகக் கிடைக்கும் பொருள் களையே பயன்படுத்தியவனுக்கு செம்பும், இரும்பும், தங்கமும் பெரும் கனவாக அமைந்தது. அந்தக் கனவை நனவாக்க உழைக்க வேண்டியிருந்தது. ஒரு பவுண்டு செம்பு தயாரிக்க நூற்றுக்கணக்கான பவுண்டு தாது தேவைப்பட்டது. அதே போலத்தான் தங்கமும். ஒரு பங்கு தங்கத்துக்கு பத்து மடங்கு தாது.

இதற்கு நிறைய நேரமும் அறிவும் தேவை. இந்த மூன்றையும் ஒரு சேரத் தருவது எல்லோருக்கும் எளிதல்ல. ஆக மக்களுக்குள் இன்ன வேலை யாருக்கு என்று பிரித்துத் தரவேண்டிய அவசியம் வந்தது; அவற்றைப் பிரித்துத் தந்தவர்கள் கையில் நிர்வாகம் இருந்தது; அவர்கள் ஆளுமைக்கு மற்றவர்கள் பணிந்தார்கள். இப்படித்தான் வர்க்கப் படிமநிலை இந்த பல்கேரியர்களிடம் ஏற்பட்டிருக்க வேண்டும்.

கல்லறை எண் 43ல் முக்கால் பங்கு தங்கத்தைக் கொட்டி அடக்கப் பட்ட மனிதன் பெரும் ஆளுமையாக, தலைவனாக இருந்திருக்க

ஆபரணங்களுடன் வர்ணா,
43ஆம் எண் கல்லறை எலும்புக்கூடு மாதிரி வடிவம்,
வர்ணா அருங்காட்சியகம்.

வேண்டும் என்று கருதுகிறார்கள் ஆய்வாளர்கள். இங்குதான் 1.5 கிலோ தங்கம் கிடைத்தது. கைவளைகள், மோதிரங்கள், இரண்டு பெரிய ஆரங்கள், மணிகள், தங்கத்தால் அலங்கரிக்கப்பட்ட வில் மற்றும் செப்புக் கோடரி, கல் கோடரி ஒன்று, தங்க ஆண்குறி என்று எண்ணிலடங்காத தங்கப் பொருள்கள். இதே போல 36ஆம் எண் கல்லறையில் கிரீடம், காதணிகள், கழுத்தணிகள், மார்புக் கவசம், கைவளை, இடுப்புப் பட்டி, செங்கோல், அரிவாள் மாதிரி வடிவம், இரண்டு விலங்கு பொம்மைகள் மற்றும் 30 விலங்குத் தலைகள் என்று மொத்தம் 850 தங்கப் பொருள்கள் கிடைத்தன. 43 மற்றும் 36ஆம் எண் கல்லறைகளில் இருந்தவர்கள் உலகின் முதல் மன்னர் பரம்பரையினர் அல்லது அதையொத்த தலைவர்கள் என்று சொல்லலாம்.

இதில் சில கல்லறைகளில் களிமண்ணால் செய்யப்பட்ட முகமூடிகள் உள்ளன. முகமூடிகளின் கண், மூக்கு மற்றும் வாய் போன்றவை தங்கத்தால் இழைக்கப்பட்டிருக்கின்றன. இந்தக் கல்லறைகளில் களிமண்ணாலான சாடிகள், குடுவைகள் போன்றவற்றுடன் ஊசிகளும் இருந்தன. அதைக் கொண்டு இந்த கல்லறைகள் 'தாய் தெய்வத்தின்' கல்லறைகள் என்றும் மன்னர்/தலைவனின் கல்லறை களுக்கு அருகே மட்டுமே இவை காணப்படுவதால் அவனுக்கும் தாய் தெய்வத்துக்கும் மண ஒப்பந்தம் இருந்தது என்றும் கருதுகிறார்கள் ஆய்வாளர்கள். 2, 3 மற்றும் 15ஆம் எண் கல்லறைகள் இது போல 'தாய் தெய்வக் கல்லறைகள்'. அவற்றில் யாரும் புதைக்கப்பட வில்லை. தாய்வழிச் சமூகத்து ஆண்கள் தங்கள் தலைமைப் பண்பை நிலைநாட்ட இது போன்ற 'சடங்குத் திருமணங்கள்'/'சடங்கு அடக்கங்கள்' நடந்திருக்கலாம் என்றும் அறிஞர்கள் கருதுகின்றனர். தாய்வழிச்சமூகம் இப்படித்தான் தன் முக்கியத்துவத்தை இழந்திருக்கிறது. சுமார் 400-500 ஆண்டுகள் மட்டுமே இந்த வசதி படைத்த சமூகம் வாழ்ந்திருக்கிறது. அதன் பின் என்ன ஆனார்கள்? இவர்களின் அழிவு எப்படி நேர்ந்தது?

இந்தோ-ஐரோப்பியர்கள் குதிரைப் படைகளுடன் வந்து இவர்களை விரட்டினார்களா, அல்லது மொத்தமாகக் கொன்று புதைத்து விட்டார்களா? போர் மற்றும் வன்முறைக்கான சான்றுகள் எங்கேயும் காணக்கிடைக்கவில்லை. இந்த மக்கள் பூமி வெப்பமயமாதலால் உண்ண உணவின்றி இறந்திருக்கலாம். உலகெங்கும் தாமிரக் காலம் இந்த வெப்பமயமாதலால் முடிவுற்றது என்றே கருதுகிறார்கள். கடல் மட்டம் உயர்ந்து கிராமங்கள் நீருக்கடியில் போயிருக்கலாம், பின்னர் வெளிவந்திருக்கலாம், அல்லது இவர்களது உணவு ஆதாரமான வேளாண் நிலங்கள் நீருக்குள் அமிழ்ந்துபோயிருக்கலாம். இவ்வளவு

உன்னத படைப்புகளைச் செய்துவைத்த இந்த பல்கேரிய தாமிர மனிதர்கள் வந்த சுவடு தெரியாமல் மறைந்துபோனது பெரும் ஆச்சர்யமே.

ஐரோப்பா எப்போதுமே ஒரு தங்கச் சுரங்கம்தான் போல என்று பெருமூச்சு விட்டுக் கொண்டீர்கள் இல்லையா? ஐரோப்பா போல தமிழகமும் வளம் கொழிக்கும் பகுதியாக ஒரு காலத்தில் இருந்திருக்கிறது. பத்து ஆண்டுகள் பின்னோக்கி போகலாமா? 2009ஆம் ஆண்டு ஜூன் மாதம். மதுரை மாவட்டம் சோழவந்தானை அடுத்துள்ள சிற்றூர் தேனூர். தேனூர்-தச்சம்பத்து செல்லும் சாலையை ஒட்டி, இந்த ஊரைச் சேர்ந்த சோணமுத்து என்பவருக்குச் சொந்தமான தோட்டம் ஒன்று இருந்தது. அங்கு கடும் காற்றால் மரம் ஒன்று இரு மாதங்களுக்கு முன் வேரோடு சாய்ந்துவிட்டது. அந்த வழியே அதே ஊரைச் சேர்ந்த செல்வம், மஞ்சுளா தம்பதியின் மகனான மூன்று வயது சிறுவன் அர்ஜுனன் விளையாடச் செல்வது வழக்கம்.

அன்றும் அப்படித்தான். விளையாடச் சென்ற அர்ஜுனன், சரிந்து விழுந்திருந்த மரத்தின் அடியில் பானை மூடி போன்ற பொருள் ஒன்றைக் கண்டெடுத்தான். அதைத் தன் தாய் மஞ்சுளாவிடம் காண்பித்தான். ஓடு கிடைத்த இடத்தை மகனுடன் சென்று பார்த்த மஞ்சுளாவிற்கு, ஓட்டின் கீழ் முழு பானை ஒன்று மண்ணில் புதையுண்டு இருந்தது தெரியவர, அதைத் தோண்டி எடுத்தார். பானைக்குள்ளிருந்து முதலில் வெளிவந்தவை தங்கமணிகள் கோர்க்கப்பட்ட மாலை ஒன்று. அடுத்தடுத்து தங்க பட்டைகள், மணிகள் என்று பானையிலிருந்து வெளிப்பட்டன. தங்கத்தைக் கண்டுபிடித்த மஞ்சுளாவுக்கும், இடத்தின் உரிமையாளர் சோணமுத்துவுக்கும் இதனால் பிணக்கு ஏற்பட, கிராம நிர்வாக அதிகாரிக்குப் புதையல் கிடைத்த தகவலைச் சொல்லியனுப்பினார் சோணமுத்து. வருவாய்த்துறை அதிகாரிகளும் காவல்துறை அதிகாரிகளும் பானையை மீட்ட பிறகு, அதைத் தொல்லியல் துறைக்கு ஆய்வு செய்ய அனுப்பினர்.

கிடைத்த முக்கால் கிலோ தங்கத்தில் மிகவும் சிறப்பு வாய்ந்தவை அதிலிருந்த ஏழு தங்கப்பட்டைகள். 7.6 முதல் 8.2 செ.மீ. அளவு நீளம் கொண்ட அந்தத் தங்கப் பட்டைகள் இதுவரை தமிழக தொல்லியல் அகழாய்வுகளில் கிடைக்காத பொக்கிஷம். அந்தப் பானையில் கிடைத்த பிற பொருள்கள், 33 வட்டு வடிவ மணிகள், 21 'காலர்டு மணிகள்' எனப்படும் இரு முனைகளிலும் கோடு செதுக்கப்பட்ட மணிகள் மற்றும் ஒரு பதக்கம். அந்த ஒற்றைப் பானையில் மட்டும் கிடைத்த தங்கத்தின் எடை 755 கிராம். அதில் 662 கிராம் எடை 7 தங்கப்பட்டைகள் மட்டுமே இருந்தன.

வெறும் தங்கப் பட்டைகள், அதிலும் அளவில் சிறியவை, அவற்றில் என்ன சிறப்பு என்கிறீர்களா? அவற்றின் மேல் பொறிக்கப்பட்டிருந்த எழுத்துகள்தான் சிறப்பு. தமிழ் பிராமி என்று அழைக்கப்படும் தமிழி எழுத்துகள் அந்தத் தங்கப் பட்டைகளில் பொறிக்கப்பட்டிருந்தன. இதுவரை தங்கத்தில் தமிழி எழுத்துகள் கரூர் மாவட்டம் அமராவதி ஆற்றங்கரைப் பகுதியில் கிடைத்த கணையாழிகளில் மட்டுமே உள்ளன; அவற்றிலும் உபா(ச)ன், தீயன், வேளிக்கம்பன், தீயன் ஓதலன், மித்திரன், சாத்தன் சதவேகி என்று பெரும்பாலும் ஆண் பெயர்களே இருந்தன. இன்று வரை கிடைத்திருக்கும் கணையாழிகளில் பெண்களின் பெயர்களே இல்லை எனலாம். இந்தக் கணையாழி களின் காலம் எழுத்தமைப்பைக் கொண்டு பொஆமு 2ஆம் நூற்றாண்டு முதல் பொஆ 2ஆம் நூற்றாண்டு வரை இருக்கலாம் என்று கருதுகிறார்கள் ஆய்வாளர்கள்.

மோதிரங்கள் அணிவது, குறிப்பாக தங்கத்தில் செய்து அணிவது பண்டைத் தமிழருக்கு உவப்பானதாகக் கருதப்படுகிறது. சங்க இலக்கியமான கலித்தொகையில் ஆண் சுறாவின் உருவம் பொறித்த மோதிரம் ஒன்றை சிறுவன் ஒருவன் அணிந்திருந்தான் என்ற குறிப்புகள் உள்ளன. சிலப்பதிகாரத்தில் மாதவி விரல்கள் தாங்காத அளவுக்கு மோதிரங்கள் அணிந்திருந்ததற்கான குறிப்புகள் காணக்கிடைக் கின்றன. மணி மோதிரம் என்ற மணிகள் பதிக்கப்பட்ட மோதிரமும், 'வளைப் பகுவாய் வங்குறு மோதிரம்' என்ற முடக்கு மோதிரம் அணிந்திருந்ததாகவும் பொருள் சொல்லப்படுகிறது. கடந்த 20 ஆண்டுகளில் அமராவதி ஆற்றங்கரையில் கணக்கிலடங்காத தங்கக் காசுகளும் மோதிரங்களும் மக்களால் எடுக்கப்பட்டிருக்கின்றன. ஆற்றங்கரைப் பகுதி மணலை சலித்துச் சலித்து, அதிலிருந்து தங்க மோதிரங்களையும் காசுகளையும் எடுத்து, கிடைத்த விலைக்கு நகைக்கடைகளில் விற்பது வாடிக்கை.

எங்கிருந்து சரியாக இவை எடுக்கப்படுகின்றன என்பது அறிய முடியாததால், இந்த மோதிரங்கள் குறித்த மேலதிக ஆய்வுகள் மேற்கொள்ள முடியவில்லை. 1987ஆம் ஆண்டுக்குப் பிறகே இங்கு சலித்து எடுக்கப்படும் மோதிரங்கள் உலகக் கள்ளச் சந்தையில் பெரும் மதிப்புக்கு விற்கப்படுகின்றன என்று வெளியுலகுக்குத் தெரியவந்தது. சேர மன்னர்களின் தலைநகரான வஞ்சி-கருவூர் இன்றைய கரூர்தான் என்பதை ஆய்வாளர்கள் சங்க இலக்கியச் சான்றுகள் கொண்டும் புகளூர் கல்வெட்டு கொண்டும் நிறுவுகின்றனர். ஆக செல்வம் கொழித்த இடமான அமராவதி ஆற்றங்கரைப் பகுதிகளில் வசித்த மக்கள் தங்கள் பெயர்களைத் தங்க மோதிரங்களில் பொறித்து

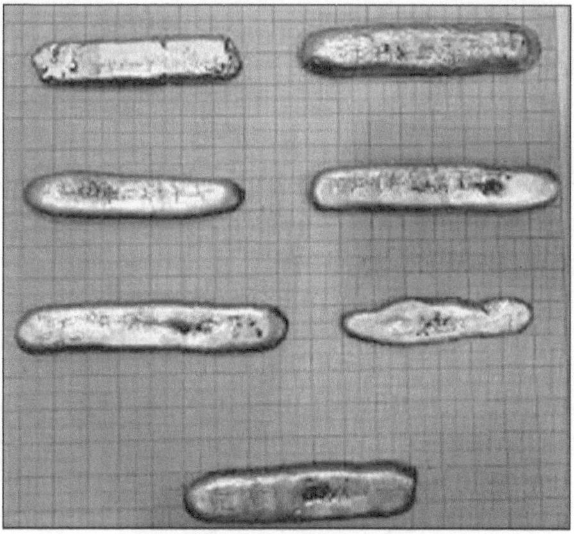

தேனூர் தங்கப்பட்டைகள்

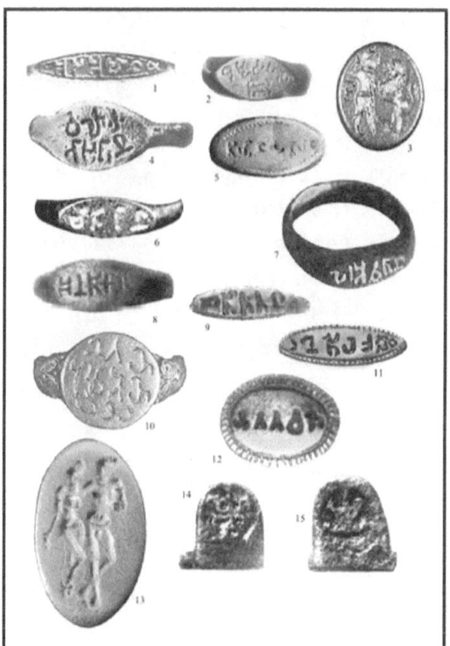

கரூர் மோதிரங்கள்

வந்துள்ளனர். இவற்றில் எழுத்துகளின் அமைப்பு உள்புறமாக செதுக்கி இருப்பதால், பெரும்பான்மையானவை முத்திரைகளாகப் பயன்படுத்தப்படவில்லை என்று தெரிகிறது.

2003ஆம் ஆண்டு கரூர் பகுதியில் விற்பனைக்கு வந்த மோதிரம் ஒன்றில் சிங்கம் ஒன்றுடன் கையில் குறுங்கத்தி கொண்டு சண்டையிடும் வீரனின் உருவம் பொறிக்கப்பட்டுள்ளது. படத்தின் மறுபுறம் 'தீயன்' என்ற தமிழி எழுத்துகள் பொறிக்கப்பட்டுள்ளன. கேரள மாநிலத்தின் 'தீயர்' இனத்தவராக இது இருக்கலாம் என்று சிலரும் இலங்கை, தமிழகத்தைச் சேர்ந்த பரதர் இனப் பெயர் அது என்று ஐராவதம் மகாதேவனும் கருதுகின்றனர். இது குறித்து மேலும் ஆய்வுகளுக்குப் பின்னரே உண்மை விளங்கும். ஆனால் பெயர்களைத் தங்கத்தில் பொறிக்கும் முறை தமிழகத்தில் வாடிக்கையாக இருந்ததுதான் என்பது தெரிகிறது. பெயர்களுடன் மீன் மற்றும் திமில் காளை உருவங் களை இணைத்துப் பொறிக்கும் வழக்கமும் இருந்துள்ளது.

இவ்வளவு மோதிரங்கள் ஏன் அமராவதி ஆற்றுப் படுகையில் மட்டும் கிடைக்கின்றன என்ற கேள்விக்கு விடையில்லை. ஒருவேளை ஆற்றில் தவறிய மோதிரங்களாக இவை இருக்கலாம் அல்லது இறந்தவர்களை ஆற்றில்விடும் வழக்கம்கூட 2000 ஆண்டுகளுக்கு முன்பு இருந்திருக்கலாம். இந்த மோதிரங்களை அவர்கள் இறந்தவர்களின் உடல்களோடு ஆற்றுக்குள் அடக்கியிருக்கலாம். இன்றுவரை ஆய்வாளர்களைக் குழப்பும் கேள்வி இது.

தேனூர் தங்கத்துக்கு வருவோம். தேனூர் தங்கப் பட்டைகள் சிறப்பானவை என்று படித்தோம் இல்லையா? காரணம், அவை ஒரு பெண்ணுக்குச் சொந்தமானவை. அவளது பெயரை 2000 ஆண்டுகள் தாண்டியும் இன்றும் சொல்பவை. ஆம், தேனூர் தங்கப்பட்டைகளில் 'போ குயி குன்றிக் கோதை' என்ற எழுத்துகள் பொறிக்கப் பட்டுள்ளன. ஏழு பட்டைகளிலும் அதே பெயர்; அதே கோதை.

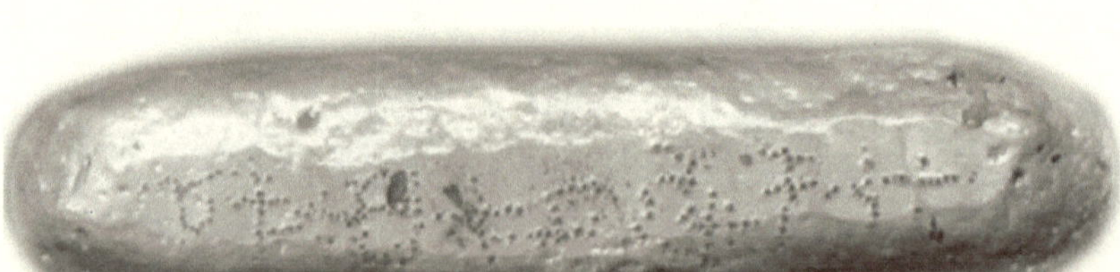

போகுயி குன்றி கோதை

'போகுயி' என்ற குன்றி/குன்று சூழ்ந்த ஊரைச் சேர்ந்த கோதை என்றே இந்தத் தமிழி எழுத்துகளைப் படித்துப் பொருள் சொல்கின்றனர் ஆய்வாளர்கள். மதுரையைச் சுற்றியுள்ள சமணப் படுகைகளில் காணப்படும் தமிழி எழுத்தமைப்பு போலவே இந்த எழுத்துப் பொறிப்பும் உள்ளதால், இதன் காலகட்டமும் அதே காலமான பொஆமு 3ஆம் நூற்றாண்டு முதல் பொஆ 3ஆம் நூற்றாண்டு வரை இருக்கலாம் என்று கருதுகிறார்கள் ஆய்வாளர்கள்.

இதில் இன்னொரு சிறப்பும் உண்டு. கரூர் மோதிரங்களில் எழுத்துகள் பொறிக்கப்பட்டுள்ளன. ஆனால் தேனூர் தங்கப்பட்டைகளில், எழுத்துகள் ஊசி போன்ற கூர் முனை கொண்ட பொருள் மூலம் சிறு துளைகளிடப்பட்டுள்ளன. ஆக, 2000 ஆண்டுகளுக்கு முன் தமிழனுக்கு தங்கத்தை மண்ணுக்குக் கீழிருந்து அகழ்ந்து எடுத்து, பண்படுத்தி, அதை உருக்கி ஆபரணம் செய்து, அதில் பெயர்களை பொறிக்கத் தெரிந்திருந்தது. அதிலும் சிறப்பாக 'கோதை' என்ற பெண், தன் பெயரில் தங்கப்பட்டைகள் வைத்திருந்திருக்கிறாள். அவள் மன்னர் குடும்பப் பெண்ணாகவோ, அரசு அதிகாரியின் மகளாகவோ, சமூகத்தில் உயர்ந்த அந்தஸ்து பெற்றவளாக இருந்திருக்கவேண்டும்; தன் பெயரை குடும்பத் தங்கத்தில் பொறித்து வைக்கும் ஆற்றலோ, உரிமையோ இன்றைய பெண்களுக்கு இல்லை என்பது வருத்தமே.

20

கீழடி

‘ஒரு லாரி டிரைவர்தான் முதன் முதலில் மண் பாண்ட ஓடுகள் இறைந்து கிடந்த தென்னந்தோப்பை எனக்குச் சுட்டிக்காட்டினார், தெரியுமா? நியாயப்படி இந்த இடத்தைக் கண்டறிந்து இங்கு ஆய்வுப்பணிகள் தொடங்கியதற்கு நீங்கள் அவருக்குத்தான் நன்றி சொல்ல வேண்டும்’ என்று சிரித்தபடியே சொல்கிறார் தொல்லியல் ஆய்வாளர் அமர்நாத் ராமகிருஷ்ணன். அவர் சொல்லும் அந்த ‘இடம்’ தமிழரின் தாய் மடி என்று இன்று உலகமே வியந்து நோக்கும் கீழடி! தென் தமிழகத்தில் ஆதிச்சநல்லூர் அகழ்வாய்வுகள் 1900களில் நடைபெற்ற பிறகு பெரும் தொய்வு இருந்துவந்தது. மதுரை, தேனி, திண்டுக்கல், சிவகங்கை, விருதுநகர், திருநெல்வேலி, தூத்துக்குடி, கன்னியாகுமரி, ராமநாதபுரம் மாவட்டம் என தென் தமிழகம் முழுக்க தொல்லியல் செல்வம் கொழிக்கும் பகுதியாக இருந்தாலும், ஏனோ இந்தப் பகுதி பெரும்பாலும் புறக்கணிக்கப்பட்ட பகுதியாகவே இருந்து வந்தது.

பரவை, அனுப்பானடி, மாங்குளம், அழகன்குளம் போன்ற பகுதிகளில் ஆய்வுகள் மேற்கொள்ளப்பட்டிருந்தாலும், வைகை ஆற்றங்கரையில் விரிவான அகழ்வாய்வுகள் செய்யப்படவில்லை எனலாம். வைகையும் மதுரையும் தமிழோடும், தமிழரோடும் தொப்புள் கொடி உறவு கொண்டவை. மதுரையைப் பிற பகுதிகளுடன் இணைக்கும் பெருவழிப் பாதைகளை ஒட்டியே பண்டைய தமிழி கல்வெட்டுகள் கிடைத்தது வைகை ஆற்றங்கரையில் தொல்லியல் ஆய்வுகளை முடுக்கிவிட இன்னொரு முக்கிய காரணம். முந்து வரலாற்றுக் காலத்துக்கும் பொது ஆண்டுக்கும் இடையேயான

முக்கிய சங்கிலியாக இருந்தவை சமணக் குன்றுகளில் அமைந்த தமிழி கல்வெட்டுகள்தான். 1950களில் முனைவர் கே.வி.ராமன் செய்த ஆய்வுகளும், 2006ஆம் ஆண்டு முனைவர் கே.ராஜன் தலைமையிலான குழுவினர் வைகையின் கரையில் கண்டெடுத்த தமிழி எழுத்துகள் பொறித்த வீரர் கற்களும் வைகைக் கரையில் அகழ்ந்தால் கண்டிப்பாக பலன் இருக்கும் என்ற கருத்தை ஏற்படுத்தி இருந்தது. 2013ஆம் ஆண்டு முதல் இந்தியத் தொல்லியல் துறையின் 6ஆவது பெங்களூரு பிரிவு வைகை ஆற்றங்கரையை ஒட்டி தங்கள் ஆய்வுகளைத் தொடங்கியது.

தொல்லியல் களத்தைத் தேர்ந்தெடுப்பது எளிதான பணியன்று. எடுத்ததும் கீழடியைத் தேர்ந்தெடுத்துவிடவில்லை. 293 இடங்களில் அதிகாரிகள் ஆய்வு மேற்கொண்டார்கள். ஆய்வுகளின் இறுதியில் மதுரையை ஒட்டிய திருப்புவனம் தாலுகாவில் இருந்ததாலும், ஆறு அருகாமையில் இருந்ததாலும், மிக முக்கியமாக ஆய்வு செய்ய போதுமான வெற்றிடம் அமைந்ததாலும் கீழடி தேர்ந்தெடுக்கப் பட்டது. மதுரையை சங்க கால நகரமாக நாம் இலக்கியங்களில் நிறைய வாசித்திருந்தாலும், விரிவான அகழ்வாய்வுகள் நகரமயமாக்கல் காரணமாக நகரின் அண்மையில் செய்ய வசதி இல்லை. பட்டினப் பாலையும் மதுரைக்காஞ்சியும் மதுரையையும் வைகையையும் பாடும் புகழ் நாம் அறியாதது அல்லவே? பரிபாடல் ஒன்பதாம் பாடல்:

‘செய்யாட்கு இழைத்த திலகம்போல் சீர்க்கொப்ப
வையம் விளங்கிப் புகழ்பூத்தல் அல்லது
பொய்யாதல் உண்டோ மதுரை புனைதேரான்
வையை உண்டாகும் அளவு’

புனைதலைத் தேரைக் கொண்ட பாண்டியனின் உரிமையான வையை ஆறு இருக்கும் வரை திருமகளுக்கு இட்ட திலகம் போல உலகில் புகழோடு பொலிவுறும் மதுரை நகரம் தன் பெருமை குன்றிப் போகுமோ... போகாது என்று சொல்கிறது இப்பாடல். 2600 ஆண்டுகளுக்குப் பின்னும் தன் புகழ் குன்றாமல் நிற்கிறது மதுரை.

மதுரைக்குக் கிழக்கே 12 கிமீ தொலைவில் வைகையாற்றின் தென் கரையில் இருக்கிறது கீழடி. பழம் கல்வெட்டுகள் காட்டும் குந்திதேவி சதுர்வேதி மங்கலம் என்ற கொந்தகை ஊரின் பகுதிகள்தான் இன்றைய கீழடியும் பள்ளிச்சந்தையும். பள்ளிச்சந்தை, மேட்டுப் புஞ்சை என்று அழைக்கப்பட்ட மண் மேடுதான் இன்று அகழாய்வுகள் நடைபெற்றுக் கொண்டிருக்கும் களம். கொந்தகைப் பகுதியில் முதுமக்கள் தாழிகள் கிடைத்ததால், அப்பகுதி கீழடியில் வசித்துவந்த மக்கள் பயன்படுத்திய ஈமக்காடாக இருக்கலாம் என்று

சொல்கிறார் அமர்நாத். 110 ஏக்கர் பரப்பளவு கொண்ட இந்தப் பெரும் மேடு முழுக்கப் பரவியிருந்தன தென்னை மரங்கள். 'இன்று இத்தனை பொருள்கள் அகழப்பட்டு ஒரு பெரும் நகரிகம் பற்றிய தகவல் வெளிவந்திருக்கின்றது என்றால் அதற்கு இந்தத் தென்னை மரங்கள் தான் காரணம்' என்று கூறுகிறார் அமர்நாத். தோப்புகள் அமைந்த காரணத்தால் பள்ளிச்சந்தையை நகரமயமாக்கல் விழுங்கவில்லை.

முதல் இரண்டு கட்ட அகழாய்வுகளில் கிட்டத்தட்ட 5800 பொருள்கள் கிடைத்தன. கட்டடப் பகுதிகள், தமிழி எழுத்துகளும் கீறல்களும் கொண்ட பானை ஓடுகள், கறுப்பு சிவப்பு, சிவப்பு, ரௌலட்டட் பானை ஓடுகள், செப்புக் காசுகள், நூற்பு தக்களிகள், மணிகள், சுடுமண் சிற்பப் பகுதிகள், தங்க அணிகலன்கள், முத்துகள் என்று இங்கு கிடைத்த தொல்லியல் எச்சங்கள் உலகையே திரும்பிப் பார்க்க வைத்தன. இந்தக் கட்டத்தில்தான் அமர்நாத் பணியிட மாற்றம் செய்யப்பட, அதற்குக் கடும் எதிர்ப்புகள் கிளம்பிய நிலையில் மூன்றாம் கட்ட அகழ்வாய்வுப் பணிகள் ஸ்ரீ ரமணன் தலைமையில் நடைபெற்றன. இந்தியத் தொல்லியல் துறை இந்தக் கட்டத்தில் 'முக்கியப் பொருள்கள் பெரிதாகக் கிடைக்காததால்' ஆய்வைக் கைவிடுவதாக அறிவித்தது.

கீழடியை மக்கள் கிட்டத்தட்ட மறந்திருந்த நேரம் சென்னை உயர் நீதிமன்றத்தின் மதுரைக் கிளையில் கீழடி அகழ்வாய்வைத் தொடரவேண்டும் என்று கோரி வழக்கு தொடுத்தார் வழக்கறிஞர் கனிமொழி. இதன் பின்னரே நீதிமன்றத் தலையீட்டின் பேரில் இந்தியத் தொல்லியல் துறை அனுமதி வழங்கியதன் பேரில் தமிழக அரசு ஆய்வுகளைத் தொடர முடிவெடுத்தது. தமிழகத் தொல்லியல் துறை நான்காம் மற்றும் ஐந்தாம் கட்ட முடிவுகளை மேற்கொண்டு வெற்றிகரமாக முடித்தது. இந்த இரண்டு கட்ட ஆய்வுகளில் செங்கல் கட்டடப் பகுதிகள், உறைகிணறு, வடிகால் குழாய்கள் என்று மண்ணுக்கடியிலிருந்து ஒரு நகரத்தின் பகுதிகள் வெளிவந்தன. ஐந்தாம் கட்ட ஆய்வுகளில் யு.ஏ.வி. சர்வே (ஆளில்லா வானூர்தி மதிப்பாய்வு), மேக்னடோமீட்டர் சர்வே, ரடார் ஆய்வு என்று நவீன தொழில்நுட்பத்தை பயன்படுத்தி கட்டடப் பகுதிகளை அதிக அளவில் அகழ முடிந்தது.

நான்காம் கட்ட ஆய்வுகளில் அகழப்பட்ட மண் பாண்டங்கள் ஆக்சிலரேட்டர் மாஸ் ஸ்பெக்ட்ரோமெட்ரி பகுப்பாய்வுக்கு அனுப்பப்பட்டன. அவற்றில் 353 செமீ ஆழத்தில் கிடைத்த பானை ஓட்டுப் பகுதி ஒன்றில் காலம் பொஆமு 580 என்று நிரூபணமானது. இதைக் கொண்டு தமிழி எழுத்துகள் கீறப்பட்ட பானை ஓடுகளின்

காலமும் பின்னோக்கித் தள்ளப்பட்டு பொஆமு 6ஆம் நூற்றாண்டில் வாழ்ந்த தமிழருக்கு மொழியை எழுதவும் தெரிந்திருந்தது என்பது இதன்மூலம் புலனாகிறது. 2600 ஆண்டுகளுக்கு முன் ஆதன், அதன், குவிரன், திஸ்ஸன், உதிரன், இயனன், சுராமா, எரவதன், சேந்தன் அவதி என்று பானை ஓடுகளில் பெயர்களை எழுதும் அளவுக்குத் தேர்ச்சி பெற்றிருந்த சமூகம் தமிழ்ச் சமூகம்.

இவை தவிர சிந்துச் சமவெளிக் குறியீடுகள் பலவும் கீழடியில் கிடைத்த பானை ஓடுகளில் கீறப்பட்டுள்ளன. இந்தக் குறியீடுகளில் இருந்து தமிழி எழுத்துகள் தோன்றி இருக்கலாம் என்றும் ஆய்வாளர்கள் கருதுகின்றனர். ஆனால் இன்னும் விரிவான ஆய்வுகளுக்குப் பின்னரே எந்த முடிவையும் எட்ட இயலும்.

கீழடியில் அகழப்பட்ட பொருள்களில் தந்தத்தால் செய்யப்பட்ட சீப்புகள் உள்ளன. பண்டைத் தமிழர் கூந்தல் பராமரிப்பில் பெரும் ஆர்வம் கொண்டிருந்தனர். குறுந்தொகையில் இறையனார், 'செறியெயிற் றரிவை கூந்தலின் நறியவும் உளவோ நீ அறியும் பூவே' என்று தலைவியின் கூந்தலில் அமரும் வண்டை விரட்டுவது போல அவள் கூந்தலைத் தீண்டும் தலைவனின் காதலைச் சொல்கிறார். வண்டிடம், 'நீ அறியும் பூக்களில் இவள் கூந்தல் போல நறுமணம் கொண்ட பூ ஏதும் உண்டா?' என்று கேட்பது போல் அமைந்துள்ளது இந்தப் பாடல்.

இந்தக் கூந்தல் காதல் தமிழரை தந்தம் கொண்டு சீப்பு செய்ய வைத்தது. கீழடியின் முதலிரண்டு கட்ட ஆய்வுகளில் இரண்டு தந்தத்தாலான சீப்புகள் கிடைத்ததாக ஆய்வுக்கட்டுரை கூறுகிறது. நீண்ட பல் கொண்ட சீப்பு ஒன்றும் மற்றொரு சீப்பில் கைப்பிடிப் பகுதியில் பொதுமைய வட்ட வடிவங்களும் உள்ளன. நீள் பல் சீப்பு மிக நுண்ணிய வேலைப்பாட்டுடன் அமைந்துள்ளது. இத்தனை

முதல் மற்றும் இரண்டாம் கட்ட ஆய்வுகளில் கிடைத்த தந்தச் சீப்புகள்

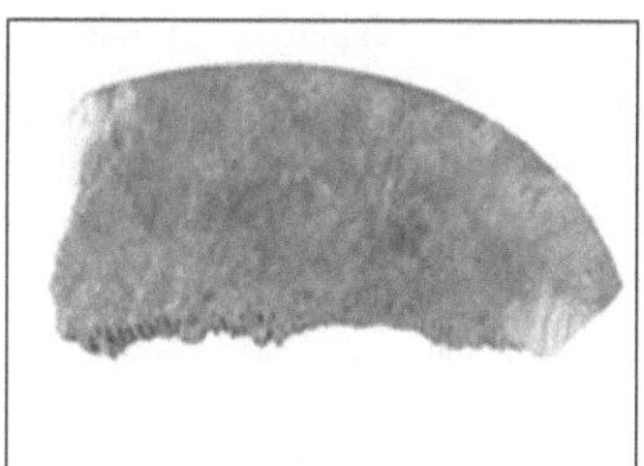

4,5ஆம் கட்ட ஆய்வுகளில் கிடைத்த தந்தச் சீப்பு

மெல்லியதாக பற்களை இந்த மக்கள் எவ்வாறு கடைந்தார்கள் என்று ஆச்சரியம் ஏற்படுகிறது. அடுத்த கட்ட ஆய்வுகளிலும் சீப்புகள் கிடைத்துள்ளன. இதுவரை தமிழகத்தில் செய்யப்பட்ட அகழ்வாய்வு களில் தந்தத்தாலான பொருள்கள் அதிகம் கிடைத்தது கீழடியில்தான். காதணிகள், பகடைக்காய்கள், சீப்புகள், மணிகள், கணையாழிகள், வளையல்கள் என தந்தத்தால் செய்யப்பட்ட பொருள்கள் இங்கு கிடைத்துள்ளன. தந்தம் கொண்டு கடையப்பட்ட சீப்புகள் முதன்முறையாக தமிழகத்தில் கீழடியில்தான் கிடைத்துள்ளன.

இத்தனைக்கும் கீழடியில் கிடைத்த கட்டட அமைப்புகளில் வர்க்க வேறுபாடு இல்லை. சாதாரண மக்களும் தந்தத்தாலான பொருள் களைப் பயன்படுத்தியுள்ளனர். செல்வச் செழிப்புடன் மக்கள் இங்கு வாழ்ந்திருக்கவேண்டும். சிலப்பதிகாரம் படித்தோருக்கு பாண்டிய அரசியின் சிலம்பில் முத்துப் பரல்களும், கண்ணகியின் சிலம்பில் மாணிக்கப் பரல்களும் இருந்தது தெரியுமே. வணிகன் மகளுடைய சிலம்பிலும் விலை உயர்ந்த மணிகள், நாட்டின் அரசியிடமும் அதுவே.

யானைத் தந்தம் கொண்டு பொருள்கள் செய்வது பற்றிய குறிப்பைச் சொல்கிறது சங்க இலக்கியமான நெடுநல்வாடை. மதுரைக் கணக்காயனார் மகனார் நக்கீரனார் தலையாலங்கானத்துச் செருவென்ற நெடுஞ்செழியனைப் பாடுவதாக அமைந்த நெடுநல்வாடையில், பாண்டிய அரசியின் அந்தப்புறத்தில் இருந்த ‘பாண்டில்’ என்ற வட்ட வடிவக் கட்டில் பற்றிய பாடல் கீழே.

‘தச நான்கு எய்திய பணை மருள் நோன் தாள்
இகல்மீக் கூறும் ஏந்து எழில் வரி நுதல்
பொருது ஒழி நாகம் ஒழி எயிறு அருகு எறிந்து,
சீரும் செம்மையும் ஒப்ப வல்லோன்
கூர் உளிக் குயின்ற ஈர் இலை இடை இடுபு,
தூங்கு இயல் மகளிர் வீங்கு முலை கடுப்பப்
புடை திரண்டிருந்த குடத்த இடை திரண்டு
உள்ளி நோன் முதல் பொருந்தி அடி அமைத்து,
பேர் அளவு எய்திய பெரும் பெயர் பாண்டில்’ *(தச நான்கு, 10 x 4)*

‘நாற்பது வயதை அடைந்த, பனை முரசு போன்று வலிமையான கால்களையும், போரில் புகழடைந்த, உயர்ந்த அழகுடைய, நெற்றியில் வரிகளையுடைய, போரில் வீழ்ந்த யானையின் தானாக விழுந்த தந்தங்களின் பக்கங்களைச் செதுக்கி, சீருடனும் செம்மை யாகவும் வல்லவனான தச்சன் கூர்மையான உளியால் செதுக்கிய இரண்டு இலைகளை இடையில் இட்டு, கர்ப்பத்தால் அசைந்து நடக்கும் பெண்களின் வீங்கிய முலைகளைப் போல் பக்கங்கள்

திரண்டு இருந்த குடத்தை உடையவாய் கட்டிலுக்கும் காலுக்கும் இடையே உள்ள இடத்தில் பொருத்தி, திரண்டு, பூண்டைப் போன்ற உறுப்புகளைப் பொருத்தி, கால்களை அமைத்து, பெரியதாகச் செய்த பெரும் புகழையுடைய வட்டக்கட்டில்', என்கிறது பாடலின் உரை.

தந்தத்துக்காக யானையை அழிக்காமல், போரில் இறந்துபட்ட 40 வயதை அடைந்த முதிர்ந்த யானையின் தானாக விழுந்த தந்தங்கள் என்று பாடுவதிலேயே தமிழனின் கருணை வெளிப்படுகிறது. சங்க இலக்கியம் காட்டும் தந்தம் பயன்படுத்தும் முறைப்படித்தான் கீழடியின் கிழத்திகள் தந்த ஆபரணங்கள் அணிந்திருக்க வேண்டும்; சீப்புகள் பயன்படுத்தியிருக்க வேண்டும்.

2013ஆம் ஆண்டு. இங்கிலாந்தின் கேம்பிரிட்ஜ் நகரில் ஒரு கண்காட்சிக்கான அழைப்பு அனுப்பப்படுகிறது. ஜூலை 2 முதல் நவம்பர் 3 வரை நடைபெற்ற அந்தக் கண்காட்சியில் இருந்த காட்சிப் பொருள்கள் அத்தனையும் சீப்புகள். ஆப்பிரிக்கக் கண்டத்தில் பயன்பாட்டில் இருந்த விதவிதமான சீப்புகள் வரிசைகட்டி நின்றன. ஃபிட்ஸ்வில்லியம் அருங்காட்சியகமும் கேம்பிரிட்ஜின் தொல்லியல் மற்றும் மானுடவியல் அருங்காட்சியகமும் இணைந்து நடத்திய இந்தக் கண்காட்சி 6000 ஆண்டுகால வரலாற்றைச் சொன்னது.

'கெமெத்' என்றால் கறுப்பு என்று எகிப்திய மொழியில் பொருள். நைல் நதியின் கறுப்பு வண்டல் மண் சுற்றிலும் பரவியிருந்த நாடு என்பதாலேயே கெமெத் என்ற சொல் பண்டைய எகிப்தைக் குறித்தது. ஆனால் அதைவிட இன்னொரு ஆச்சரியமான காரணம், அவர்களது சரும நிறம். பண்டை எகிப்தியர்கள் கறுப்பு வண்ணத்தவர்கள் என்று ஸ்ட்ராபோ, ஹெரோதோதஸ் முதலிய வரலாற்று ஆசிரியர்கள் சொல்லிவந்தாலும், அறிவியல் ஆய்வுகள் வெள்ளை, கறுப்பு என்று கலவையான நிறங்களைக் கொண்டவர்கள் அவர்கள் என்று நிறுவுகிறது. துதாங்கமுன், கிளியோபாட்ரா, நெஃபர்டி என்று எகிப்தை ஆண்ட ஆண், பெண் ஃபாரோக்கள் பெரும்பாலும் கறுப்பு சரும வண்ணம் கொண்டவர்களே என்று ஆணித்தரமாகச் சொன்னார் சேய்க் அந்தா தியப் என்ற செனகல் நாட்டு ஆய்வாளர். இவர் சில எகிப்திய மம்மிக்களின் சருமத்திலிருந்து வண்ண நிறமியான மெலனினை ஆராய்ந்து இந்த முடிவை எட்டினார். ஆனால், பல ஆய்வாளர்கள் இதை மறுத்தனர்.

2017ஆம் ஆண்டு 151 எகிப்திய மம்மிகளின் டிஎன்ஏ மூலக்கூறு ஆய்வுகளின்படி, இன்றைய மத்தியக் கிழக்கு பகுதிகளில் மற்றும் வடக்கு ஆப்பிரிக்க கண்டத்தில் வசிப்பவர்களின் டிஎன்ஏவை ஒத்தே இந்த எகிப்திய மம்மிகளின் டிஎன்ஏ இருந்தது என்று நிறுவப்பட்டுள்ளது.

அதன்படி வெள்ளையும் கறுப்பும் என இரு வண்ணங்களைக் கொண்டவர்களாகவே இந்த மக்கள் இருந்திருக்க முடியும் என்ற முடிவுக்கு வந்திருக்கிறார்கள் ஆய்வாளர்கள்.

இந்த கெமெத் மனிதர்களின் சிறப்பு இவர்களது தலை முடிதான். பண்டைய எகிப்தியர்கள் தங்கள் கூந்தலுக்குப் பெரும் முக்கியத்துவம் தந்தவர்கள். சுருள் முடி, பின்னல்கள், அலை முடி, சுருள்கள், விக்குகள், செயற்கை முடி என்று விதவிதமான கூந்தல் அலங்காரங்கள் செய்துகொண்டவர்கள். மருதாணி போன்ற நிறமிகளையும் கூந்தலுக்கு பயன்படுத்தி வண்ணம் கூட்டிக் கொண்டார்கள். கூந்தலின் இழைகளைத் தங்கக் குழாய்களுக்குள் சொருகி, அந்தக் குழாய்களுக்கு ஊடே தங்கத்தாலான ரோஜா மலர்களைச் சூடிக்கொண்டார்கள்.

ஹேர் வீவிங் (தேனடை போன்ற அலங்காரம், கூந்தலை வேறு இயற்கை இழைகளுடன் கோத்து அழகூட்டுவது) 5,500 ஆண்டுகளுக்கு முன்பே இருந்த சிறப்பு அலங்காரம். ‘மோஹாக்’ எனப்படும் நடுதலையில் மட்டுமே நீள்முடி குத்திட்டு நிற்கும் அலங்காரத்தைச் சுமார் 40-50 வயது மதிக்கத்தக்க பணிப்பெண் ஒருவர் 5,500 ஆண்டு களுக்கு முன்பு வைத்திருந்ததை ஹைரகொன்பொலிஸ் ஈமக்காட்டில் கண்டுபிடித்தார்கள் ஆய்வாளர்கள். வழுக்கை எகிப்தியர்களுக்கு அறவே பிடிக்காத விஷயம். அதே ஹைரகொன்பொலிஸ் காட்டில் அடக்கம் செய்யப்பட்டிருந்த பணியாளர் ஒருவர் தன் வழுக்கையை மறைக்க ஆட்டுத்தோலால் செய்யப்பட்ட தொப்பியை அணிந்திருந்தார். வழுக்கையைத் தடுக்க முதலை, ஐபெக்ஸ், சிங்கம், பாம்பு, வாத்து, நீர்யானை, பூனை, ஆடு போன்ற விலங்குகளின் கொழுப்பை தலையில் தடவி வந்தார்கள். முடிவெட்டுவதற்கு சலூன் கடைகள் கூட இருந்திருக்கின்றன. லக்சரின் ஷேக் அப்தெல் குர்னா என்ற இடத்திலுள்ள உசெர்ஹத் என்ற கல்லறையில் முக்காலிகளில் அமர்ந்திருக்கும் ஆண்களுக்கு முடிதிருத்தும் ஆண்களும் வரிசைகட்டி அதற்காகக் காத்திருக்கும் ஆண்களும் இருக்கும் பெரும் சித்திரம் வரையப்பட்டிருக்கிறது.

சீப்புகள், ட்வீசர்கள், கர்லர்கள் என்று இன்று நாம் பயன்படுத்தும் அத்தனை அழகூட்டும் சாதனங்களையும் அவர்களும் பயன்படுத்தினார் கள். ‘பொஆமு 3000த்துக்கு முன்பே, மன்னராட்சி எகிப்தில் தோன்றுவதற்கு முன்பே சீப்புகள் பயன்பாட்டில் இருந்தன என்று ஈமப்பொருள்களை ஆராய்ந்ததில் தெரியவருகிறது. எலும்பு அல்லது மரம் கொண்டு செய்யப்பட்ட சீப்புகளை இவர்கள் பயன்படுத்தினார் கள். ஒருபுறம் அல்லது இருபுறமும் பற்கள் கொண்ட சீப்புகள், நீண்ட

உசெர்ஹத் கல்லறையில் பண்டைய எகிப்திய
முடிதிருத்துமிடம் ஓவியம்

பிளாக் பவர் கோம்ப் மற்றும் பண்டை ஆப்பிரிக்க சீப்பு

கைப்பிடி கொண்ட சீப்புகள் என்று பலவகைச் சீப்புகள் இங்கு அகழப்பட்டிருக்கின்றன' என்கிறார் மின்னசோட்டா பல்கலைக் கழகத்தைச் சேர்ந்த ஆய்வாளர் கோசு டகஹஷி. ஆப்பிரிக்க கண்டத்தில் சீப்பு மிக முக்கியமான அழகூட்டும் சாதனமாக மட்டு மல்லாமல், மன்னர் பரம்பரையினர் முதல் பணியாளர்வரை அனைவரும் பயன்படுத்தும் பொருளாகவும் இருந்தது.

இதே ஆப்பிரிக்க கறுப்பின மக்கள் அமெரிக்காவுக்கு அடிமைகளாக அழைத்துச் செல்லப்பட்டு, ஒரு வழியாக பல நூற்றாண்டுகள் போராட்டத்துக்குப்பின் கல்வி, மருத்துவம் என உரிமைகளை மீட்டெடுக்கத் தொடங்கினர். சம உரிமைக்காக ஆப்பிரிக்க அமெரிக்க மக்கள் போராடிக் கொண்டிருந்த 1950களில் 'ஆஃப்ரோ' எனப்படும் கூந்தல் பாணி மிகப் பிரபலமாகி இருந்தது. தடைகளை உடைக்கும் புரட்சிப் போக்கைக் கூந்தலிலும் காட்டலாம் என்று ஆப்பிரிக்க அமெரிக்க இளைஞர்கள் அந்தக் கூந்தல் அலங்காரத்துடன் சுற்றிவந்தனர். சீப்பு இப்போது அவர்களுக்கு அவசியமானது. சிக்கெடுக்கவும் பேணவும், அகலப் பல் கொண்ட சீப்புகள் தேவைப்பட்டன. இந்த சீப்புகளை 'பிக்' என்றும் அழைத்தனர். 1969ஆம் ஆண்டு சாமுவெல் பண்டில்ஸ் ஜூனியர் என்பவரும் ஹென்றி சைட்ரே என்ற ஒரு ஆப்பிரிக்க அமெரிக்கரும் இவ்வகை பிக்குக்கு காப்புரிமை பெற்றனர்.

1972ஆம் ஆண்டு ஆண்டனி ரோமனி என்ற ஆப்பிரிக்க அமெரிக்கர் வடிவமைத்த முஷ்டியை மடக்கியது போன்ற கைப்பிடியும், நடுவில் அமைதியின் சின்னத்தையும் கொண்ட கறுப்பு வண்ண சீப்பு 'பிளாக் பவர் கோம்ப்' என்றே அழைக்கப்பட்டது. பயன்படுத்த எளிதாக இருந்ததாலும், கறுப்பின ஆற்றலை அமைதியாக வெளிப் படுத்துவது போலத் தோன்றியதாலும், இந்த சீப்புக்கு ஆப்பிரிக்க அமெரிக்கரிடையே பேராதரவு இருந்தது. 'பிளாக் பவர் கோம்ப்' சீவுவதற்கு மட்டுமல்லாமல், அப்படியே கூந்தலில் சூடிச் செல்லும் ஸ்டைலும் புழக்கத்துக்கு வந்தது. அடங்கிக் கிடந்த கறுப்பின மக்கள் தங்கள் ஆற்றலை வெளிப்படுத்தும் அடையாளமாக, சம உரிமையை கேட்டுப் பெறுவதன் குறியீடாக இந்தச் சீப்பிற்கு பேராதரவு தந்தனர். இன்றளவும் ஆப்பிரிக்க அமெரிக்கர்கள் அதிகம் பயன்படுத்துவது இந்த பிளாக் பவர் சீப்புதான். 1972ஆம் ஆண்டு தயாரிக்கப்பட்ட வரலாற்று முக்கியத்துவம் வாய்ந்த பிளாக் பவர் சீப்புடன், 5500 ஆண்டுகளுக்கு முந்தைய எகிப்திய 'டாவு' சீப்பும் இந்தக் கண்காட்சியில் பார்வைக்கு வைக்கப்பட்டது. கண்காட்சி வைக்கும் அளவுக்கு கூந்தலுக்கு அத்தனை முக்கியத்துவம் தந்தவர்கள் இந்தக் கறுப்பின மக்கள்.

●

ஏழை, பணக்காரன், இருப்பவன், இல்லாதவன் என்ற ஏற்றத் தாழ்வற்ற ஒரு சமூகமாக 2600 ஆண்டுகளுக்கு முன்பு இருந்திருக் கிறோம் என்ற பெருமையில் பூரித்துப் போகிறோம் இல்லையா? இனி இப்படி ஒரு வாழ்வு அமையாதா? வேற்றுமை மறைந்து போகாதா? 'யாதும் ஊரே; யாவரும் கேளிர்' என்று வாழ சிறு முயற்சியேனும் நாமும் எடுக்கலாமே என்ற எண்ணம் தோன்றுகிறது அல்லவா?

இந்த மகிழ்வும் பூரிப்பும் நிலைத்திருக்கவும், நம்மையே நாம் இன்னும் எப்படிச் செம்மைப்படுத்தலாம் என்ற எண்ணம் தோன்றவும் என்ன செய்யவேண்டும்? தோண்டவேண்டும். இன்னும் அதிகமாக; இன்னும் அறிவியல் சார்ந்து; இன்னும் பரவலாகத் தோண்ட வேண்டும். தமிழன் என்றோர் இனமுண்டு; தனியே அவர்க்கோர் குணமுண்டு என்று மேடைக்கு மேடை முழங்குவதால் பயனில்லை. வரலாற்றைத் திருப்பிப் பார்த்து அதிலிருந்து பாடம் கற்றுக்கொள்ள வேண்டும், அந்தப் பாடத்தை எதிர்வரும் தலைமுறைக்குக் கடத்த வேண்டும்.

References / Picture Courtesy

Books and Articles

- *Survey of the South Indian Megaliths* - KR Srinivasan, N R Bannerjee, 1953
- *The Funerary Monuments of the Nilgiris* - G N Das, 1957
- *The Commerce between the Roman Empire and India* - EH Warmington, 1928
- *Age determination by Radio Carbon content* - JR Arnold, WF Libby, 1949
- *Francois Auguste Ferdinand Mariette* - Encyclopedia
- *The temple of Deir Al Bahri* - Edouard Naville, 1894
- *An account of the primitive tribes and monuments in the Nilgiris* - JW Breeks, 1873
- *Bio-diversity documentation for Kerala* - Sasidharan, 2004
- *Periya Puranam Vasanam,* Sivathondan
- *The ancient port of Arikkamedu* - Vimala Begley, 1996, 2004
- *The story of Egypt* - Joann Fletcher, 2015
- *Catalogue of prehistoric antiquities of Adhichanallur and Perumbair* - Alexander Rea, 1915
- *Human skulls of Adhichanallur* - S. Zuckerman, 1930
- *Judahite burial practices and beliefs about the dead* - Elizabeth Bloch-Smith, 1992
- *Excavations at Pilgrim's Castle* - C N Johns, 1932
- *Roman Karur, A peep into Tamil's past* - R Nagasamy, 1995
- *Sembiyan Kandiyur Excavation Report,* 2007-2008
- *The Anti-war War Game* - Henry J Greenberg, 2015
- *Lothal and the Indus Civilization* - SR Rao, 1972
- *Kaveripattinam Excavations* - KV Soundararajan, 1994
- *Paiyampalli Excavations* - SR Rao, 1963
- *The Natufian in the Levant,* A Belfer Cohen, 1991
- Prehistoric antiquities and personal lives: the untold story of Robert Bruce Foote - Shanti Pappu, *Man and Environment Journal,* 33(1), 2008

- The problem of ash mounds of Southern Deccan, K. Paddayya, *Bulletin of Deccan College Post Graduate and Research Institute,* Vol.60,61, 2000
- Excavations at Keeladi, K Amarnath Ramakrishna, Nanda Kishor Swain, M Rajesh, N Veeraraghavan, *Journal of Multidisciplinary Studies in Archaeology* 6 (2018)
- Paikara: An Iron Age Burial in South India, Paul Hockings, *Asian Perspectives,* 1975
- Fossilized hominid baby skull from the ferricrete at Odai, P. Rajendran, R Bharath Kumar and B Vijaya Bhanu, *Current Science,* Vol.84, No. 6
- Metal Mirrors of India - Sarada Srinivasan, *Encyclopaedia of the History of Science, Technology, and Medicine in Non-Western Cultures,* Vol 2
- Archaeology of Amaravathi river valley, Yathees Kumar, PhD Thesis, 2011
- Some Early Indian Horsebits and other bridle equipment, Lawrence Leshnik, *American Journal Of Archaeology,* Vol.75, 1971
- Inscribed Greek Thunderstones as House and Body Amulets, Christopher Faraone, *Kernos,* 2014

Websites

- pastpeopleplaces.blogspot.com
- mysteryofindia.com
- ancient-egypt.org
- landofpunt.wordpress.com
- history.com
- nationalgeographic.com
- atlasobscura.com
- livescience.com
- bradshawfoundation.com
- thehindu.com
- smithsonianmag.com
- travelzhejiang.com
- porunthal.blogspot.com
- radiocarbon.eu
- nytimes.com
- catalhoyuk.com
- kamat.com
- thagavalaatruppadai.in

- bbc.com
- phys.org
- sharmaheritage.com
- kchr.ac.in
- nationalmuseum.gov.in
- varalaaru.com
- antiquities.org.il
- eprints.nias.res.in
- armeniadiscovery.com
- ucl.ac.uk
- britannica.com
- dspace.pondiuni.edu.in
- telegraph.co.uk
- tamilvu.org
- thiruppullaniheritageclub.blogspot.com
- tamildigitallibrary.in
- journalsopenedition.org
- visit.varna.bg
- leakey.com
- researchgate.net
- metmuseum.org
- kemetexpert.com
- heritageuniversityofkerala.com

Newspapers/Magazines

- The Hindu
- Frontline
- Times of India
- Nature
- Indian Express
- *Bengal Hurkaru and Chronicle Collection*

www.ingramcontent.com/pod-product-compliance
Lightning Source LLC
LaVergne TN
LVHW100355181026
850499LV00037B/476